ജനനിബിഡമായ ദന്തഗോപുരം

jananibidamaya denthagopuram

•

b rajeevan

•

first edition
july 1991

•

second edition
may 2010

•

typesetting
signature computer centre, palayam

•

published
chintha publishers, thiruvananthapuram

•

printed
akshara offset, thiruvananthapuram

•

cover
shahul aliyar

വിതരണം

ദേശാഭിമാനി ബുക്ക് ഹൗസ്

H O തിരുവനന്തപുരം-695 001

ബ്രാഞ്ചുകൾ

ദേശാഭിമാനി റോഡ് തിരുവനന്തപുരം • ഓവർബ്രിഡ്ജ് തിരുവനന്തപുരം • കെ എസ് ആർ ടി സി ബസ് സ്റ്റേഷൻ ആലപ്പുഴ • കെ എസ് ആർ ടി സി ബസ് സ്റ്റേഷൻ എറണാകുളം • കലൂർ കൊച്ചി • ഐ ജി റോഡ് കോഴിക്കോട് • മാവൂർ റോഡ് കോഴിക്കോട് • എൻ ജി ഒ യൂണിയൻ ബിൽഡിങ് കണ്ണൂർ • സെൻട്രൽ ബസ് ടെർമിനൽ കോംപ്ലക്സ് താവക്കര കണ്ണൂർ • മച്ചിങ്ങൽ ലെയ്ൻ തൃശൂർ

CR - 993 / 2480

ജനനിബിഡമായ ദന്തഗോപുരം

ബി രാജീവൻ

ചിന്ത പബ്ലിഷേഴ്സ്
തിരുവനന്തപുരം-695 001

ബി രാജീവൻ

ആയിരത്തി തൊള്ളായിരത്തി നാൽപ്പത്തി ആറിൽ കായംകുളത്ത് ജനിച്ചു. കൊല്ലം എസ് എൻ കോളേജിലും തിരുവനന്തപുരം യൂണിവേഴ്സിറ്റി കോളേജിലും പഠിച്ചു. 1971 മുതൽ ഗവൺമെന്റ് കോളേജുകളിൽ മലയാളസാഹിത്യം പഠിപ്പിച്ചു. 1975 ൽ അടിയന്തരാവസ്ഥയ്ക്കെതിരെ നിലകൊണ്ട നക്സലൈറ്റ് അനുഭാവി എന്ന നിലയിൽ പൊലീസ് മർദനവും വീട്ടുതടങ്കലും നേരിട്ടു. 1980 ൽ ജനകീയ സാംസ്കാരിക വേദിയുടെ സംസ്ഥാന കമ്മിറ്റിയിൽ പ്രവർത്തിച്ചുകൊണ്ട് വിവിധ സമരങ്ങളിൽ പങ്കെടുത്തു. വിലക്കുകൾ ലംഘിച്ചതിന്റെ പേരിൽ അറസ്റ്റ് ചെയ്യപ്പെടുകയും ദീർഘകാലം കോളേജ് അധ്യാപക ജോലിയിൽനിന്ന് പുറത്താക്കപ്പെടുകയും ചെയ്തു. 1969 മുതൽ തത്വശാസ്ത്രം രാഷ്ട്രീയചിന്ത, ചരിത്രം, സൗന്ദര്യശാസ്ത്രം, സിനിമ, സാഹിത്യം തുടങ്ങിയ വിഷയങ്ങളെക്കുറിച്ച് പ്രബന്ധങ്ങൾ എഴുതുന്നു. അവയിൽ ചിലത് *സ്വാതന്ത്ര്യത്തിന്റെ സമഗ്രത, മാർക്സിസവും ശാസ്ത്രവും, അന്യവൽക്കരണവും യോഗവും, ജനനിബിഡമായ ദന്തഗോപുരം, വർത്തമാനത്തിന്റെ ചരിത്രം, ഇ എം എസിന്റെ സ്വപ്നം* എന്നീ പേരുകളിൽ പുസ്തകങ്ങളായി പ്രസിദ്ധീകരിച്ചു. 1975 മുതൽ സാവിത്രിയോടൊപ്പം (സാവിത്രി രാജീവൻ) ജീവിക്കാൻ തുടങ്ങി.

മക്കൾ : മനു, യദു

വിലാസം : 19/5984
മുടവൻ മുഗൾ, പൂജപ്പുര
തിരുവനന്തപുരം - 695012

ഉള്ളടക്കം

ഒന്നാം പതിപ്പിന്റെ അവതാരിക 7

മുഖവുര 13

ആത്മനിഷ്ഠ യാഥാർഥ്യത്തിന്റെ വസ്തുനിഷ്ഠ വ്യാഖ്യാനം 19

മുതലാളിത്തം കലയെ മയക്കുമരുന്നാക്കുന്നു 33

ചരിത്രപരമായ ധ്വനിദർശനം 41

കലയും കാലവും 54

അനുഭൂതികളുടെ ചരിത്രപരത 61

സ്വാതന്ത്ര്യത്തിന്റെ സമഗ്രത 69

ശബ്ദാർഥങ്ങൾക്കിടയിൽ 80

ഗ്രന്ഥകാരന്റെ മരണം 92

വായനയുടെ കളങ്കങ്ങൾ 100

തകഴിയുടെ കയർ:
കലയും പ്രത്യയശാസ്ത്രവും 105

സച്ചിദാനന്ദന്റെ കവിതകൾ:
അബോധഘടനയും പാഠതന്ത്രങ്ങളും 119

ഒന്നാം പതിപ്പിന്റെ അവതാരിക

ആയിരത്തി തൊള്ളായിരത്തി എഴുപത്തി ഒന്ന് മുതൽ 1991 വരെ 20 വർഷക്കാലത്ത് പലപ്പോഴായി പ്രൊഫസർ ബി രാജീവൻ എഴുതിയ 11 ലേഖനങ്ങളാണ് ഈ സമാഹാരത്തിലുള്ളത്. ഈ 20 വർഷത്തിനിടയിൽ കേരളം ആകെ മാറി, ഇന്ത്യയും ലോകവും അതിലേറെ മാറി. രാജീവനിലും മാറ്റങ്ങൾ കുറവായിരുന്നില്ല. 1971 ൽ യൗവനത്തിലേക്ക് കാലുകുത്തുകമാത്രം ചെയ്തിരുന്ന രാജീവൻ ഇപ്പോൾ മധ്യവയസിലേക്ക് പ്രവേശിക്കാനുള്ള തയാറെടുപ്പിലാണെന്നതു മാത്രമല്ല മാറ്റത്തിന്റെ അടിസ്ഥാനം. രാഷ്ട്രീയ നിലപാടുകളിലും പ്രത്യയശാസ്ത്ര പരിപ്രേക്ഷ്യങ്ങളിൽ മാറ്റങ്ങളും വളർച്ചയും ഇക്കാലയളവിൽ ഉണ്ടായിട്ടുണ്ട്. തൊഴിൽ കൊണ്ട് ഒരു കോളേജ് അധ്യാപകനാണെങ്കിലും അദ്ദേഹത്തിന്റെ ചിന്തകൾ പാഠ്യപദ്ധതികൾക്കകത്തോ പ്രവർത്തനം ക്ലാസുമുറികൾക്കകത്തോ ഒതുങ്ങി നിന്നില്ല. വിവാഹം മുതൽ വിശ്വാസപ്രമാണങ്ങൾവരെയുള്ള കാര്യങ്ങളിൽ തന്റെ വാക്കും പ്രവൃത്തിയും പൊരുത്തപ്പെടുത്തിക്കൊണ്ടു പോകാൻ ശ്രമിച്ചതിന് കനത്ത വില നൽകേണ്ടിവരികയും പലതരം പീഡനങ്ങൾക്ക് ഇരയാവുകയും ചെയ്തിട്ടുണ്ട്. അങ്ങനെ ക്ലാസുമുറിക്കകത്തും പുറത്തും കർമനിരതവും യാതനാ നിർഭരവുമായ ജീവിതം നയിക്കേണ്ടി വന്നിട്ടും തന്റെ പരന്ന വായനയ്ക്കോ ഗഹനമായ പഠനത്തിനോ മിതമെങ്കിലും കാമ്പുള്ള രചനയ്ക്കോ ഒരു കുറവും സംഭവിച്ചിട്ടില്ലെന്നത് രാജീവന്റെ അഭിമാനകരമായ നേട്ടമാണ്. പലർക്കും ഇത്തരം സാഹചര്യങ്ങളിൽ അവകാശപ്പെടാനാകാത്ത നേട്ടം. ആഴമേറിയ പഠനത്തിന്റെയും നിസ്തന്ദ്രമായ മനനത്തിന്റെയും സർവോപരി പതറാത്ത പ്രതിബദ്ധതയുടെയും നിദർശനമായ ഈ ലേഖനസമാഹാരം മേൽ പരാമർശിച്ച നേട്ടത്തിന്റെ സാക്ഷ്യപത്രമാണ്.

ഈ ലേഖനങ്ങളിൽ എന്നെ എന്നപോലെ മറ്റു വായനക്കാരെയും അൽപ്പമൊന്ന് അതിശയിപ്പിച്ചേക്കാവുന്ന വസ്തുത 20 നീണ്ട വർഷങ്ങൾക്കിടയിൽ എഴുതിയ ഈ ലേഖനങ്ങളിലെല്ലാം അടിസ്ഥാനപരമായി പ്രതിഫലിക്കുന്ന മാർക്സിസ്റ്റ് ചിന്തയ്ക്ക് കാര്യമായ കോട്ടമൊന്നും സംഭവിച്ചിട്ടില്ലെന്നതാണ്. തൊഴിലാളി സംഘാടകനും കമ്യൂണിസ്റ്റ് പ്രവർത്തകനുമായ തന്റെ അച്ഛനിൽനിന്ന് ബാലപാഠങ്ങൾ ഹൃദിസ്ഥമാക്കുകയാൽ പ്രസ്ഥാനത്തിലുള്ള പങ്കാളിത്തത്തിലൂടെയും കഠിനമായ സ്വയംപഠനത്തിലൂടെയും യൗവനാരംഭത്തോടെതന്നെ ഉപസ്ഥിതി നേടിയ മാർക്സിസം യുവസഹജമായ തീവ്രവാദസരണികളിൽ ചരിക്കുമ്പോഴും രാജീവന് കൈമോശം വന്നില്ലെന്ന് ഇതിലെ ആദ്യകാല ലേഖനങ്ങൾ വിളിച്ചോതുന്നു. ഇതിൽപ്പെടുത്താത്ത അക്കാലത്തെ ചില കൃതികളിൽ അത്തരം പാളിച്ചകൾ തീരെയില്ലായിരുന്നു എന്നല്ല സൂചന. എങ്കിലും ഈ സമാഹാരത്തിലെ മുഖ്യചർച്ചാവിഷയങ്ങളായ സമൂഹം, സാഹിത്യം, സൗന്ദര്യശാസ്ത്രം എന്നിവയെ വെവ്വേറെയായും സമന്വയിച്ചും വിശകലനം ചെയ്യുമ്പോൾ മാർക്സിസ്റ്റുരീതി രാജീവനെ ഒരിടത്തും കൈവിടുന്നില്ല. തീർച്ചയായും സൗന്ദര്യശാസ്ത്രം എന്നല്ല മാർക്സിസം പോലും, സർവോപരി മാർക്സിസ്റ്റ് സൗന്ദര്യശാസ്ത്രം, വിവിധ വീക്ഷണങ്ങളുടെയും ഊന്നലുകളുടെയും സംഘർഷമേഖലയാകയാൽ രാജീവന്റെ നിഗമനങ്ങളും സമീപനങ്ങളും വിവാദവിഷയമാകാതെ വയ്യാ. ഈവക കാര്യങ്ങളിൽ നീക്കുപോക്കില്ലാത്ത ഒരു പാർട്ടിലൈൻ ഉണ്ടെന്നും മാർക്സും എംഗൽസും ലെനിനും പറഞ്ഞുവെച്ചതിനപ്പുറം സൗന്ദര്യശാസ്ത്രത്തിൽ ഒന്നുംതന്നെയില്ലെന്നും യഥാർഥ മാർക്സിസ്റ്റ്–ലെനിനിസ്റ്റുകാർ ശഠിക്കുകയില്ല. തങ്ങൾ അംഗീകരിക്കുന്ന ചില പ്രാമാണിക ഗ്രന്ഥങ്ങൾക്കോ ദിവ്യവെളിപാടുകൾക്കോ അപ്പുറം അറിവ് വളരുകയില്ലെന്നും വളർത്താൻ ശ്രമിക്കുന്നത് പാപമാണെന്നും മറ്റുമുള്ള മതമൗലികതാവാദികളുടെ നിലപാടല്ലല്ലോ മാർക്സിസ്റ്റുകാരുടേത്.

സാഹിത്യകലാദികളുടെ സാമൂഹ്യസാപേക്ഷത, ചരിത്രപരത, ധാർമികസത്ത മുതലായ പ്രസിദ്ധമായ മാർക്സിസ്റ്റ് നിലപാടുകൾ ആവർത്തിക്കാനൊന്നും രാജീവൻ മെനക്കെടുന്നില്ല. ഈ അടിസ്ഥാന നിലപാടുകളെ സാഹിത്യ–കലാസിദ്ധാന്ത രംഗത്തെ പുതിയ പ്രവണതകളും കണ്ടെത്തലുകളുമായി ഇണക്കിച്ചേർത്ത് അവതരിപ്പിക്കാനാണ് രാജീവൻ ഇവിടെ ശ്രമിക്കുന്നത്. ഈ മൗലിക യത്നത്തിൽ ഘടനാവാദം, ആധുനികത, ആധുനികോത്തരത, ചിഹ്നശാസ്ത്രം, ഘടനാവാദോത്തരത, ലൂയി അൽത്തൂസർ, റൊളാങ് ബാത്ത്, ഗ്രന്ഥകാരന്റെ മരണം ഉൾപ്പെടെയുള്ള കർതൃത്വസിദ്ധാന്തങ്ങൾ, വായനയുടെ പ്രശ്നങ്ങൾ, പാഠതന്ത്രം മുതലായി മലയാളഭാഷയിൽ അടുത്തകാലത്തു മാത്രം തലനീട്ടിത്തുടങ്ങിയ നവീന പ്രശ്നങ്ങളെയും ചിന്തകരെയും കൃതഹസ്തതയോടെ രാജീവൻ അവതരിപ്പിക്കുന്നു. ഈ നവീന ചിന്താപദ്ധതികളും സിദ്ധാന്തങ്ങളും പല പുതിയ സാങ്കേതികപദങ്ങളും പ്രയോഗങ്ങളും

അനിവാര്യമാക്കിയിട്ടുണ്ട്. അത്തരം പ്രയോഗങ്ങളുടെ സാമാന്യം തൃപ്തികരമായ വിവർത്തനങ്ങളാണ് രാജീവൻ നൽകുന്നത്. എങ്കിലും പ്രശ്നമണ്ഡലം, വ്യാവഹാരിക മണ്ഡലം, കർത്തൃസത്ത എന്നൊക്കെ ആദ്യം കേൾക്കുമ്പോൾ ഒരമ്പരപ്പ് ചിലർക്ക് വന്നേക്കാം. ഒന്നുരണ്ടു തവണ ശ്രദ്ധയോടെ വായിച്ചു മനസിലാക്കിക്കഴിഞ്ഞാൽ ഈ പ്രയോഗങ്ങൾ എത്രമേൽ സഹായകരമായ ബൗദ്ധികോപകരണങ്ങളാണ് എന്ന് വായനക്കാർക്ക് ബോധ്യമാകും. രാജീവൻതന്നെ പറയുന്നു:

> ഒരു സവിശേഷ സൈദ്ധാന്തിക വ്യവഹാരത്തിന്റെ മണ്ഡലത്തിൽ മാത്രം ചില സവിശേഷാർഥങ്ങൾ ഉൽപ്പാദിപ്പിക്കുന്ന ശബ്ദങ്ങൾ ഈ ലേഖനത്തിൽ ആവർത്തിക്കുന്നുണ്ട്. അതിനു പുറത്ത്, പത്രത്തിന്റെയൊ പ്രസംഗത്തിന്റെയൊ അതുപോലെ മറ്റേതെങ്കിലും വ്യവഹാരത്തിന്റെയൊ മണ്ഡലത്തിലേക്ക് ആ ശബ്ദങ്ങളെ മാറ്റിവച്ച് ഒരു സാമാന്യവ്യവഹാരം എന്ന നിലയിൽ ഈ ലേഖനം വായിക്കുകയാണെങ്കിൽ, അവ ഇതിലുൽപ്പാദിപ്പിക്കുന്ന സവിശേഷാർഥങ്ങൾ നഷ്ടമായിത്തീരുകയും, നിഷ്കൃഷ്ടമായ അറിവ് അസാധ്യമായിത്തീരുകയും ചെയ്യും. ഉപാധി, ഉൽപ്പാദനം, കർത്താവ്, ഘടന, പ്രയോഗം, പ്രത്യയശാസ്ത്രം, വ്യവസ്ഥ, വ്യവഹാരം, സവിശേഷം തുടങ്ങിയവയാണ് ആ ശബ്ദങ്ങൾ. അവ ഈ ലേഖനത്തിൽ അർഥം ഉൽപ്പാദിപ്പിക്കുന്ന സവിശേഷവ്യവഹാരമണ്ഡലം, ഘടനാവാദത്തെയും ചിഹ്നശാസ്ത്രത്തെയും ഭാഷാപരമായ മാനസികാപഗ്രഥനത്തെയും ഉപയോഗപ്പെടുത്തിക്കൊണ്ട് അൽത്തൂസറിനുശേഷം നിലവിൽ വന്നിട്ടുള്ള മാർക്സിസ്റ്റ് സിദ്ധാന്തത്തിന്റേതാണ്. (പുറം 81)

അത്രതന്നെ ഗഹനമായ ആശയങ്ങൾ സാങ്കേതികപദങ്ങളില്ലാതെ അത്യന്തം ലളിതമായി പ്രതിപാദിക്കാനും രാജീവന് കഴിയുമെന്ന് തെളിയിക്കുന്ന ലേഖനങ്ങളും ഇതിലുണ്ട്. നല്ലൊരുദാഹരണമാണ് 'സ്വാതന്ത്ര്യത്തിന്റെ സമഗ്രത' (പുറം 66). അതോടൊപ്പം ചുരുക്കം ചില സാങ്കേതികപദങ്ങളുള്ളപ്പോഴും സാധാരണഗതിയിൽ ദുർഗ്രഹമായ ചില വിഷയങ്ങൾ സാധാരണക്കാർക്ക് സുഗ്രഹമാക്കാനും രാജീവന് കഴിയുന്നുണ്ട്. ഉദാഹരണം, കെ പി അപ്പന് മറുപടിയായി എഴുതിയ 'ഗ്രന്ഥകാരന്റെ മരണം' (പുറം 97). ഇതിൽനിന്നെല്ലാം ചിലർ ധരിച്ചേക്കാം, പടിഞ്ഞാറൻ നാടുകളിലെ സമകാലികവും മിക്കവാറും അൽപ്പായുസുകളാകാനിടയുള്ളതുമായ 'ഫാഷനബിൾ' സിദ്ധാന്തങ്ങളും പദപ്രയോഗങ്ങളും കൊണ്ട് പന്താടുകയാണ് ഗ്രന്ഥകാരൻ എന്ന്. അല്ലേ അല്ല. ഈ അത്യാധുനിക നിരൂപണപദ്ധതികളും സൗന്ദര്യശാസ്ത്ര സങ്കൽപ്പങ്ങളും ഭാരതീയരുടെ പരമ്പരാഗതസാഹിത്യ-കലാസിദ്ധാന്തങ്ങളുമായി കഴിയുന്നിടത്ത് കണ്ണിചേർക്കാനും വൈപരീത്യങ്ങൾ വിശദമാക്കാനുംകൂടി രാജീവൻ ശ്രമിക്കുന്നുണ്ട്. പ്രഥമ ലേഖനമായ *ആത്മനിഷ്ഠമായ യാഥാർഥ്യത്തിന്റെ*

വസ്തുനിഷ്ഠമായ വ്യാഖ്യാനം, ചരിത്രപരമായ ധ്വനിദർശനം മുതലായവ കാണുക. പാശ്ചാത്യ-പൗരസ്ത്യ സൗന്ദര്യശാസ്ത്ര സിദ്ധാന്തങ്ങളെ താരതമ്യപ്പെടുത്താനും കഴിയുന്നിടത്ത് സമന്വയിക്കാനും മാർക്സിസത്തിന്റെ കാഴ്ചപ്പാടിൽ നിന്നുകൊണ്ട് അധികമാരും ശ്രമിച്ചിട്ടുള്ളതായി തോന്നുന്നില്ല. ഹിന്ദിയിൽ ഡോ. നമോവർസിങ്ങിന്റെയും ഇംഗ്ലീഷിൽ ഡോ. ബാലമോഹൻതമ്പിയുടെയും മറ്റും ധീരമായ ശ്രമങ്ങൾ ഇല്ലെന്നില്ല. പക്ഷേ, അവരും രാജീവൻ ചെയ്യുന്നതുപോലെ മാർക്സിസ്റ്റ് ചിന്തയിലെ ഏറ്റവും ഒടുവിലത്തെ വികാസങ്ങൾ കണക്കിലെടുത്തിട്ടില്ല. അതുകൊണ്ട് മേൽ പരാമർശിച്ച ലേഖനങ്ങളുടെ ചുവടുപിടിച്ച് പാശ്ചാത്യ-പൗരസ്ത്യ സൗന്ദര്യശാസ്ത്രചിന്തകളെ മാർക്സിസ്റ്റ് കാഴ്ചപ്പാടിൽ നിന്നുകൊണ്ട് താരതമ്യപ്പെടുത്തുകയും ത്യാജ്യഗ്രാഹ്യവിവേചനത്തോടെ സമന്വയിക്കുകയും ചെയ്താൽ അത് ഒരു മൗലിക സംഭാവനയായിരിക്കും —മാർക്സിസ്റ്റ് സൗന്ദര്യശാസ്ത്രത്തിനും നമ്മുടെ പരമ്പരാഗത അലങ്കാരശാസ്ത്രത്തിനും. അതിനുള്ള കഴിവും കാഴ്ചപ്പാടും രാജീവനുണ്ട് എന്ന് ഈ ലേഖനങ്ങൾ തെളിയിക്കുന്നു.

ഇത്തരം സൈദ്ധാന്തിക ചർച്ചകളിൽ ഒതുങ്ങിനിൽക്കാതെ താനവതരിപ്പിക്കുന്ന സിദ്ധാന്തങ്ങളുടെ പ്രയോഗം കൂടി രാജീവൻ നടത്തുന്നുണ്ട്. ഈ സമാഹാരത്തിലെ അവസാന ലേഖനങ്ങളായ *തകഴിയുടെ കയർ: കലയും പ്രത്യയശാസ്ത്രവും, സച്ചിദാനന്ദന്റെ കവിതകൾ: അബോധഘടനയും പാഠതന്ത്രങ്ങളും* എന്നിവയാണ് ഉത്തമോദാഹരണങ്ങൾ. തകഴിയുടെ *കയറി*നെക്കുറിച്ചും സച്ചിദാനന്ദന്റെ കവിതയെക്കുറിച്ചും നിരവധി പഠനങ്ങളും നിരൂപണങ്ങളും ഇതിനകം പുറത്തുവന്നിട്ടുണ്ടെങ്കിലും രാജീവൻ അനാവരണം ചെയ്യുന്ന പല വശങ്ങളും തികച്ചും പുതുതാണ്. *കയറി*ന്റെ ശിൽപ്പഘടനയും ഭൂത-വർത്തമാനകാല ചലനാത്മകതയും പാഠതന്ത്രവും വിശകലനം ചെയ്യാൻ രാജീവൻ തന്റെ പുസ്തകത്തിലെ ഇതരഭാഗങ്ങളിൽ വിവരിക്കുന്ന സങ്കൽപ്പനങ്ങൾ വിജയകരമായി ഉപയോഗപ്പെടുത്തുമ്പോൾ ഘടനാവാദത്തിന്റെ സാധുതയുടെയും സമർഥനമായിത്തീരുന്നു.

ഒരിംഗ്ലീഷ് പദപ്രയോഗം കടമെടുത്താൽ, പൊട്ടിക്കാൻ കുറെക്കൂടി കടുപ്പമായ കുരുവാണ് പ്രൊഫ. കെ സച്ചിദാനന്ദൻ. അധ്യാപകൻ, ഉപന്യാസകാരൻ, നിരൂപകൻ, പത്രപ്രവർത്തകൻ വനിതാപക്ഷവാദി, സാംസ്കാരികനായകൻ, കടുത്ത സാമൂഹിക വിമർശകൻ, പൊളിറ്റിക്കൽ ആക്ടിവിസ്റ്റ്, കവി എന്നിങ്ങനെ എത്രയെത്ര മേഖലകളിലാണ് സച്ചിദാനന്ദൻ ശ്രദ്ധേയനായിട്ടുള്ളത്? എങ്കിലും തന്റെ സവിശേഷദൗത്യം കവിതയുടെ മേഖലയിലാണെന്നദ്ദേഹം വിശ്വസിക്കുന്നു. കമ്യൂണിസ്റ്റ് വിരോധത്തിന്റെ മാനങ്ങളുള്ള അത്യാധുനികത മുതൽ നക്സലിസവും കമ്യൂണിസവുംവരെ സച്ചിദാനന്ദന്റെ വഴികളിൽ നാഴികക്കല്ലുകൾ നാട്ടിയിട്ടുണ്ട്. അതുകൊണ്ടെല്ലാമായിരിക്കാം, നാൾതോറും വളരുന്ന ഒരാരാധക

സംഘത്തോടൊപ്പം വാചാലരായ ഒരു കൂട്ടം എതിരാളികളും അദ്ദേഹത്തെ നിരന്തരം പിന്തുടരുന്നത്. മാറിമാറി വരുന്ന ഈ എതിരാളികളിൽ പലരും ഒരിക്കലല്ലെങ്കിൽ മറ്റൊരിക്കൽ അദ്ദേഹത്തിന്റെ ആരാധകരോ സഖാക്കളോ ആയിരുന്നു എന്നതും ആലോചനാമൃതമാണ്. ഈ വിചിത്രമായ ഗതിവിഗതികൾ സൃഷ്ടിച്ച വിരോധങ്ങളെയും വിരോധാഭാസങ്ങളെയും കുറിച്ച് സച്ചിദാനന്ദൻതന്നെ തികച്ചും ബോധവാനാണെന്ന് അദ്ദേഹത്തിന്റെ ഈ വരികൾ തെളിയിക്കുന്നു:

> അരമനക്കാർക്ക് ഞാൻ അരാജകവാദിയാണ്. യാഥാസ്ഥിതികർക്ക് ആധുനികൻ. പരിഷ്കരണവാദികൾക്ക് ഞാൻ തീവ്രവാദിയാണ്, തീവ്രവാദികൾക്കോ വെറുമൊരു ജനാധിപത്യവാദി. സന്ന്യാസിമാർ എന്നെ ഭൗതികവാദിയെന്നാക്ഷേപിക്കുന്നു. യുക്തിവാദികൾ ആത്മീയവാദിയെന്നും. (*വിശദീകരണം* 1977)

ഇതെഴുതിയത് 1977 ലെങ്കിൽ 1991 ലെത്തിയപ്പോഴേക്കും ഏതാനും പുതിയ വരികൾകൂടി എഴുതിച്ചേർക്കാൻമാത്രം പുതിയ വൈരുധ്യങ്ങളോ വിരോധാഭാസങ്ങളോ ഉണ്ടായിട്ടുണ്ട്. പക്ഷേ, ഈ ദുർഗ്രഹതയും വൈരുധ്യങ്ങളും മാറ്റങ്ങളും വളർച്ചാ–വിളർച്ചകളും അദ്ദേഹത്തിന്റെ പൊതുജീവിതത്തെയും ചിന്തയെയും വീക്ഷണങ്ങളെയും മാത്രമല്ല കാവ്യജീവിതത്തെയും ബാധിച്ചിട്ടില്ലേ? ഇല്ലെന്നും ഉണ്ടെന്നും പറയാനാവാത്തവിധം സങ്കീർണമാണ് ആ കാവ്യപ്രപഞ്ചം. ഇവിടെയാണ് ബി രാജീവൻ തന്റെ പുതിയ കരുക്കളുമായി അപഗ്രഥനത്തിനും വിശദീകരണത്തിനും എത്തുന്നത്. സച്ചിദാനന്ദന്റെ കവിതയെക്കുറിച്ച് – ഉപരിപ്ലവബുദ്ധികൾക്ക് തോന്നിയേക്കാവുന്ന പ്രശ്നങ്ങൾക്കെല്ലാം രാജീവൻ അതിനിപുണതയോടെ മറുപടി കണ്ടെത്തുന്നുണ്ട്. ആ കണ്ടെത്തലോടെ രാജീവൻ തന്റെ നിരൂപണസാമഗ്രികളുടെ സാധ്യതയോടൊപ്പം സച്ചിദാനന്ദപ്രതിഭയുടെ അതുല്യപ്രഭയും അനാവരണം ചെയ്യുന്നു. രാജീവൻ ഉപസംഹരിക്കുന്നതിങ്ങനെയാണ്:

> ഇങ്ങനെ ആധുനിക മലയാളിയുടെ നിലനിൽപ്പിനെ രൂപപ്പെടുത്തുന്ന അബോധ വൈപരീത്യങ്ങളുടെ അഗാധനിശ്ശബ്ദതകൾക്ക് മൂർത്തരൂപം കൊടുക്കാനായി ശബ്ദരാശി തിരയുന്ന ഈ കവി അപൂർവ രൂപഘടനകളിൽ നിരന്തരം എത്തിച്ചേരുകയും ചെയ്യുന്നു. മലയാളഭാഷയെയും മലയാളിയുടെ സംവേദന ശീലങ്ങളെയും നിരന്തരം നവീകരിക്കാൻ ശ്രമിച്ചുകൊണ്ടിരിക്കുന്ന സച്ചിദാനന്ദന്റെ കവിത അതുകൊണ്ടുതന്നെ സ്വയം നവീകരിക്കപ്പെടുകയും ചെയ്യുന്നു എന്നർഥം (പുറം 153).

സമകാലിക മലയാള സാഹിത്യനിരൂപണത്തെ അത്യാധുനിക പാശ്ചാത്യ ചിന്താപദ്ധതികളോടും പ്രാചീനഭാരതീയ പാരമ്പര്യത്തോടും

ചേരുംപടിചേർത്ത് ഒരു പുതിയ തലത്തിലേക്കുയർത്താനുള്ള യത്നങ്ങളിൽ ബി രാജീവന്റെ ഈ കൃതിക്ക് ഉന്നതസ്ഥാനമാണുള്ളത്. ഇതിൽ തൊട്ടും തടവിയും മണത്തും പോകുന്ന നവീനസങ്കൽപ്പനങ്ങളെയും സിദ്ധാന്തങ്ങളെയുംകുറിച്ച് ഇനിയും കുറെക്കൂടി എഴുതിയാൽ മാത്രമേ അവയെല്ലാം സാധാരണ മലയാളി സഹൃദയരുടെ അവബോധത്തിന്റെ ഭാഗമായിത്തീരുകയുള്ളൂ. അങ്ങനെ പ്രൊഫ. ബി രാജീവൻ തുടങ്ങിവെച്ചിരിക്കുന്ന കൃത്യം അദ്ദേഹവും മറ്റു യുവസുഹൃത്തുക്കളും തുടർന്നു നടത്തും എന്ന പ്രതീക്ഷയോടെ ഈ പ്രഥമ പഥികഗ്രന്ഥം ഞാൻ സഹൃദയസമക്ഷം അവതരിപ്പിച്ചുകൊള്ളുന്നു.

തിരുവനന്തപുരം
12 ജൂലായ് 1991

പി ഗോവിന്ദപ്പിള്ള

മുഖവുര

സാഹിത്യവും സമൂഹജീവിതവും തമ്മിലുള്ള ബന്ധത്തിന്റെ വിവിധവശങ്ങളെക്കുറിച്ച് നമ്മുടെ നാട്ടിൽ കഴിഞ്ഞ അൻപതുകൊല്ലക്കാലമായി നടന്നുവരുന്ന ചർച്ചകൾ ഇന്ന് പുതിയ ഒരു ഘട്ടത്തിലേക്കു കടന്നുകഴിഞ്ഞിരിക്കുന്നു.

വിരുദ്ധവീക്ഷണങ്ങൾ തമ്മിൽ നടന്നുവന്ന ഈ ഏറ്റുമുട്ടലിൽ പരോക്ഷമായി ഇടപെട്ടുകൊണ്ട് 1971 മുതൽ ഞാൻ പലപ്പോഴായി എഴുതിയ ലേഖനങ്ങളിൽ ചിലതാണ് ഈ പുസ്തകത്തിൽ ചേർത്തിട്ടുള്ളത്.

ആദ്യകാലത്ത് 'കല കലയ്ക്കുവേണ്ടി'എന്നൊരു കൂട്ടർ വാദിച്ചപ്പോൾ അതിനെതിരെ 'കല സാമൂഹ്യപുരോഗതിക്കുവേണ്ടി' എന്നു മറ്റൊരു കൂട്ടർ വാദിച്ചു. ആ വാദം അവസാനിച്ചതോടെ, കല സാമൂഹികപുരോഗതിക്കു വേണ്ടിയുള്ളതാണെന്നംഗീകരിക്കുന്നവരിൽത്തന്നെ ഒരു കൂട്ടർ കലയ്ക്ക് കാലാതീതമായി വർത്തിക്കുന്ന ഒരു രൂപസത്തയുണ്ടെന്നു വാദിച്ചുകൊണ്ട് രംഗത്തു വന്നു. കാലാനുസൃതമായി, കലയുടെ ഭാവം മാറുന്നതനുസരിച്ച് രൂപവും മാറിക്കൊണ്ടിരിക്കുമെന്നും, കാലാതീതമായി ഒരു രൂപസത്ത നിലനിൽക്കുക സാധ്യമല്ലെന്നും അതിനെതിരെ വാദിച്ചവർ സമർഥിക്കാൻ ശ്രമിച്ചു. അതിനുശേഷം കലാകാരന്റെ സർഗപ്രവർത്തനത്തെ കേന്ദ്രീകരിച്ചായി വാദപ്രതിവാദം. കലാകാരന്റെ ആത്മസംതൃപ്തി മാത്രമാണ് കലാസൃഷ്ടിയുടെ പരമലക്ഷ്യമെന്നും, കലാകാരൻ അവന്റെ സാമൂഹികബാധ്യതകളിൽനിന്ന് എത്രത്തോളം മുക്തനാവുന്നുവോ അത്രയ്ക്ക് കലാസൃഷ്ടി ഉന്നതമായിത്തീരുന്നു എന്നും വാദിക്കപ്പെട്ടു. ഇതിനെതിരെ കലയുടെ സാമൂഹികധർമത്തെയും കലാകാരന്റെ/കലാകാരിയുടെ സാമൂഹ്യപ്രതിബദ്ധതയെയും ആസ്പദമാക്കിയുള്ള സൈദ്ധാന്തിക പ്രതിരോധങ്ങൾ ഉയർന്നുവരികയും ചെയ്തു.

ഈ ഏറ്റുമുട്ടലുകളിൽ, കലയുടെ കേവലവിശുദ്ധിക്കും രൂപത്തിന്റെ ശാശ്വതസത്തയ്ക്കും കലാകാരന്റെ ഏകാന്ത സംതൃപ്തിക്കുംവേണ്ടി വാദിച്ചവർക്ക് ആയിരക്കണക്കിനു വർഷങ്ങൾ പഴക്കമുള്ള പാശ്ചാത്യ-പൗരസ്ത്യ ആശയവാദ ചിന്തകളോടു ബന്ധപ്പെട്ട രീതിശാസ്ത്രവും പരികൽപ്പനോപാധികളും അനായാസം സ്വായത്തമായിരുന്നു. പ്രത്യേകിച്ചെടുത്തു പരിശോധിക്കുകയേ വേണ്ടാത്തവിധം പ്രകൃതിനിയമങ്ങൾ പോലെ കരുതപ്പെടുന്ന ചില സ്വയംസിദ്ധ സത്യങ്ങളുടെമേൽ ചുവടുറപ്പിച്ചുനിന്നുകൊണ്ട് പൊരുതുകയേ അവർക്ക് വേണ്ടിയിരുന്നുള്ളൂ. കലയുടെ സാമൂഹികധർമത്തിനും ചരിത്രപരതയ്ക്കുംവേണ്ടി വാദിച്ചവർക്കാകട്ടെ, മറുപക്ഷക്കാർ സ്വയംസിദ്ധമെന്നു കരുതിയ മാനദണ്ഡങ്ങളെത്തന്നെ ചോദ്യം ചെയ്യേണ്ടതുണ്ടായിരുന്നു. മാത്രമല്ല, അവർക്ക് പഴയ അതിഭൗതികവാദപരമായ രീതിശാസ്ത്രത്തോടും പരികൽപ്പനോപാധികളോടും വിടപറയുന്ന ഒരു പുതിയ സാഹിത്യ-സൗന്ദര്യസിദ്ധാന്തംതന്നെ അവതരിപ്പിക്കേണ്ടതുണ്ടായിരുന്നു.

ഈ വമ്പിച്ച പ്രവർത്തനത്തിനു തുടക്കമിടാൻ കേരളത്തിലെ ആദ്യകാല മാർക്സിസ്റ്റ് സാഹിത്യവിമർശകർക്കു കഴിഞ്ഞു. ഇ എം എസിനെപ്പോലെ ചിലർക്ക്, മറ്റുപലരെയുംപോലെ അടിസ്ഥാന നിലപാടുകളിൽനിന്നു പിൻതിരിഞ്ഞുപോകാതെതന്നെ, ഈ സാഹിത്യ-സൈദ്ധാന്തിക പ്രവർത്തനത്തെ വളരെ മുന്നോട്ടുകൊണ്ടുപോകാൻ കഴിഞ്ഞു. കഴിഞ്ഞ അൻപതു കൊല്ലക്കാലത്തെ മലയാള സാഹിത്യവിമർശനത്തിന്റെ ചരിത്രം പരിശോധിക്കുമ്പോൾ, സാഹിത്യത്തിന്റെ സാമൂഹിക ജീവിത വൈരുധ്യങ്ങളോടുള്ള ബന്ധത്തെ ഇനിയാർക്കും ചോദ്യംചെയ്യാൻ കഴിയാത്തവിധം സ്ഥാപിച്ചെടുക്കാൻ, മറ്റെന്തെല്ലാം പരിമിതികളുണ്ടെങ്കിലും മാർക്സിസ്റ്റ് വിമർശനത്തിനു കഴിഞ്ഞിട്ടുണ്ട് എന്നു കാണാൻ കഴിയും. ഓരോ കാലത്തെയും മലയാളസാഹിത്യത്തെ, അതതു കാലത്തെ സാമൂഹികവൈരുധ്യങ്ങളോടു ബന്ധപ്പെടുത്തി പഠിക്കുന്നതിനുള്ള ചില ഉയർന്ന മാതൃകകളും ഇതോടൊപ്പം പുറത്തുവരികയുണ്ടായി. കേരള ചരിത്രത്തെയും മലയാളസാഹിത്യത്തെയും ബന്ധപ്പെടുത്തി ഇ എം എസ് നടത്തിയിട്ടുള്ള പഠനങ്ങൾ ഇനി നടക്കാനിരിക്കുന്ന വിശദപഠനങ്ങൾക്കുള്ള മുഖവുരയാണെന്നുതന്നെ പറയാം.

എന്നാൽ, മലയാളത്തിലെ മാർക്സിസ്റ്റ് വിമർശനത്തിന് ദുർബലമായ ചില വശങ്ങളുണ്ട്. കേരളത്തിൽ മാർക്സിസ്റ്റുകാരും മാർക്സിസ്റ്റ് വിരുദ്ധരും തമ്മിൽ സാഹിത്യത്തെ മുൻനിർത്തിനടന്ന ആശയസംഘട്ടനങ്ങളിൽ ഈ ദൗർബല്യങ്ങൾ പലതും പ്രകടമായിത്തീരുകയും ചെയ്തു. കലയുടെ രൂപപരമായ ചരിത്രത്തിന്റെ സവിശേഷവികാസം, മനുഷ്യന്റെ അനുഭൂതികളുടെയും വൈകാരിക പ്രതികരണങ്ങളുടെയും ചരിത്രബദ്ധത, സൃഷ്ടിയുടെയും ആസ്വാദനത്തിന്റെയും വ്യക്തിനിഷ്ഠതലങ്ങളിൽ പ്രവർത്തിക്കുന്ന സവിശേഷ നിയമങ്ങളുടെ ചരിത്രം, സാഹിത്യമെന്ന പ്രത്യയശാസ്ത്ര സ്ഥാപനത്തിന്റെ സൂക്ഷ്മപ്രവർത്തനരീതികൾ, ഇവ

യ്ക്കൊന്നും സൈദ്ധാന്തികമായ വിശദീകരണം നൽകാൻ രാഷ്ട്രീയ പ്രവർത്തകർ കൂടിയായിരുന്ന കേരളത്തിലെ മാർക്സിസ്റ്റ് വിമർശകർക്ക് സമയവും സൗകര്യവും ലഭിക്കുകയുണ്ടായില്ല. ഈ കുറവ് കലയെയും സാഹിത്യത്തെയും കുറിച്ചുള്ള ചർച്ചകളിൽ കേരളത്തിലെ മാർക്സിസ്റ്റു കാരെ പലപ്പോഴും യാന്ത്രികമായ ലഘൂകരണങ്ങളിൽ കൊണ്ടെത്തിക്കു കയും ചെയ്തു.

'രൂപഭദ്രതാവാദ'ത്തെത്തുടർന്നുണ്ടായ ചേരിതിരിവുകൾ പരിശോ ധിക്കുമ്പോൾ കേരളത്തിലെ മാർക്സിസ്റ്റ് വിമർശനത്തിന്റെ ഈ പരിമിതി വ്യക്തമായി കാണാൻ കഴിയും. സ്വാതന്ത്ര്യാനന്തരഘട്ടത്തിൽ ഉയർന്നു വന്ന രാഷ്ട്രീയമായ ചേരിതിരിവുകൾ 'രൂപഭദ്രതാവാദ'ത്തിന്റെ അടിയൊ ഴുക്കുകളായിരുന്നുവെങ്കിൽ, സാഹിത്യരംഗത്തെ പുരോഗമനവാദികളിൽ ഒരു വിഭാഗത്തിന്റെ യാന്ത്രികലഘൂകരണരീതിയായിരുന്നു ആ വാദത്തെ ഉണർത്തിവിട്ട സാഹിത്യസിദ്ധാന്തപരമായ സവിശേഷകാരണം. അന്നത്തെ ആ തർക്കങ്ങളിൽ പുരോഗമനപക്ഷക്കാരായ കലാകാരന്മാരിലും എഴു ത്തുകാരിലുംപെട്ട നല്ലൊരു വിഭാഗം രൂപഭദ്രതാവാദത്തിനു നേതൃത്വം കൊടുത്ത പ്രൊഫ. മുണ്ടശ്ശേരിയുടെ അനുയായി കളായിത്തീർന്നു. അൻ പതുകളിലെ ഇടതുപക്ഷപ്രസ്ഥാനത്തിന്റെ വളർച്ചയും മുണ്ടശ്ശേരിയുടെ തന്നെ ഇടതുപക്ഷ നേതൃത്വത്തിലേക്കുള്ള ഉയർച്ചയും ആ വാദത്തിലട ങ്ങിയ സൈദ്ധാന്തിക പ്രശ്നങ്ങൾ രമ്യമായി പരിഹരിക്കപ്പെട്ട ഒരു പ്രതീ തിയുണ്ടാക്കി. ഏറിയകൂറും മുണ്ടശ്ശേരിയുടെ വാദങ്ങൾക്കനുകൂലമായി പ്രശ്നങ്ങൾ പരിഹരിക്കപ്പെട്ട ഒരു പ്രതീതി. ഇന്നും പുരോഗമന സാഹി ത്യപ്രസ്ഥാനത്തിന്റെ പരിമിതികളെ വിമർശിക്കുമ്പോൾ മുണ്ടശ്ശേരിയുടെ വാദങ്ങളെ ന്യായീകരിക്കാൻ ശ്രമിക്കുന്നവരാണ് പുരോഗമനവാദികളിൽ ഏറിയ പങ്കും എന്ന കാര്യവുമോർക്കുക.

യഥാർഥത്തിൽ രൂപഭദ്രതാവാദത്തിൽ സംഭവിച്ചതെന്താണ്?

മാർക്സിസ്റ്റുകാർ കലയുടെയും സാഹിത്യത്തിന്റെയും സവിശേ ഷതകളെ കണക്കിലെടുത്തുകൊണ്ടുള്ള ഒരു കലാ–സാഹിത്യസിദ്ധാന്തം രൂപപ്പെടുത്തുന്നതിനു പകരം, യാന്ത്രിക ലഘൂകരണങ്ങളെ ആശ്രയിച്ച തിനെതിരെ ഉയർത്തിപ്പിടിക്കപ്പെട്ട മറ്റൊരു ലഘൂകരണം (Reduction) മാത്രമായിരുന്നു രൂപഭദ്രതാവാദം. യാന്ത്രിക ഭൗതികവാദപരമായ ലഘൂ കരണത്തിനെതിരെ ഉയർന്നുവന്ന ആശയവാദപരമായ ലഘൂകരണം.

കലയ്ക്ക് കാലം മാറുന്നതനുസരിച്ച് ഉള്ളടക്കത്തിലും, ഓരോ കാലത്തും നിലവിൽവരുന്ന പ്രസ്ഥാനഭേദങ്ങൾ അനുസരിച്ച് ബാഹ്യ ഘടനയിലും, മാറ്റം വരുമെങ്കിലും കലാനുഭൂതിക്കു കാരണമായി വർത്തി ക്കുന്ന ചില ശാശ്വതകലാമർമങ്ങളുണ്ടെന്നായിരുന്നു മുണ്ടശ്ശേരിയുടെ വാദം. കലയ്ക്ക് കാലാതീതമായ ഒരു രൂപസത്തയുണ്ടെന്നാണ് ഈ വാദ ത്തിന്റെ ചുരുക്കം. ആസ്വാദകപക്ഷത്തേക്കു മാറ്റിയിട്ടാൽ കലയുടെ രൂപ ഭദ്രതയെക്കുറിച്ചുള്ള ഈ വാദം ചില ശാശ്വതമാനുഷികഭാവങ്ങളുടെ ഭദ്ര തയെക്കുറിച്ചുള്ള വാദമായിത്തീരും. കാലം മാറുന്നതനുസരിച്ച് മനുഷ്യ

രുടെ ബാഹ്യജീവിതത്തിന് മാറ്റങ്ങൾ വരുമെങ്കിലും മാറാതെ നിൽക്കുന്ന ഒരു ശാശ്വത മാനുഷികസത്തയുണ്ടെന്ന വിശ്വാസത്തിന്മേലാണ് ഈ ശാശ്വതരൂപവാദം നിലകൊള്ളുന്നതെന്നർഥം. യാന്ത്രികലഘൂകരണത്തിനെതിരെ ഉയർന്നുവന്ന ആശയവാദലഘൂകരണമായിരുന്നു രൂപഭദ്രതാവാദമെന്നു പറയാൻ കാരണമിതാണ്.

ജോസഫ് മുണ്ടശ്ശേരിയുടെയും അദ്ദേഹത്തിന്റെ സിദ്ധാന്തത്തെ അനുകൂലിക്കുന്നവരുടെയും സാഹിത്യവീക്ഷണം മാർക്സിസ്റ്റു കലാചിന്തയ്ക്ക് പകരം നിൽക്കുന്ന ഒരു പുരോഗമന കലാചിന്തയായി ഏതാണ്ടു പൊതുവേ അംഗീകരിക്കപ്പെട്ടുകഴിഞ്ഞ പ്രതീതി, കേരളത്തിലെ മാർക്സിസ്റ്റ് വിമർശനത്തിന് അതിന്റെ പരിമിതികളെ മറികടന്ന് മുന്നോട്ടു പോകാനുള്ള അന്തരീക്ഷം വളരെക്കാലത്തേക്ക് ഇല്ലാതാക്കിക്കളഞ്ഞു. പാശ്ചാത്യ-പൗരസ്ത്യ സാഹിത്യസിദ്ധാന്തങ്ങളെ കാലദേശമുക്തമായ കലാരഹസ്യങ്ങളുടെ ഭിന്നപ്രകാശനങ്ങളെന്ന നിലയിൽ ഒന്നായിക്കാണാനും ഒരേകലാസിദ്ധാന്തത്തെ പലവഴിക്കു സമീപിക്കുന്നവരെന്നനിലയിൽ മുണ്ടശ്ശേരിയെയും മാരാരെയും എം പി പോളിനെയുമൊക്കെ ഒരേതട്ടിൽ എഴുന്നള്ളിക്കാനും പോന്ന ആശയവാദപരമായ ഒരു അക്കാദമിക്ക് സാഹിത്യചിന്ത എതിരാളികളെയെല്ലാം വിഴുങ്ങിക്കൊണ്ട് നമ്മുടെ നാട്ടിൽ തടവില്ലാതെ തഴച്ചുവളർന്നത് ഈ ഇടവേളയിലാണ്. ലിബറൽ ഹ്യൂമനിസത്തിന്റെ പ്രത്യയശാസ്ത്രം നമ്മുടെ നാട്ടിൽ ശക്തിപ്പെടുന്ന ഒരു കാലമായിരുന്നു അത്. ശാശ്വതമനുഷ്യസത്തയെ കേന്ദ്രമാക്കി സാഹിത്യപഠനം നടത്തുന്നതിൽ സ്വന്തം രാഷ്ട്രീയാഭിപ്രായഭിന്നതകൾക്കതീതമായി ഒരു പ്രത്യയശാസ്ത്രമണ്ഡലത്തിൽ സാഹിത്യ പ്രൊഫസർമാർക്ക് ഒത്തുചേരാൻ കഴിഞ്ഞു.

ഇങ്ങനെയൊരവസ്ഥയോടുള്ള പ്രതികരണമെന്നനിലയിലാണ് ഈ പുസ്തകത്തിൽ ചേർത്തിട്ടുള്ള ആദ്യലേഖനങ്ങൾ പലതും ഞാനെഴുതിയത്.

മാർക്സിസ്റ്റ് വിമർശനത്തെ ബാധിച്ചിരുന്ന യാന്ത്രികരീതിയെയും അതിൽനിന്നൊഴിഞ്ഞു മാറാനുള്ള ശ്രമത്തിന്റെ ഭാഗമായുണ്ടായ പാളിച്ചകളെയും ഒരുമിച്ചു നേരിടാൻ ശ്രമിക്കുന്ന ഈ ലേഖനങ്ങളിൽ ആദ്യത്തേതിന്റെ പ്രത്യേകതയും പ്രാധാന്യവും അതു പ്രസിദ്ധീകരിച്ച കാലത്തുതന്നെ (1972) പി ഗോവിന്ദപ്പിള്ള കണ്ടെത്തുകയുണ്ടായി. അതിനെ പ്രശംസിച്ചുകൊണ്ട് അദ്ദേഹം അന്നെഴുതിയ വാക്കുകളാണ് പിന്നെയും ആ വഴിക്കു പലതും എഴുതാൻ എനിക്ക് ആത്മവിശ്വാസം തന്നതെന്നു കൂടി പറഞ്ഞുകൊള്ളട്ടെ.

ശ്രീ. കെ പി അപ്പന്റെ 'തിരസ്കാരം' എന്ന പ്രബന്ധത്തെ വിമർശിച്ചുകൊണ്ടെഴുതിയ 'സ്വാതന്ത്ര്യത്തിന്റെ സമഗ്രത' എന്ന ലേഖനവും ഇതിൽ ചേർത്തിട്ടുണ്ട്. ആ ലേഖനത്തോടു ബന്ധപ്പെട്ട ഒരു ചിന്തയാണ് ഈ പുസ്തകത്തിന് *ജനനിബിഡമായ ദന്തഗോപുരം* എന്ന പേരിടാൻ എന്നെ പ്രേരിപ്പിച്ചത്.

എഴുത്തുകാരന് എഴുതുന്ന നിമിഷത്തിൽ ഏകാന്തത വേണ്ടെന്നോ പ്രചോദനം വേണ്ടെന്നോ ഒന്നും മാർക്സിസ്റ്റുകാർ വാദിക്കുന്നില്ല. എഴുത്തുകാരൻ എഴുതുന്ന നിമിഷങ്ങളിൽ തനിക്കുതന്നെ പിടിയില്ലാത്ത അനുഭൂതികളുടെ ആവേശത്തിനു കീഴ്പെട്ട് അടിയന്തര പരിത:സ്ഥിതികളെ മറികടക്കുന്ന മറ്റൊരു വ്യാപാരത്തിലേർപ്പെടുകയാണു ചെയ്യുന്നതെന്ന കാര്യത്തിലും അവർക്കു തർക്കമില്ല. എന്നാൽ, ആ സൃഷ്ടിപ്രക്രിയ കാലദേശമുക്തമായ ഒരതിഭൗതിക വ്യാപാരമാണെന്ന ധാരണയെ മാർക്സിസ്റ്റുകാർ ശക്തിയായി എതിർക്കുന്നു. ആ 'അതീതവ്യാപാര'ത്തിനാസ്പദം ഈശ്വരസത്തയോ സൗന്ദര്യസത്തയോ വ്യക്തിസത്തയോ എന്തുതന്നെയാണെന്നു വാദിച്ചാലും– അവയെല്ലാം രചനയുടെ നിമിഷങ്ങളിൽ യഥാർഥത്തിൽ എന്തു സംഭവിക്കുന്നു എന്നതിനെക്കുറിച്ചുള്ള അജ്ഞതയിൽനിന്നാവിർഭവിച്ച അന്ധവിശ്വാസങ്ങളുടെ സിദ്ധാന്തവൽക്കരണങ്ങൾ മാത്രമാണ്. യഥാർഥത്തിൽ രചനയുടെ നിമിഷങ്ങളിൽ അനുഭൂതികൾക്കു കീഴ്പ്പെട്ട് അടിയന്തര പ്രേരണകളെ മറികടക്കുന്ന കലാകാരന്റെ പ്രവർത്തനം ഒരു ഭൗതികവ്യാപാരമാണെന്നു മാത്രമല്ല, വ്യക്തിപരമായ മറ്റേതൊരു ദൈനംദിന ജീവിതവ്യാപാരത്തെക്കാളും സാന്ദ്രവും സമ്പന്നവുമായ ഒരു ഭൗതികപ്രയോഗംകൂടിയാകുന്നു എന്നതാണു വസ്തുത. അഭൗമമെന്നും അവ്യാഖ്യേയമെന്നുമൊക്കെപ്പറഞ്ഞ് ഏതെങ്കിലുമൊരതീതസത്തയിൽ ചിരകാലമായി പ്രതിഷ്ഠിക്കപ്പെട്ടുപോരുന്ന കലാകാരന്റെ ഈ സർഗാത്മകാനുഭൂതിയുണ്ടല്ലോ, അത് അയാളുടെ ബോധപൂർവമായ നിലനിൽപ്പിനുൾക്കൊള്ളാനാവാത്ത ജീവിതവ്യവഹാരങ്ങളുടെ അപ്രതിരോധ്യമായ ബാധയല്ലാതെ മറ്റൊന്നുമല്ല.

അതിനാൽ രചനയ്ക്കായി തന്റെ അടിയന്തര ചുറ്റുപാടുകളിൽനിന്നു പിൻവലിയുന്ന കലാകാരൻ/കലാകാരി, സ്വന്തം അഹംബോധത്തിന്റെ അതിരുകളെ ഭേദിച്ച് അപരിമേയമായ ജീവിതപ്പരപ്പിന്റെ ആഴത്തിലേക്ക് എടുത്തുചാടുകയാണ് ചെയ്യുന്നത്. കലാസൃഷ്ടി ചെയ്യുന്ന ഒരുവനും/ഒരുവളും ഈ സമൂഹത്തിൽനിന്ന് തന്റേതുമാത്രമായ ഒരു ലോകത്തിലേക്ക് ഒറ്റപ്പെട്ടുപോവുകയല്ല, മറിച്ച് തന്റെ ദൈനംദിനജീവിതത്തിന്റെ പരിമിതികളെ മറികടന്ന് ഒരു ജനതയുടെ സംസ്ക്കാരത്തിന്റെ അവബോധത്തിലേക്ക് ആണ്ടിറങ്ങുകയാണ് ചെയ്യുന്നത്. ഒറ്റക്കിരുന്നെഴുതുന്ന എഴുത്തുകാരൻ/എഴുത്തുകാരി ഒറ്റയ്ക്കല്ല എന്നർഥം. രചനയുടെ ഏകാന്തനിമിഷങ്ങളിൽ അയാൾ ജനലക്ഷങ്ങൾക്കു നടുവിലാണ്. പ്രത്യക്ഷ്യത്തിൽ അയാൾക്കു സംവദിക്കാനാവാത്ത ഒരു ജനതയോടു മുഴുവൻ അയാൾ സംവദിക്കുകയാണ് ചെയ്യുന്നത്.

ഒറ്റയ്ക്കിരുന്നെഴുതുന്ന ഒരു കവി അനായാസം ഒറ്റയ്ക്കിരിക്കുകയല്ല. അർഥഛായകൾ ഇരമ്പുന്ന ശബ്ദരാശിയിൽ നീന്തിത്തുടിക്കുകയാണയാൾ. അയാളുടെ ഭാഷ ഉപയോഗിക്കുന്ന ഒരു ജനത മുഴുവൻ; തലമുറകളിലൂടെ ശബ്ദങ്ങളിൽ അർഥഭേദങ്ങളുടെ അബോധപരമ്പരകൾ സൃഷ്ടിച്ച ഒരു ജനത മുഴുവൻ; അയാളുടെ മുന്നിൽ തിക്കിത്തിര

ക്കുകയാണ്. അങ്ങനെ ജീവിച്ചിരിക്കുന്നവർ മാത്രമല്ല, മരിച്ചുപോയവർപോലും അയാളുടെ ദന്തഗോപുരത്തിൽ തിക്കിത്തിരക്കിയെത്തുന്നു. അതിനാൽ കലാകാരന്റെ ദന്തഗോപുരം അയാൾക്ക് ജീവിതത്തിൽനിന്ന കന്നൊളിഞ്ഞിരിക്കാനുള്ള സങ്കേതമല്ല. സ്വന്തം വ്യക്തിപരമായ നിലനില്പിന്റെ പരിമിതികളെ മറികടന്ന്, തന്റെ അസ്തിത്വത്തിന്റെ യാഥാർഥ്യത്തിലേക്ക്, സാമൂഹികസത്തയിലേക്ക് ആവേശപൂർവം മടങ്ങിയെത്താനുള്ള ഒരുപാധിയാണ്. കലാകാരന്റെ ദന്തഗോപുരം വിജനമല്ല, ജനനിബിഡമാണ്.

മറ്റൊരു കാര്യംകൂടി. ഈ പുസ്തകത്തിലെ ലേഖനങ്ങൾ ഒരു ദീർഘ കാലഘട്ടത്തിനിടയിൽ ഞാനെഴുതിയവയിൽനിന്നു തെരഞ്ഞെടുക്കപ്പെട്ടവയാകയാൽ, സൈദ്ധാന്തികമായും രീതിശാസ്ത്രപരമായും എന്റെ ധാരണകൾക്കുവന്ന മാറ്റങ്ങൾകൂടി അവയിൽ പ്രതിഫലിക്കുന്നുണ്ട്. ഇതിലെ അവസാനം ചേർത്ത ചില ലേഖനങ്ങൾ ഘടനാവാദാനന്തര–ആധുനികോത്തര സിദ്ധാന്തങ്ങളെ ഉൾക്കൊണ്ടു വികസിച്ചുവരുന്ന മാർക്സിസ്റ്റ് വിമർശനത്തിന്റെ ചില മാതൃകകളാണ്. അവയെയും ആ വഴിക്കുള്ള ആദ്യചുവടുകളാണെന്ന് കരുതിയാൽ മതി.

നമ്മുടെ സാംസ്കാരിക ജീവിതത്തിന്റെ വിവിധ മണ്ഡലങ്ങൾക്ക് തന്റെ തത്വാധിഷ്ഠിതമായ സ്വതന്ത്രചിന്തകൊണ്ടും ബഹുമുഖമായ വൈജ്ഞാനിക സിദ്ധികൾകൊണ്ടും നേതൃത്വം കൊടുത്തുപോരുന്ന പി ഗോവിന്ദപ്പിള്ളയുടെതാണ് ഈ പുസ്തകത്തിന്റെ അവതാരിക. അതിനെച്ചൊല്ലി വിനയാഭിമാനങ്ങളോടെ ഞാനദ്ദേഹത്തിന് നന്ദി പറയുന്നു. ഈ പുസ്തകത്തിലെ ലേഖനങ്ങൾ പലതും എന്നെക്കൊണ്ടെഴുതിച്ച ഇ എൻ മുരളീധരൻനായർ, എം എൻ കുറുപ്പ് തുടങ്ങിയ പത്രാധിപ സുഹൃത്തുക്കൾക്കും ഇതിങ്ങനെ പ്രകാശിപ്പിക്കാൻ കാരണക്കാരനായ സി ഭാസ്കരനും നന്ദി പറഞ്ഞുകൊണ്ട് ഈ മുഖവുര അവസാനിപ്പിക്കുന്നു.

തിരുവനന്തപുരം
16–7–1991

ബി രാജീവൻ

1

ആത്മനിഷ്ഠ യാഥാർഥ്യത്തിന്റെ വസ്തുനിഷ്ഠ വ്യാഖ്യാനം

[**സൃ**ഷ്ടിയുടെയും ആസ്വാദനത്തിന്റെയും രഹസ്യങ്ങളെപ്പറ്റി വളരെ സൂക്ഷ്മമായി ചിന്തിച്ച ഭാരതീയസാഹിത്യമീമാംസകരും പാശ്ചാത്യസൗന്ദര്യശാസ്ത്രചിന്തകരും പൊതുവെ ആശയവാദികളായിരുന്നു. അലൗകികവും നിർവ്യക്തികവുമായി സാമാന്യവൽക്കരിക്കപ്പെട്ട വികാരങ്ങളാണ് സൃഷ്ടിയുടെയും ആസ്വാദനത്തിന്റെയും അടിസ്ഥാനം എന്ന കലയുടെ നിഗൂഢതത്വം അവർ കണ്ടെത്തുന്നുണ്ട്. വികാരങ്ങളുടെ സാമാന്യവൽക്കരണം എന്ന ആശയത്തിലൂടെ വ്യക്തിയുടെ ആനന്ദാനുഭൂതിയുടെ ആഴം നിർണയിക്കുകയായിരുന്നു അവരുടെ ലക്ഷ്യം. ഈ ആനന്ദാനുഭൂതിക്കാസ്പദമായ വികാരങ്ങളുടെ സാമാന്യവൽക്കരണത്തിന്റെ രഹസ്യം എന്തെന്നു കണ്ടെത്തുവാൻ അവർക്കു കഴിഞ്ഞില്ല. അതിനാൽ കലയുടെ മൗലികസത്യത്തെക്കുറിച്ച് വസ്തുനിഷ്ഠമായ ഒരഭിപ്രായം രൂപീകരിക്കുക അവർക്ക് അസാധ്യമായിത്തീർന്നു. വ്യക്തിയുടെ അനുഭവത്തിലൂടെ മാത്രം എന്തിനെയും വിലയിരുത്തുവാൻ ശ്രമിക്കുന്ന ആശയവാദപരമായ ചിന്തയുടെ അനിവാര്യമായ പരാജയമാണിത്. ആശയവാദത്തിലൂടെ ഒരിക്കലും കണ്ടെത്തുവാൻ കഴിയാത്ത കലയുടെ മൗലികരഹസ്യത്തെ ചരിത്രപരമായ ഭൗതികവാദത്തിന്റെ കാഴ്ചപ്പാടിലൂടെ വിശദീകരിക്കുന്നതാണ് ഈ പ്രബന്ധം.

നൂറ്റാണ്ടുകളിലൂടെ വികസിച്ച ഒരു സമഗ്രദർശനമെന്ന നിലയിൽ ഭാരതീയ സാഹിത്യചിന്തയുടെ മാനദണ്ഡങ്ങളെ അവലംബമാക്കിയാണ് ഇതിലെ ആശയങ്ങൾ ക്രമീകരിച്ചിരിക്കുന്നത്. കലയെപ്പറ്റി പൊതുവേ ചർച്ചചെയ്യുമ്പോൾ കാവ്യവും നാടകവും മാതൃകകളായി സ്വീകരിക്കേണ്ടി വന്നത് അതുകൊണ്ടാണ്.]

ജീവിതത്തിലെ ഓരോ പ്രത്യേക അനുഭവവും ഓരോ പ്രത്യേക പ്രതികരണം മനുഷ്യനിൽ സൃഷ്ടിക്കുന്നു. സുഖവും ദുഃഖവും ഭയവും വെറുപ്പുമെല്ലാം ജീവിതത്തിലെ ഓരോ അനുഭവത്തോടുമുള്ള വ്യവസ്ഥാപിതമായ പ്രതികരണമാണ്. മനുഷ്യൻ എന്ന ജീവിയുടെ സവിശേഷത ബാഹ്യാനുഭവങ്ങളോടുള്ള നിയതപ്രതികരണങ്ങളുടെ ആകെത്തുകയാണ്. മനുഷ്യനെ മനുഷ്യനാക്കുന്ന സവിശേഷതകൾക്കാധാരമായ അനുഭവപ്രതികരണങ്ങളുടെ ഈ കാര്യകാരണബന്ധം ലൗകികജീവിതത്തിൽ ഒരിക്കലും തെറ്റിപ്പോകുന്നില്ല. ഈ തെറ്റാത്ത നിലയാണ് ജീവിതം തന്നെ.

കലയിൽ ജീവിതത്തെ ജീവിതമാക്കുന്ന ഈ അടിസ്ഥാനനിയമം ലംഘിക്കപ്പെടുന്നു. കലയിലെ അനുഭവം ജീവിതത്തിലെ മറ്റേതനുഭവത്തിൽനിന്നും ഭിന്നമായ ഒന്നാണ്. സാധാരണ ജീവിതത്തിലെ ഒരനുഭവം നമ്മിൽ വേദനയോ വെറുപ്പോ ഭയമോ ഉണർത്തി എന്നുവരാം. എന്നാൽ, ഒരു നാടകത്തിലോ കവിതയിലോ ചിത്രത്തിലോ ദർശിക്കുന്ന രംഗങ്ങൾ നിത്യജീവിതത്തിൽ അതേ രംഗങ്ങൾ ഉണർത്തിയേക്കാവുന്ന അനുഭവങ്ങളിൽനിന്നും തികച്ചും വ്യത്യസ്തമായ അനുഭൂതിയാണുളവാക്കുന്നത്. വഴിവക്കിൽക്കാണുന്ന പ്രേമരംഗം നമ്മിൽ അസൂയയോ വെറുപ്പോ ഉദാസീനതയോ ജനിപ്പിച്ചേക്കാം. എന്നാൽ, നാടകത്തിൽ കാണുന്ന അതേ രംഗം ആനന്ദമയമായ ഒരനുഭവമായിട്ടാണ് നമുക്ക് തോന്നുക. ജീവിതത്തിൽ ഭയവും ദുഃഖവും വെറുപ്പും ഓരോന്നിനും കാരണമായ അനുഭവത്തിൽനിന്നും യഥാർഥമായി ജനിക്കുമ്പോൾ കലയുടെ ലോകത്തിൽ അതേ അനുഭവങ്ങൾ അവയുടേതായ വികാരങ്ങൾ ഉണർത്തുന്നില്ല[1]. സാധാരണ ജീവിതത്തിൽ ഇന്ദ്രിയവിഷയമാകുന്ന ലോകത്തിന്റേതിൽ നിന്ന് വ്യത്യസ്തമായ മറ്റൊരു സംവേദനശൈലിയാണ് കലയുടെ ലോകത്തിലുള്ളത്. കലയിലെ അനുഭവജ്ഞാനം സാധാരണ ലോകത്തിന്റേതിൽനിന്ന് ഭിന്നമായ മറ്റൊന്നാണെന്നാണ് സാരം.

കലാസ്വാദനവേളയിൽ നമ്മെ ഭരിക്കുന്നത് നാം ജീവിക്കുന്ന ലോകത്തിന്റെ നിയമങ്ങളിൽനിന്ന് ഭിന്നമായ മറ്റൊരു ലോകത്തിന്റെ നിയമങ്ങളാണെന്ന് വ്യക്തമാകുന്നു. അങ്ങനെ കലയുടെ ആസ്വാദനം നാം ജീവിക്കുന്ന സാധാരണ ലോകത്തിൽനിന്ന് ഭിന്നമായ മറ്റൊരസാധാരണ ലോകത്തിലെ ജീവിതമായിത്തീരുന്നു. ലൗകിക നിയമരഹിതമായ ആ ലോകത്തിലെ ജീവിതം സാധ്യമാവണമെങ്കിൽ ലൗകികമായ നിലനിൽപ്പിന്റെ നിയമങ്ങളിൽനിന്ന് വ്യക്തി വിമുക്തനാകണം. കലയുടെ അലൗകികതലത്തിൽ അലൗകികമായ വ്യക്തിത്വത്തിന് മാത്രമേ അസ്തിത്വമുണ്ടാകാൻ തരമുള്ളൂ.

ലൗകികനായ ആസ്വാദകൻ ലൗകികമായ വ്യക്തിത്വവുമായിട്ടാണ് കലാസൃഷ്ടിയെ അഭിമുഖീകരിക്കുന്നത്. നാടകത്തിലെ കഥാപാത്രബോധവും കവിതയിലെ വാച്യാർഥബോധവും ആസ്വാദനാരംഭത്തിലുള്ള ലൗകിക വ്യക്തിയുടെ അനുഭവങ്ങളാണ്. കഥാപാത്രത്തെയും വാച്യാർഥ

ത്തെയും കുറിച്ചുള്ള ദേശകാല നിയന്ത്രിതമായ ലൗകിക ബോധത്തിൽനിന്ന് രസാസ്വാദനം ആരംഭിക്കുന്നതോടെ വ്യക്തി വിമുക്തനാവുന്നു. കഥാപാത്രത്തിന്റെ ലൗകിക വ്യക്തിത്വവും വാക്കിന്റെ ലൗകികാർഥമായ വാച്യാർഥവും തിരസ്കൃതമാകുന്നു. കഥാപാത്രത്തിന്റെ ലൗകികവ്യക്തിത്വം, ഒരു പ്രത്യേകകാലത്ത് ഒരു പ്രത്യേകദേശത്ത് നിലനിൽക്കുന്ന വ്യക്തി എന്ന നിലയാണ്. വാക്കിന്റെ ലൗകികാർഥം, ഒരു പ്രത്യേക വിഷയത്തെപ്പറ്റി ഒരു പ്രത്യേക കാലത്ത് ഒരു പ്രത്യേകവ്യക്തി ഉച്ചരിക്കുന്ന വാക്ക് എന്ന അവസ്ഥയുമാണ്. ഇവയുടെ അഭാവത്തിന്റെ അടിസ്ഥാനം കാലദേശാതീതത്വമാണ്. കലയിലെ വിഭാവങ്ങളുടെ കാലദേശാതീതമായ ഈ അവസ്ഥ അനുഭവിക്കുന്ന വ്യക്തി കൈക്കൊള്ളുന്ന കാലദേശാതീതമായ വ്യക്തിത്വമാണ് ലൗകികതയിൽനിന്ന് വ്യക്തിയെ സ്വതന്ത്രനാക്കുന്നത്.

ദേശകാലങ്ങൾ ലൗകികമായ രണ്ട് സങ്കൽപ്പങ്ങളാണ്. വ്യക്തിത്വത്തിന്റെ കേന്ദ്രബിന്ദുവിൽനിന്ന് അനന്തതയിലേക്കു വ്യാപിക്കുന്ന സ്ഥലകാലങ്ങളുടെ സങ്കൽപ്പമാണ് 'എന്റെ' ലൗകികമായ അസ്തിത്വത്തിന്റെ അടിസ്ഥാനം. 'ഞാൻ' ജീവിക്കുന്ന ഓരോ സന്ദർഭവും ഒരു പ്രത്യേകസ്ഥലത്ത് ഒരു പ്രത്യേകകാലത്തിൽ ഞാൻ സ്ഥിതിചെയ്യുകയാണ്. 'ഞാൻ' ജീവിക്കുന്ന നിമിഷം 'എനിക്ക്' വർത്തമാനമാണ്. ആ നിമിഷത്തിന്റെ മുന്നിലേക്കും പിന്നിലേക്കും വ്യാപിച്ചുകിടക്കുന്ന ശൂന്യതയാണ് 'എന്റെ' ഭൂതഭാവികൾ. എന്റെ ഭൂതഭാവികൾ കൂട്ടിമുട്ടുന്ന 'എന്റെ' വർത്തമാനത്തിലാണ് 'ഞാൻ' നിലനിൽക്കുന്നത്. ഇതിന്റെ അർഥം ലൗകികജീവിതത്തിൽ കാലം വ്യക്തിനിരപേക്ഷമായ ഒരു കേവലസത്തയല്ല എന്നാണ്. ഏതെങ്കിലും ഒരു സ്ഥലം കൂടാതെ എനിക്കു നിലനിൽക്കുവാൻ വയ്യാ. ഞാൻ നിലനിൽക്കുന്ന സ്ഥലമാണ് എനിക്കുചുറ്റും വ്യാപിച്ചുകിടക്കുന്ന അനന്തമായ എന്റെ സ്ഥലസങ്കൽപ്പത്തിന്റെ കേന്ദ്രബിന്ദു. അതിനാൽ വ്യക്ത്യപേക്ഷമായ സ്ഥലത്താണ് ലൗകികനായ ഓരോ വ്യക്തിയും സ്ഥിതിചെയ്യുന്നത്. ജീവിതം എന്ന ചലനത്തെ നിർണയിക്കുന്നത് വ്യക്ത്യപേക്ഷമായ ഈ സ്ഥലകാലങ്ങളാണ്. ഇതിൽനിന്ന് വ്യക്തിയുടെ ലൗകികമായ ജീവിതത്തിന്റെ ആധാരം വ്യക്ത്യപേക്ഷമായ സ്ഥലകാല സങ്കൽപ്പമാണെന്നു തെളിയുന്നു. ഈ സ്ഥലകാലബന്ധനത്തിൽനിന്നുള്ള മോചനത്തിലൂടെയാണ് വ്യക്തി ലൗകികതയിൽനിന്നു വിമുക്തനാകുന്നത്.

ലൗകികതയിൽനിന്ന് വിമുക്തനാകുന്ന ആസ്വാദകന്റെ അനുഭവങ്ങൾ അയാളുടെ നിലനിൽപ്പിനെ ബാധിക്കുന്നതാകാൻ തരമില്ല. ഒരു പ്രത്യേക സ്ഥലത്ത് ഒരു പ്രത്യേകകാലത്തിൽ ചില പ്രത്യേക സ്വഭാവങ്ങളോടുകൂടി ജീവിക്കുന്ന ഒരു പ്രത്യേക മനുഷ്യൻ എന്ന സ്ഥിതിയിൽനിന്നുമോചനം നേടിയ ആസ്വാദകൻ അഭിമുഖീകരിക്കുന്ന കലയിലെ അനുഭവങ്ങൾ അയാളുടെ വ്യക്തിത്വത്തെ സ്പർശിക്കുന്നതേയില്ല. കഥാപാത്രങ്ങളും പദങ്ങളും ആസ്വാദകനും ദേശകാലപരവും വിശേഷനിഷ്ഠ

വുമായ അവസ്ഥയിൽനിന്ന് വിമുക്തമായി കേവലമായ ഒരസ്ഥിത്വം കൈക്കൊള്ളുന്നു. ഒരു പ്രത്യേക വ്യക്തി എന്ന നിലയിൽനിന്ന് കഥാപാത്രവും വിശേഷനിഷ്ഠമായ വാക്ക് എന്ന അവസ്ഥയിൽ നിന്ന് പദവും ഇന്ന സ്ഥലത്തു ജനിച്ചു ജീവിക്കുന്ന ഇന്ന ആൾ എന്ന നിലയിൽ നിന്ന് ആസ്വാദകനും സ്വാതന്ത്ര്യം നേടുന്നു എന്നർഥം[2]. വ്യക്തിപരതയുടെ വലയത്തിനു വെളിയിൽ ഒരു പ്രത്യേക വ്യക്തിയിലും അധിഷ്ഠിതമല്ലാത്ത എല്ലാവർക്കും തുല്യമായുള്ള മനുഷ്യത്വം എന്ന പൊതുവായ അവസ്ഥയിലെത്തുന്നതിലൂടെയാണ് കഥാപാത്രവും ആസ്വാദകനും കേവലമായ അസ്തിത്വം നേടുന്നത്. കഥാപാത്രങ്ങളും പ്രേക്ഷകരും, പദങ്ങളും വായനക്കാരന്റെ ഇമേജുകളും വ്യക്തിത്വ നിരപേക്ഷമായ ഒരു പൊതുലോകത്തിലെ തുല്യഘടകങ്ങളായി മാറുന്നു. ആ ലോകത്ത് കഥാപാത്രത്തിന്റെ കേവലവ്യക്തിത്വം പ്രേക്ഷകന്റെയും കേവലവ്യക്തിത്വമാണ്. അവിടത്തെ സംഭവങ്ങളിൽ രണ്ടുകൂട്ടരും ഒരുപോലെ ഭാഗഭാക്കുകളാണ്. അവിടത്തെ ദുഃഖങ്ങളും ഭയങ്ങളും പ്രശ്നങ്ങളുമെല്ലാം ഒരേ ലോകത്തിലെ ഘടകങ്ങളെന്ന നിലയിൽ സദസ്യർക്കും കഥാപാത്രങ്ങൾക്കും ഒരുപോലെ അനുഭവപ്പെടുന്നു. നേതൃസഭ്യസാധാരണീകൃതമായിത്തീരുന്ന വികാരങ്ങൾ ഓരോ വ്യക്തിയുടെയും വ്യക്തിനിരപേക്ഷമായ സ്വാനുഭവങ്ങളായി പരിണമിക്കുന്നു. ഓരോ വ്യക്തിയിലുമുള്ള വ്യക്തിത്വാതീതമായ വൈകാരികതലം അലൗകിക വ്യക്തിത്വത്തിലൂടെ സ്വയം സാക്ഷാൽക്കരിച്ച് സ്വയം അനുഭവിക്കുന്നതിലുള്ള ലൗകിക ദുഃഖസ്പർശനമില്ലാത്ത ആനന്ദമാണ് ഈ അനുഭവത്തിന്റെ അന്തിമഫലം. ഈ ആനന്ദത്തിന്റെ അടിസ്ഥാനം സാധാരണീകൃതമായ വൈകാരികലോകമാണ്. ആസ്വാദക സമൂഹത്തിന്റെയും വിഭാവങ്ങളുടെയും വിശേഷനിഷ്ഠമായ അസ്ഥിത്വത്തിൽനിന്നതീതമാകയാൽ എല്ലാവർക്കും പൊതുവായുള്ള നിർവ്യക്തികമായ വികാരങ്ങളുടെ പൊതുലോകമാണ് സാധാരണീകൃതമായ വൈകാരികലോകം[3].

കലാസ്വാദനത്തിന്റെ അടിസ്ഥാനം നിർവ്യക്തികവികാരങ്ങളുടെ പൊതുലോകമാകുമ്പോൾ കലാസൃഷ്ടിയുടെയും അടിസ്ഥാനം അതുതന്നെയാകാതെ തരമില്ല. കലാകാരന്റെ വ്യക്തിപരമായ വികാരങ്ങളുടെ ആവിഷ്കരണം കലയാവുകയില്ല. വ്യക്തിപരത കാലദേശപരിമിതമായ ലൗകികതയാണ്. കാലദേശാതീതമായ വ്യക്തിത്വത്തിലേക്ക് ആസ്വാദകനെ നയിക്കുവാൻ സമർഥമായ അലൗകിക വിഭാവങ്ങളുടെ സൃഷ്ടിയാണ് കല. സ്രഷ്ടാവ് തന്റെ വ്യക്തിപരതയിൽനിന്നു വിമുക്തനാവുകയും തന്റേതു മാത്രമല്ലാത്ത സാധാരണീകൃതമായ വികാരങ്ങളുടെ ലോകത്തിലെ അലൗകികവ്യക്തിയായി പരിണമിക്കുകയും ചെയ്യണമെന്നുള്ളത് കലാസൃഷ്ടിയുടെ പിന്നിലുള്ള ഒരനിവാര്യതയായിത്തീരുന്നു[4].

സ്രഷ്ടാവിന്റെ നിർവ്യക്തിക വികാരങ്ങൾക്കു മാത്രമേ ആസ്വാദകനിലെ നിർവ്യക്തിക വികാരങ്ങളെ സ്പർശിക്കുവാൻ കഴിയുകയുള്ളൂ. സ്രഷ്ടാവും ആസ്വാദകനും സാമാന്യവൽക്കരിക്കപ്പെട്ട പൊതുവായ ഒരേ

വൈകാരിക ലോകത്തിലെ രണ്ടു ഘടകങ്ങളാണ്. അതിനാൽ ആസ്വാദനത്തെപ്പോലെതന്നെ സൃഷ്ടിയുടെയും അടിസ്ഥാനം, കാലദേശാതീതവും വ്യക്തിനിരപേക്ഷവുമായി സാധാരണീകരിക്കപ്പെട്ട വികാരങ്ങളുടെ സ്വതന്ത്രമായ പൊതുലോകം തന്നെയാണെന്നു തെളിയുന്നു.

സാമാന്യവൽക്കരിക്കപ്പെട്ട വികാരങ്ങളുടെ ഈ പൊതുലോകം സമൂഹഗതമായ വൈകാരിക ലോകമല്ലാതെ മറ്റൊന്നുമല്ല.

നാം ജീവിക്കുന്ന ബാഹ്യലോകം എല്ലാ വ്യക്തികൾക്കും പൊതുവായുള്ള അനുഭവങ്ങളുടെ സമാഹാരമാണ്. ഇത് നമുക്കെല്ലാം ഒരുപോലെ പ്രത്യക്ഷമാകയാൽ അതിനെച്ചൊല്ലി തർക്കിക്കേണ്ട കാര്യമില്ല. എന്നാൽ, കലയുടെ നിലനിൽപ്പിന്നാധാരമായ പൊതുവായ വൈകാരികലോകം പ്രത്യക്ഷമല്ലാത്തതിനാൽ അതിന്റെ അസ്തിത്വം സംശയിക്കപ്പെടാവുന്നതാണ്. ഈ സംശയം സാമൂഹികജീവിതത്തിലൂടെ മനുഷ്യവർഗമാർജിച്ച പ്രപഞ്ചസങ്കൽപ്പത്തിന്റെ അപഗ്രഥനത്തിലേക്കു നമ്മെ നയിക്കുന്നു.

ആദിമമനുഷ്യന് പ്രപഞ്ചം ആത്മവസ്തുഭേദമില്ലാത്ത ഒരദ്വൈത സംവേദനമായിരുന്നു. അനുഭവസങ്കീർണതയിലൂടെ പിന്നീടു മനുഷ്യൻ തന്നെത്തന്നെ തിരിച്ചറിഞ്ഞു. ബാഹ്യയാഥാർഥ്യത്തിൽനിന്നു ഭിന്നമായ സ്വന്തം അസ്തിത്വം കണ്ടെത്തിയ മനുഷ്യാവബോധത്തിനു മുന്നിൽ പ്രപഞ്ചം അനുഭൂതിവിഷയമായ പ്രതിഭാസമായി മാറി. ജീവിതത്തിന്റെ പൊരുൾ ആത്മവസ്തു ബന്ധ(Subject-object relation)ത്തിലധിഷ്ഠിതമായ ദ്വന്ദ്വാത്മകതയായി മാറി.

ബാഹ്യപ്രക്രിയയ്ക്കു മനുഷ്യബുദ്ധിയിലുണ്ടാകുന്ന പ്രതിഫലനം പ്രപഞ്ചയാഥാർഥ്യമായിത്തീർന്നു. അന്യോന്യം ആശയവിനിമയം ചെയ്യുന്ന മനുഷ്യജീവിവർഗത്തിന് പ്രപഞ്ചം ഒരു പൊതുധാരണയായി പരിണമിച്ചു. മാനവചരിത്രത്തിന്റെ ഓരോ ഘട്ടത്തിലും പ്രപഞ്ചമർപ്പിച്ച അനന്തമായ അനുഭവ പരമ്പരകളുടെ പ്രതിഫലനത്തിലൂടെ ബാഹ്യലോകം ഒരു പൊതു യാഥാർഥ്യമായി നിലനിൽക്കുന്നു.

ജീവിതം ആത്മവസ്തുബന്ധത്തിലൂടെയുള്ള ദ്വന്ദ്വാത്മകാനുഭൂതിയാകയാൽ ഏതു പ്രാപഞ്ചികാനുഭവവും മനുഷ്യബുദ്ധിയിൽ പ്രതിഫലിക്കുന്നത് ദ്വിമുഖമായിട്ടാണ്. ഒരു ബാഹ്യവസ്തുവിന്റെ പ്രതിഫലനം ബാഹ്യയാഥാർഥ്യത്തെക്കുറിച്ചുള്ള വസ്തുനിഷ്ഠധാരണയായി മാറുന്നതോടൊപ്പം ആന്തരികമായ മനോഭാവങ്ങളെ സ്പർശിക്കുന്ന വൈകാരിക യാഥാർഥ്യമായും മാറുന്നു. പ്രപഞ്ചത്തിലുള്ള ഏതു പദാർഥവും മനുഷ്യബുദ്ധിയിൽ പ്രതിഫലിക്കുന്നത് ബാഹ്യവും ആഭ്യന്തരവുമായ ഈ ദ്വിമുഖ പ്രതികരണങ്ങളിലൂടെയാണ്. ലോകം വസ്തുനിഷ്ഠമായ അറിവായിരിക്കുന്നതോടൊപ്പം വൈകാരികമായ അനുഭൂതികൂടിയാണെന്നു സാരം. വസ്തുപ്രതിഫലനത്തിന്റെ ബാഹ്യവും വസ്തുനിഷ്ഠവുമായ മുഖം സാമാന്യവൽക്കരിക്കപ്പെടുന്നതിലൂടെയാണ് നാമെല്ലാം ഒരേ ലോകത്തിലെ ജീവികളാകുന്നത്.

സാമാന്യവൽക്കരിക്കപ്പെട്ട യാഥാർത്ഥ്യങ്ങളുടെ ബാഹ്യലോകമാണ് ശാസ്ത്രത്തിന്റെ അടിസ്ഥാനം.

വസ്തുയാഥാർത്ഥ്യത്തിന്റെ ആന്തരികവും ആത്മനിഷ്ഠവുമായ പ്രതിഫലനം-വസ്തുനിഷ്ഠ പ്രതിഫലനം പോലെതന്നെ-സാമാന്യവൽക്കരിക്കപ്പെടുന്നതിലൂടെ മനുഷ്യൻ വൈകാരികപ്രതികരണങ്ങളുടെ പൊതുസ്വഭാവങ്ങളാർജിക്കുന്നു.

സമാനസ്വഭാവമുള്ള വൈകാരിക പ്രതികരണങ്ങളുടെ ഈ ലോകമാണ് കലയുടെ ലോകം.

ഏതെങ്കിലും ബാഹ്യവസ്തുവിനെക്കുറിച്ചുള്ള വ്യക്തിഗതമായ തോന്നൽ അതിന്റെ വസ്തുനിഷ്ഠയാഥാർത്ഥ്യമാകണമെന്നില്ല. വസ്തുവിന്റെ പ്രതിഫലനരൂപമായ തോന്നലുകൾ വ്യക്തിഗതസങ്കൽപ്പത്തിന്റെ പരിധിയിൽനിന്ന് മോചനം നേടി സർവരും അംഗീകരിക്കുന്ന പൊതുസങ്കൽപ്പമായി മാറുമ്പോൾ മാത്രമാണ് വസ്തുനിഷ്ഠ യാഥാർത്ഥ്യം ജന്മമെടുക്കുന്നത്. ബാഹ്യവസ്തുവിന്റെ അന്തർമുഖമായ പ്രതിഫലനം വ്യക്തിഗതമായ അനുഭവമായിരിക്കെതന്നെ മനുഷ്യവർഗത്തിന്റെ പൊതുവായ വൈകാരികപ്രതികരണങ്ങളിൽ അന്തർഭവിക്കുന്നതുമാണ്. വ്യക്തിഗതമായ ആന്തരികപ്രതികരണം എല്ലാ വ്യക്തികളിലുമുള്ള പൊതുവായ വൈകാരികാവസ്ഥയുടെ പ്രതിനിധീകരണമാണ്. വ്യക്തിഗതമായ വികാരം വ്യക്തിപരമായിരിക്കുമ്പോൾത്തന്നെ പൊതുവായ ഒരാത്മനിഷ്ഠ യാഥാർത്ഥ്യംകൂടിയാണെന്നർഥം. വികാരങ്ങളുടെ ആത്മനിഷ്ഠ യാഥാർത്ഥ്യമെന്ന ഈ നിലയാണ് കലയുടെ ജീവശ്വാസം.

പൊതുവായ വൈകാരിക പ്രതികരണങ്ങളുടെ ഈ ലോകത്തെ ഒന്നുകൂടി വിശദമാക്കാം: പ്രപഞ്ചത്തിലുള്ള ഓരോ പദാർഥവും മനുഷ്യന് ബോധപൂർവമുള്ള അറിവായിരിക്കുമ്പോൾ മറ്റു ജീവികൾക്ക് അവ കേവലം പ്രതികരണങ്ങളുണർത്തുന്ന വസ്തുക്കൾ മാത്രമാണ്. ഇതിന്റെ അർഥം ജന്മവാസനകൾമാത്രം രൂപപ്പെടുത്തിയ ഒരു ലോകത്തിലല്ല നാം ജീവിക്കുന്നതെന്നാണ്. ഒരു വ്യക്തിയിലുണ്ടായ ഒരു പ്രതികരണം ഭാഷ എന്ന മാധ്യമത്തിലൂടെ മറ്റൊരു വ്യക്തി അറിയുന്നു. ഈ അറിവ് വ്യക്തിയുടെ ബോധതലത്തിൽ മാറ്റങ്ങൾ സൃഷ്ടിക്കുന്നു. ഇങ്ങനെ നിരന്തരമായ മാറ്റത്തിലൂടെ ഒരു വസ്തുവിനെക്കുറിച്ച് ഒരു പൊതുധാരണയുണ്ടാകുന്നു. സാമൂഹികജീവിതത്തിന്റെ ഫലമായി പ്രപഞ്ചത്തിലുള്ള പദാർഥങ്ങൾ നിയതമായ പൊതുധാരണകളായി പരിണമിച്ചു. ഇങ്ങനെ രൂപപ്പെട്ട വസ്തുനിഷ്ഠമായ ബാഹ്യലോകം ജന്മവാസനകളിൽനിന്ന് ഭിന്നമായ മറ്റൊരു ബോധമണ്ഡലത്തെ ആശ്രയിച്ചാണ് നിൽക്കുന്നത്. ജന്മവാസനകളുടെ ഉപരിഘടനയായി രൂപംകൊണ്ട ഈ ബോധതലം സാമൂഹികജീവിതത്തിന്റെ ഫലമായി നിർമിക്കപ്പെട്ട ഒരു സാമൂഹികോൽപ്പന്നമാണ്. നാം ജീവിക്കുന്ന ബാഹ്യലോകം ജന്മവാസനകളുമായി ബന്ധമില്ലാത്ത മനസിന്റെ ഈ സാമൂഹികതലത്തിൽ അധിഷ്ഠിതമാണ്. ജന്മവാസനകളുമായി ബന്ധമില്ലാത്തതാണ് വസ്തുനിഷ്ഠ യാഥാർത്ഥ്യ

ത്തെക്കുറിച്ചുള്ള ബോധം എന്നാണിതിനർഥം. ബാഹ്യലോകത്തോടുള്ള മനുഷ്യന്റെ വൈകാരിക പ്രതികരണം ഈ വസ്തുനിഷ്ഠ യാഥാർഥ്യത്തെക്കുറിച്ചുള്ള ബോധത്തിന്റെ മറുപുറം മാത്രമാണ്. ഒരേ യാഥാർഥ്യത്തിന്റെതന്നെ രണ്ടു വശങ്ങളാണ് ബാഹ്യവും ആഭ്യന്തരവുമായ പ്രതികരണങ്ങൾ. വസ്തുനിഷ്ഠ യാഥാർഥ്യത്തെക്കുറിച്ചുള്ള ബോധം ജന്മവാസനകളുമായി ബന്ധപ്പെടാത്ത ഒരു പൊതു ധാരണയായിരിക്കുന്നതുകൊണ്ട് ആ ബോധത്തിന്റെതന്നെ മറുപുറമായ വൈകാരിക പ്രതികരണവും ജന്മവാസനകളുമായി ബന്ധപ്പെടാത്ത ഒരു പൊതു മാനസികാവസ്ഥയായിരിക്കുവാനേ തരമുള്ളൂ.

കടലും സന്ധ്യയും നക്ഷത്രവും ഒരു മൃഗത്തിന് കേവലം പ്രതികരണങ്ങളുണർത്തുന്ന ബാഹ്യവസ്തുക്കൾ മാത്രമാണ്. ഭാഷയിലൂടെ സാമൂഹികവൽക്കരിക്കപ്പെട്ട ആ ബാഹ്യവസ്തുക്കൾ മനുഷ്യന് ബോധപൂർവവും നിയതവുമായ ജ്ഞാനമാണ്. ആ ജ്ഞാനം സാമൂഹികജീവിതത്തിന്റെ ഫലമായി രൂപപ്പെട്ട പൊതുവായ ബാഹ്യയാഥാർഥ്യത്തെക്കുറിച്ചുള്ള ബോധത്തിന്റെ സൃഷ്ടിയാണ്. അത്തരത്തിൽ ജ്ഞാനവിഷയമായിത്തീർന്നതിന്റെ ഫലമായിട്ടാണ് കടലും സന്ധ്യയും നക്ഷത്രവും തമ്മിൽ വൈകാരികമായ പ്രതികരണങ്ങളുളവാക്കാൻ സമർഥങ്ങളായത്. അതായത് സാമൂഹികവൽക്കരിക്കപ്പെട്ട പൊതുവായ ഒരു പ്രപഞ്ചസങ്കൽപ്പമുള്ളതുകൊണ്ടാണ് നമുക്ക് കടലും സന്ധ്യയും നക്ഷത്രവുമുള്ളത്. ആ വിധത്തിൽ അവ ഉള്ളതുകൊണ്ടാണ് അവ നമ്മിൽ വികാരങ്ങളുണർത്തുന്നത്. അപ്പോൾ നമ്മിലുണരുന്ന വികാരങ്ങളുടെ അടിസ്ഥാനം സാമൂഹികവൽക്കരണത്തിലൂടെ രൂപപ്പെട്ട പൊതുവായ പ്രപഞ്ചസങ്കൽപ്പമാണെന്നുവരുന്നു.

ഒരു വസ്തുവിനോടു എല്ലാ മനുഷ്യർക്കും ഒരേ തരത്തിലുള്ള മനോഭാവമല്ലല്ലോ ഉണ്ടാകുന്നത്. അപ്പോൾ പൊതുവായ വൈകാരികലോകം എന്നുപറയുന്നത് സാധ്യമാകുന്നതെങ്ങനെ എന്നൊരു സംശയമുണ്ടാകാം. ഈ പൊതുലോകം യാഥാർഥ്യമാണെങ്കിൽ മനുഷ്യരെല്ലാം ഒരച്ചിൽ വാർക്കപ്പെട്ട വ്യക്തിത്വമില്ലാത്ത പാവകളായിത്തീരേണ്ടതല്ലേ എന്നു മറ്റൊരു രൂപത്തിലും ഈ സംശയം ഉയർന്നുവരാം. യഥാർഥത്തിൽ സംഗതി മറിച്ചാണ്. ഒരു ജന്തുവർഗത്തിൽപ്പെട്ട ജീവികൾക്ക് ലോകം ഒരേപോലെ പ്രതികരണമുണർത്തുന്ന പദാർഥസഞ്ചയമാണ്. അവയുടെ ചെറിയ ലോകത്തിൽ ഓരോ ജീവിയുടെയും ജീവിതം പ്രതിജീവിഭിന്നമായി വികസിക്കുന്നില്ല. അന്തർജന്യവാസനകളുടെ രുചിഭേദങ്ങളനുസരിച്ച് അവയെ സ്വയം തിരിച്ചറിയുവാൻ അവയ്ക്കു കഴിയുന്നില്ല. അതുകൊണ്ട് അവയ്ക്കു വ്യക്തിത്വമില്ല. മനുഷ്യവർഗത്തിൽപ്പെട്ട ഓരോ അംഗവും പിറക്കുന്നത് മറ്റെല്ലാ ജീവികളെയുംപോലെതന്നെ പ്രതിവ്യക്തിഭിന്നമായ ആന്തരികഘടനയോടെയാണ്. ഈ ആന്തരികഘടനയുടെ വിഭിന്നതയെ തിരിച്ചറിയലാണ് വ്യക്തിത്വത്തിന്റെ അടിസ്ഥാനം. ഇതു തിരിച്ചറിയാനുള്ള മാർഗം സാമൂഹികജീവിതമാണ്. സാമൂഹികജീവി

ത്തിൽ വ്യാപരിക്കുന്നതിലൂടെയാണ് ഒരു വ്യക്തി തന്റെ ഇഷ്ടാനിഷ്ടങ്ങൾ എന്തെന്നു മനസിലാക്കുന്നത്. പൊതുസങ്കൽപ്പങ്ങളിലൂടെ രൂപം കൊണ്ട സമൂഹത്തിൽ ജീവിക്കുന്നതുകൊണ്ടാണ്, 'ഞാൻ കവിയാണ്', 'ഞാൻ ശാസ്ത്രകാരനാണ്' എന്നിങ്ങനെ വ്യക്തികൾക്ക് സ്വയം തങ്ങളുടെ വ്യക്തിത്വം തിരിച്ചറിയാൻ കഴിയുന്നത്. 'കവിത'യും 'ശാസ്ത്ര'വുമില്ലെങ്കിൽ തന്റെ വ്യക്തിപരമായ സവിശേഷത എന്തെന്ന് വ്യക്തി അറിയുകയേ ഇല്ല. 'കവിത'യും 'ശാസ്ത്ര'വും സാമൂഹികജീവിതത്തിന്റെ ഫലമായയാണല്ലോ രൂപംകൊണ്ടത്, അപ്പോൾ സാമൂഹികജീവിതം മനുഷ്യനെ വ്യക്തിത്വമില്ലാത്ത പാവകളാക്കി മാറ്റുകയല്ല, മറിച്ച് വ്യക്തിത്വം സ്വയം തിരിച്ചറിയാനുള്ള ഉപാധിയായി നിലനിൽക്കുകയാണ് ചെയ്യുന്നത്.

വൈകാരിക പ്രതികരണങ്ങളുടെ പൊതുലോകം ഉണ്ടായിരിക്കുന്നതുകൊണ്ടാണ് ഓരോ വ്യക്തിക്കും തന്റെ ഇഷ്ടാനിഷ്ടങ്ങളനുസരിച്ചുള്ള വ്യക്തിഗത പ്രതികരണം സാധ്യമായിരിക്കുന്നത്. ബാഹ്യവസ്തുക്കളോടുള്ള മനോഭാവങ്ങളുടെ ഒരു പൊതുലോകം ഉണ്ടെന്നു പറയുമ്പോൾ എല്ലാ വ്യക്തികൾക്കും ഒരു പ്രത്യേക വസ്തുവിനോടുള്ള മനോഭാവം ഒന്നുതന്നെയാണെന്നർഥമാക്കുന്നില്ല. ഓരോരുത്തർക്കും അവരവരുടെ വ്യക്തിഗതങ്ങളായ അഭിരുചികൾക്കനുസരിച്ച് ഒരു വസ്തുവിനോട് വിഭിന്നങ്ങളായ മനോഭാവങ്ങളുണ്ടാകാം. സാമൂഹികജീവിതത്തിലൂടെ വ്യക്തി സ്വയം തിരിച്ചറിയുന്നതുപോലെ ഈ വ്യക്തിഗതങ്ങളായ മനോഭാവങ്ങൾ അവയുടെ വ്യക്തിത്വം സ്വരൂപിക്കുന്നത് വൈകാരിക പ്രതികരണങ്ങളുടെ പൊതുലോകത്തിലൂടെയാണ്. വൈകാരിക പ്രതികരണങ്ങളുടെ പൊതുലോകമില്ലെങ്കിൽ വ്യക്തിഗതപ്രതികരണങ്ങളില്ല എന്നർഥം.

മനുഷ്യന് നേരിടേണ്ടിവരുന്ന ലൗകികമായ സമസ്ത അനുഭവങ്ങളുടെയും മുഖമുദ്ര വ്യക്തിപരതയാണ്. എന്നാൽ കലയിലെ അനുഭവം ഒന്നുമാത്രം ഇതിൽനിന്ന് വ്യത്യസ്തമായിരിക്കുന്നത് വികാരങ്ങളുടെ പൊതുവായ ആത്മനിഷ്ഠ യാഥാർഥ്യത്തിന്മേലുള്ള അനുഭവമാകയാലാണ്. സിദ്ധമായ എല്ലാ അനുഭവങ്ങളും വ്യക്തിയെ ബാധിക്കുന്ന ലൗകികാനുഭവങ്ങളായിരിക്കെ, കല വ്യക്തിപരതയിൽനിന്നു വിമുക്തമായ, സമൂഹനിഷ്ഠമായ വൈകാരികലോകത്തിലൂടെയുള്ള സ്വാതന്ത്ര്യാനുഭൂതിയാണ്.

II

സുദീർഘമായ ചരിത്രത്തിന്റെ പശ്ചാത്തലത്തിൽ മാത്രമേ വ്യക്തിയുടെ ഏതു വ്യാപാരത്തെയും സമഗ്രമായി വിലയിരുത്താൻ സാധിക്കുകയുള്ളൂ. സമൂഹഗതമായ വൈകാരികലോകമാണ് കലയുടെ നിലനിൽപ്പിനാസ്പദം എന്ന സിദ്ധാന്തം പശ്ചാത്തലത്തിൽനിന്നും അടർത്തിമാറ്റപ്പെട്ട ഒറ്റയൊറ്റ വ്യക്തികളുടെ അനുഭവതലത്തിലൂടെ മാത്രം പൂർണ

മായി വ്യാഖ്യാനിക്കപ്പെടുന്നില്ല. സങ്കീർണമായി വികസിച്ചുകൊണ്ടിരിക്കുന്ന മനുഷ്യചരിത്രം പിന്നിട്ടുപോന്ന ലാളിത്യത്തിന്റെ ഭൂമികകളിൽ കലയുടെ രഹസ്യം നഗ്നവും ലളിതവുമായ അതിന്റെ അസ്തിത്വം കൊണ്ടുതന്നെ സ്വയം വ്യാഖ്യാനിക്കപ്പെട്ടിരിക്കുന്നതു കാണാം.

പ്രവൃത്തിവിഭജനത്തിന്റെ എണ്ണിയാലൊടുങ്ങാത്ത ശാഖകൾ മുളച്ച് ജീവിതം ദുരൂഹസങ്കീർണമായ വ്യാപാരമാകുന്നതിനുമുമ്പ് സമൂഹജീവിതത്തിന്റെ ബാഹ്യാന്തരലോകങ്ങൾ ലളിതവും വിശദവുമായിരുന്നു. ആന്തരിക ജീവിതത്തിലെ സങ്കീർണതയില്ലായ്മ ബാഹ്യജീവിതത്തിലും പ്രതിഫലിച്ചു. പ്രാകൃതജനസമൂഹങ്ങളുടെ ആന്തരികജീവിതത്തിന്റെ ലാളിത്യം ബാഹ്യവ്യാപാരമെന്ന നിലയിൽ അവരുടെ കലകളിലും പ്രതിബിംബിച്ചു. സമൂഹമായി മാത്രം നിലനിന്നിരുന്ന പ്രാകൃതജനതയുടെ ബാഹ്യാന്തര ജീവിതങ്ങളെ നിയന്ത്രിച്ചിരുന്നത് സമൂഹഗതമായ സങ്കൽപ്പങ്ങളും അവയുടെ ബാഹ്യരൂപമായ സമൂഹത്തിന്റെ വ്യാപാരങ്ങളുമാണ്. കൂട്ടായ അധ്വാനവും കൂട്ടായുള്ള വിശ്രമവും വിശ്രമത്തിലെ കൂട്ടായ വിനോദവും വസ്തുനിഷ്ഠവും ആത്മനിഷ്ഠവുമായ പ്രകൃതിയുടെ രണ്ടു മുഖങ്ങളിലൂടെയും മനുഷ്യൻ നടത്തിയ കൂട്ടായ സമരങ്ങളാണ്. അതിനാൽ പ്രാകൃതജനതയുടെ കലകൾ സമൂഹനിഷ്ഠമായ ഒരു പൊതു വ്യാപാരമായിരിക്കാതെ നിവൃത്തിയില്ല. കല വികാരാത്മകമായതുകൊണ്ട് പൊതു വ്യാപാരമായ കലയുടെ ആത്മാവ് സമൂഹഗതമായ പൊതുവികാരമാകാതെയും തരമില്ല.

ഒരു പ്രാകൃതനൃത്തംതന്നെ ഉദാഹരണമായെടുക്കാം. കൂട്ടായ വിശ്രമവേളയിൽ അവർ കൂട്ടായി വിനോദിക്കുകയാണ്. ചലനത്തിനനുസരിച്ചുള്ള ശബ്ദങ്ങളുണ്ടാക്കിക്കൊണ്ട് സമൂഹം മുഴവൻ ഒത്തുചേർന്ന് ഭ്രാന്തമായ ഒരു വികാരലഹരിയിൽ സ്വയം മറന്നു കൂത്താടുന്നു. പ്രേക്ഷകനും കലാകാരനും ഒന്നുതന്നെയാണവിടെ. അതായത് സ്രഷ്ടാവും ആസ്വാദകനും ഒന്നുതന്നെയെന്നർഥം. സമൂഹമാണ് സ്രഷ്ടാവ്. സമൂഹം തന്നെ ആസ്വാദകനും. സമൂഹത്തിന്റെ വികാരം സമൂഹം തന്നെ അനുഭവിക്കുന്നു. സൃഷ്ടിയുടെയും ആസ്വാദനത്തിന്റെയും അടിസ്ഥാനം സമൂഹഗതമായ വൈകാരികലോകമാണ് എന്ന സിദ്ധാന്തത്തെ കല അതിന്റെ ലളിതമായ അസ്തിത്വത്തിലൂടെ സ്വയം വ്യാഖ്യാനിക്കുകയാണിവിടെ.

സമൂഹത്തിന്റെ വികാരം സമൂഹം തന്നെ അനുഭവിക്കുന്ന പ്രാകൃതകലകൾ സുദീർഘമായ മനുഷ്യചരിത്രത്തിലൂടെ നേടിയ രൂപപരിണാമം മാത്രമാണ് പരിഷ്കൃതമനുഷ്യന്റെ കലകൾ. പ്രാകൃത നൃത്തകലയുടെ മൗലികസ്വഭാവംതന്നെയാണ് നമ്മുടെ കലകളുടെയും മൗലികസ്വഭാവം. പ്രാകൃതനൃത്തം സമൂഹവികാരാശ്രയമാണ്. നമ്മുടെ കലകൾ സാമാന്യവൽക്കരിക്കപ്പെട്ട വികാരങ്ങളെ ആശ്രയിച്ചു നിൽക്കുന്നു. ആന്തരികഘടനയിൽ രണ്ടും ഒന്നു തന്നെയാണ്. നടന്റെയും പ്രേക്ഷകന്റെയും വികാരങ്ങൾ വ്യക്തിനിരപേക്ഷമായി സാധാരണീകരിക്കപ്പെടുന്നതിലുടെയാണല്ലോ നാടകത്തിൽ രസാനുഭൂതിയുണ്ടാകുന്നത്. നടനും പ്രേക്ഷ

കനും ഒന്നാകയാൽ പ്രാകൃതനൃത്തത്തിൽ നേതൃസഭ്യസാധാരണ്യം സ്വയംസിദ്ധമാണ്. വികാരങ്ങളുടെ സ്വയംസാധാരണീകൃതമായ ഒരവസ്ഥയാണ് പ്രാകൃതനൃത്തം. സമൂഹത്തിലൂടെ അസാമാന്യമായ ഒരു സംഘബോധമാണ് പ്രാകൃതസമൂഹങ്ങൾ ആവിഷ്കരിക്കുന്നത്. അനേകം ശരീരങ്ങളുള്ള ഒരൊറ്റ മനുഷ്യനായി അതുമാറുന്നു. ആധുനിക രംഗകലയുടെയും പൊരുൾ അന്തിമവിശകലനത്തിൽ ഇതുതന്നെയാണ്. നടന്റെയും പ്രേക്ഷകസമൂഹത്തിലെ ഓരോ വ്യക്തിയുടെയും ലൗകികമായ ഭിന്ന വ്യക്തിത്വങ്ങൾ ഇല്ലാതായി പൊതുവായ ഒരലൗകിക വ്യക്തിത്വമുണ്ടാകുന്നു. നാടകത്തിലെ രംഗങ്ങൾ നടനും പ്രേക്ഷകസമൂഹത്തിനും പൊതുവായ ഒരനുഭവലോകമായി മാറുന്നതോടെ നടനും പ്രേക്ഷകസമൂഹവും ഒത്തുചേർന്ന് ഒരേ ലോകത്തിലെ ഒരു സമൂഹമായിത്തീരുന്നു. മറ്റെല്ലാ സംവേദനങ്ങളിൽ നിന്നും വിമുക്തമായ ഈ സമൂഹം പൊതുവായ ഒരു ലോകത്തിന്റെ ഒരേ വികാരമനുഭവിക്കുന്ന ഒററ മനസ്സായി മാറുകയാണ്[5]. നടനും പ്രേക്ഷകരും വിഭിന്ന വ്യക്തിത്വങ്ങളിൽനിന്നു വിമുക്തരായി പൊതുവായ ഒരു വ്യക്തിത്വത്തിന്റെ (social ego) ലോകത്തിൽ കൂടിച്ചേർന്ന് ഒരൊറ്റ സമൂഹമാവുകയും, സമൂഹം പൊതുവായാർജിച്ച വൈകാരികാനുഭൂതികളിൽ പങ്കുചേരുകയുമാണ് ചെയ്യുന്നത്. സമൂഹഗതമായ വികാരത്തെ സമൂഹം തന്നെ അനുഭവിക്കുന്നു[6]. നടനും പ്രേക്ഷകനും ഒന്നുതന്നെയായ പ്രാകൃത സമൂഹനൃത്തത്തിലും ഇതുതന്നെയാണ് സംഭവിക്കുന്നത്.

പ്രാകൃത നൃത്തകലയെ പുതിയ കലയുമായി സമന്വയിക്കാൻ ശ്രമിക്കുമ്പോൾ പുതിയ കലയുടെ രൂപപരമായ അന്തരം ഒരു പ്രശ്നമായിത്തീരുന്നു. പ്രാകൃതദശയിൽനിന്നും മനുഷ്യനുണ്ടായ ചരിത്രപരമായ പരിണാമത്തിന്റെ പ്രതിഫലനമാണ് കലയുടെ രൂപപരിണാമം. വിഭാഗീകരണത്തിലൂടെ മനുഷ്യസമൂഹം അനേകമനേകം അറകളിലായി വിഭജിക്കപ്പെടുന്നതിനു മുൻപായിരുന്നു പ്രാകൃതസമൂഹനൃത്തം രൂപം കൊണ്ടത്. തൊഴിൽപരമായ വിഭജനത്തിലൂടെ സമൂഹത്തിൽ പ്രത്യേകഗുണങ്ങളുള്ള ചെറു സമൂഹങ്ങളുണ്ടായി. പ്രത്യേകവൽക്കരണത്തിലൂടെ ഈ ചെറുസമൂഹങ്ങൾ പ്രത്യേകഗുണങ്ങളുള്ള വ്യക്തികളുടെ കൂട്ടമായിത്തീർന്നു. പ്രത്യേക ഗുണങ്ങളുള്ള വ്യക്തികളുടെ കൂട്ടത്തിന്റെ ആസ്വാദനോപാധിയാണ് പരിഷ്കൃതമനുഷ്യന്റെ കല. ഇവിടെ എല്ലാവരും നർത്തകരും പാട്ടുകാരുമല്ല. സമൂഹത്തിന്റെ സ്വഭാവമനുസരിച്ച് എല്ലാം വ്യക്തികളിൽ അധിഷ്ഠിതമായി. സമൂഹം ഒന്നിച്ചു ചെയ്തിരുന്ന പ്രവൃത്തി വ്യക്തികളിലായി വിഭജിക്കപ്പെട്ടു. കവിയും നടനും പാട്ടുകാരനും ആസ്വാദകനും പ്രത്യേകമായി. കവി സൃഷ്ടിക്കുന്നു. നടൻ നടിക്കുന്നു. ആസ്വാദകൻ ആസ്വദിക്കുന്നു. ഇങ്ങനെ ഒരു കലാസൃഷ്ടിയുടെ നിലനിൽപ്പിന് മൂന്നുതരം വ്യക്തികളുടെ പ്രവർത്തനം ആവശ്യമായി വന്നു. എല്ലാവർക്കും കവികളും നടന്മാരും ആസ്വാദകരുമാവാൻ നിവൃത്തിയില്ലാത്ത ഒരു സമൂഹത്തിൽ സമൂഹനിഷ്ഠമായ കലയുടെ പ്രവർത്തനം ചില പ്രത്യേക

ഗുണങ്ങളുള്ള വ്യക്തികളിലൂടെ നിർവഹിക്കപ്പെടുന്നു എന്നു മാത്രം. ബാഹ്യമായ ഈ വിഭാഗീകരണം മാറ്റി നിർത്തിയാൽ പരിഷ്കൃതകലകളുടെ പൊരുൾ പ്രാകൃതനൃത്തത്തിന്റേതുതന്നെയാണ്. ഒരു ആധുനികരംഗകല ഉദാഹരണമായെടുക്കാം. അതിൽ നടൻ നടിക്കുന്നു. കാണികണ്ട് ആനന്ദിക്കുന്നു. പ്രേക്ഷകൻ ആനന്ദിക്കുന്നതു മനസ്സുകൊണ്ട് രംഗസ്ഥിതമായ കഥാപാത്രമായി സ്വയം മാറുന്നതിലൂടെയാണെന്ന് നാം കണ്ടുകഴിഞ്ഞു. രംഗത്തു നടിക്കപ്പെടുന്നവയെല്ലാം പ്രേക്ഷകൻ മനസ്സുകൊണ്ട് നടിക്കുന്നു. അതായത്, പ്രേക്ഷകൻ രംഗത്തു നിൽകുന്ന നടനെപ്പോലെ തന്നെ നടിക്കുന്നു. പ്രേക്ഷകൻതന്നെ നടനായി മാറുന്നു. സ്വന്തം വ്യക്തിത്വത്തിൽനിന്ന് മോചനം നേടി മറ്റൊരു കഥാപാത്രമായി തീരുന്ന നടന്റെയും അനുഭവം നിർവ്യക്തികമായ ആനന്ദമാണ്[7]. അങ്ങനെ നടൻ പ്രേക്ഷകനെപ്പോലെതന്നെ ആനന്ദിക്കുന്നു. നടനും പ്രേക്ഷകനും ഒന്നായിത്തീരുന്നു. രണ്ടു കൂട്ടരും വ്യക്തിപരമല്ലാത്ത ഒരു പൊതുലോകത്തിലെ തുല്യപങ്കാളികളാകുന്നു. ഈ അനുഭവത്തിനു മൂലകാരണം നാടകം രചിച്ച കവിയാണ്. കവിയുടെ വികാരങ്ങൾ നിർവ്യക്തികമാണ്. തന്റെ ലൗകിക വ്യക്തിത്വത്തിൽനിന്നു ഭിന്നമായ മറ്റൊരു വൈകാരിക ലോകത്തെ തന്നിലേക്ക് ആവാഹിക്കുകയാണ് കവി ചെയ്യുന്നത്. നാടകം രചിക്കുമ്പോൾ കവി തന്റെ ഉള്ളിൽ നടക്കുന്ന നാടകത്തിന്റെ പ്രേക്ഷകൻ കൂടിയാണ്[8]. കവിയുടെ ലൗകിക വ്യക്തിത്വം നാടകത്തിന്റെ ലോകത്തിൽ അപ്രത്യക്ഷമാവുകയും, കവി സാധാരണീകൃതമായ വൈകാരിക ലോകത്തിലെ ഒരു ഘടകമായിത്തീരുകയും ചെയ്യുന്നു. ഇതിന്റെ ഫലം നിർവ്യക്തികമായ ആനന്ദമാണുതാനും. അപ്പോൾ നാടകം രചിക്കുന്ന കവിക്കും നടിക്കുന്ന നടനും ആസ്വദിക്കുന്ന കാഴ്ചക്കാരനും ഒരേ അനുഭവമാണുണ്ടാകുന്നത്. ബാഹ്യപ്രവൃത്തികൾ ഭിന്നമാണെങ്കിലും കവിയും നടനും പ്രേക്ഷകനും ആത്യന്തികമായി ഒന്നുതന്നെയാണെന്നർഥം[9]. നാടകം അതിന്റെ ആന്തരികതലത്തിൽ കവിയും നടനും പ്രേക്ഷകനും ഒന്നു തന്നെയായ പ്രാകൃത സമൂഹനൃത്തം തന്നെ[10]. പ്രാകൃതകല സമൂഹവികാരാശ്രയമാണെന്ന വസ്തുത നിരാക്ഷേപമാണ്. പ്രാകൃതകലകളും ആധുനികകലകളും മൗലികമായി ഒന്നുതന്നെയാണെന്നു തെളിഞ്ഞു കഴിഞ്ഞു. അതിനാൽ കലകൾ സമൂഹഗതമായ പൊതു വൈകാരിക ലോകത്തിന്റെ ഉൽപ്പന്നങ്ങളാണ് എന്ന സത്യം ആശയവാദികൾക്കുപോലും നിഷേധിക്കാനാവാത്തതായിത്തീരുന്നു.

വികാരങ്ങളുടെ സാധാരണീകൃതമായ അവസ്ഥയിൽ മാത്രമേ കല നിലനിൽകുന്നുള്ളൂ എന്നു വാദിക്കുന്ന ആശയവാദികൾക്ക് വികാരങ്ങളുടെ സാധാരണീകരണത്തിനാസ്പദം സമൂഹഗതമായ വൈകാരിക ലോകമാണ് എന്ന ഭൗതികവാദപരമായ സിദ്ധാന്തത്തെ അംഗീകരിക്കാതെ നിവൃത്തിയില്ല. സമൂഹഗതമായ വികാരത്തെ നിഷേധിക്കുന്ന ആശയവാദികൾ അവരുടെ കലാസിദ്ധാന്തത്തിന്റെ അടിസ്ഥാനത്തെ തന്നെ സ്വയം നിഷേധിക്കുകയാണു ചെയ്യുന്നത്. **(1971)**

കുറിപ്പുകൾ

1. “ലൗകിക ശോകഹർഷാദികാരണേഭ്യോ ലൗകിക ശോക ഹർഷാദയോ ജായന്തേ! ഇതി ലോക ഏവ പ്രതിനിയമഃ കാവ്യേ പുനഃ സർവ്വേഭോപി വിഭാവാദിഭ്യഃ സുഖമേവ ജായതേഃ” – *സാഹിത്യദർപ്പണം* 111.6.7 വൃത്തി
2. “ദേശകാലപ്രമാതൃഭേദാനിയന്ത്രതോരസ.” *അ:ഭ: 1,*20
“വാക്യാർഥപ്രതിപത്തേരനന്തരം മാനസീ സാക്ഷാത്കാരാത്മികാ അപഹസ്തിത തത്തദ്വാക്യോപാത്ത കാലാദിവിഭാഗാതാവത് പ്രതീതിര്യനുജായതേ, തസ്യാംചയോ മൃഗപോതകാദിർഭാതിതസുവിശേഷരൂപത്വാഭാവത് ഭീതഇതി ത്രാസകസ്യാപരമാർഥികത്വാത് ഭയം ഏവ പരംദേശകാലാനാലിംഗിതം.”
അ:ഭ: 1,10
3. “തത് അത്ര സാക്ഷാത്കാരായമാണതേ പരിപോഷികാ നടാദി സാമഗ്രി, യസ്യാം വസ്തു സതാം കാവ്യാർപിതാനാം ച ദേശകാല പ്രമാത്രാദീനാം നിയമഹേതുനാം അന്യോന്യപ്രതിബന്ധബലാദ് അത്യന്തം അപസരണേ സ ഏവ സാധാരണീഭാവഃ സുതരാംപുഷ്യതി.”
അ:ഭ: 1,20
4 1. ‘കവിഗതസാധാരണീഭൂതസംവിൻ മൂലശ്ച കാവ്യപുരസരോ നടവ്യാപാരഃ’
അ:ഭ: 1,18

2. ക്രൗഞ്ചദ്വന്ദ്വവിയോഗം കവിക്ക് വിഭാവമായിത്തീരുകയാൽ അതിൽനിന്നുണ്ടായ ശോകം ലൗകികശോക വ്യതിരിക്തമായ കരുണരസമായി പരിണമിച്ചു. രസപരിപൂർണമായ കവിഹൃദയത്തിൽനിന്നു പ്രവഹിച്ച കരുണരസമാണ് ശ്ലോകമായിത്തീർന്നത്. അതുകൊണ്ടാണ് ക്രൗഞ്ചദ്വന്ദ്വ വിയോഗോത്ഥമായ ശോകം കവിയുടെ സ്വന്തം ശോകമല്ല എന്ന് അഭിനവഗുപ്തൻ വ്യക്തമായി പറയുന്നത്. (ലോചനം. 1,6) കവിയുടെ വികാരം നിർവ്യക്തികമാണെന്നും, സൃഷ്ടി ആസ്വാദനം പോലെ തന്നെയുള്ള ഒരു പ്രക്രിയയാണെന്നും ലോചനക്കാരൻ ഇതുകൊണ്ടർഥമാക്കുന്നു.

3. "The poet has not a personality to express, but a particular medium, which is only a medium and not a personality, in which impressions and experiences combine in peculiar and unexpected ways."
Poetry is not a turning loose of emotion, but an escape from emotion; it is not the expression of personality but an escape from personality."
T.S. Eliot. Selected Essays P.20 ആശയവാദിയായ എലിയട്ടിന് കവിത നിർവ്യക്തികമാണെന്നു പറയാനല്ലാതെ ആ നിർവ്യക്തികതയുടെ വസ്തുനിഷ്ഠമായ അടിസ്ഥാനമെന്തെന്ന് കണ്ടെത്താൻ കഴിയുന്നില്ല.

5. ‘ഏകഘനത’ എന്ന പദംകൊണ്ടാണ് അഭിനവഗുപ്തൻ ഈ അവസ്ഥയെ വിശേഷിപ്പിക്കുന്നത്.
*അ:ഭ: 1,*20

'Compact', 'Uniform' എന്നൊക്കെ ഇതിന് വിവർത്തനങ്ങളുണ്ട്.

6. രസാനുഭൂതി ബാഹ്യലോകത്തിൽ നിന്നുള്ള അനുഭവമല്ല. സ്വാത്മാനുഭവം

തന്നെയാണ്. സ്വന്തം വികാരത്തെ സ്വയം അനുഭവിക്കുന്നു. 'സ്വസംവേദന സിദ്ധം' എന്നു രസാനുഭൂതിയെക്കുറിച്ചു പറയുന്ന അഭിനവഗുപ്തൻ ബാഹ്യാനുഭവങ്ങളിൽ നിന്നെല്ലാം ഭിന്നമാണ് ഈ അനുഭൂതി എന്നു വ്യക്തമാക്കുന്നു: "രസനവ്യാപാരാദ്ഭോജനാദ് അധികോ യോ മാനസോ വ്യാപാര: സ ഏവാസ്വാദനം" ഇങ്ങനെ സ്വയം അനുഭവിക്കലാണ് കലയിലെ അനുഭവം എന്നു വരുമ്പോൾ വ്യക്തിപരമായ അനുഭവമല്ലേ എന്നു തോന്നിപ്പോകാം. ആസ്വദിക്കുന്നതു സാധാരണജീവിതത്തിലെ വ്യക്തിയല്ല സാധാരണീകൃതമായ ലോകത്തിലെ വ്യക്തിയാണ്. സാധാരണീകൃതമായ വൈകാരികലോകത്തിൽ മാത്രമേ സ്വാത്മസംവേദനം സാധ്യമാകുന്നുള്ളു. 'ആസ്വാദയന്തിമനസാ' എന്ന ഭരതമുനിയുടെ വാക്യത്തെ അഭിനവഗുപ്തൻ ഇങ്ങനെ വിശദമാക്കുന്നു:
"ആസമന്താത് സാധാരണീഭാവേന നിർവിഘ്നപ്രതിപത്തിവശാൻ മനസാ ഇന്ദ്രിയാന്തര വിഘ്നസംഭാവനാശൂന്യേന സ്വാദയന്തിസ്വപര വിവേകശൂന്യ ചമത്കാരപരവശാ." അതിനാൽ സ്വാത്മസംവേദനം വ്യക്തിപരമായ ഒരു വ്യാപാരമല്ല. സാധാരണികരണത്തിലൂടെ നിർവ്യക്തികവും സമൂഹഗതവുമായ പൊതു വൈകാരിക ലോകത്തിന്റെ ഒരു ഘടകമായിത്തീരുന്നതിലൂടെ മാത്രമേ വ്യക്തി 'സ്വസംവേദനക്ഷമനാകുന്നുള്ളു. വ്യക്തിയുടെ അപ്പോഴുള്ള അസ്തിത്വം സമൂഹത്തിന്റെ ഒരു ഘടകം എന്ന നിലയിൽ മാത്രമാണ്. ഘടകം പൂർണതയല്ല. അവിടെ നിലനിൽക്കുന്ന പൂർണയാഥാർഥ്യം സമൂഹം എന്ന സമഗ്രരൂപമാണ്. അതിനാൽ 'സ്വസംവേദനം' സമൂഹത്തിനാണ് സിദ്ധിക്കുന്നത്. (സാധാരണ ജീവിതത്തിൽ വ്യക്തിക്ക് അത് സാധ്യമാകാത്തതും ഇക്കാരണത്താലാണ്) അപ്പോൾ കലാസ്വാദനം, സമൂഹം തന്നെ സമൂഹത്തിന്റെ വികാരം അനുഭവിക്കലാണ്. ഇതുതന്നെയാണല്ലോ ആസ്വാദകനും സ്രഷ്ടാവും ഒന്നുതന്നെയായ പ്രാകൃത സമൂഹനൃത്തത്തിലും സംഭവിക്കുന്നത്.

7. 'കാവ്യാർഥഭാവനേനായ –
മപിസഭ്യപദാസ്പദം' സാഹിത്യദർപ്പണം 3.19
8. 'കവിർഹിസാമാജികതുല്യ ഏവ"

അ:ഭ: 1, 294

9. "നായകസ്യ കാവേഃ ശ്രോതുഃ സമാനോനുഭവസ്തതഃ" – ഭട്ടതൗ തന്റെ ഈ വാക്യം 'ലോചന' ത്തിൽ ഉദ്ധരിച്ചിരിക്കുന്നു.

ലോചനം 1,6

10. മനുഷ്യന്റെ ഭൗതികചരിത്രത്തോടൊപ്പം വികസിക്കുന്നതാണ് മനുഷ്യമനസ്സിന്റെ ചരിത്രവും. ജന്മവാസനകളുടെ മാത്രം ഇരിപ്പിടമായിരുന്ന മനുഷ്യമനസ്സ് സാമൂഹ്യബന്ധങ്ങളുടെ ഫലമായാണ് വികസിക്കാൻ തുടങ്ങിയത്. ഓരോ ബാഹ്യമായ സാമൂഹ്യവ്യാപാരവും ജന്മവാസനകളെ നിയന്ത്രിക്കുന്ന തലച്ചോറിന്റെ ചരിത്രം മനുഷ്യന്റെ സാമൂഹികജീവിതത്തിന്റെ ചരിത്രം തന്നെയാണ്. ബാഹ്യമായ ഓരോ വ്യാപാരവും സ്ഥിരമായ പ്രതികരണങ്ങളിലൂടെ തലച്ചോറിലെ ഒരു പുതിയ കോശബന്ധമായിത്തീരുന്നു. ബാഹ്യവ്യാപാരങ്ങളെ ഇങ്ങനെ ആന്തരിക വ്യാപാരങ്ങളായി സ്ഥിരീകരിക്കയാലാണ് മനുഷ്യൻ പരിഷ്കൃത

സ്വഭാവമുള്ള ജീവിയായിരിക്കുന്നത്. മനുഷ്യന്റെ എല്ലാ ഉന്നത മാനസിക വ്യാപാരങ്ങളുടെയും അടിസ്ഥാനമിതാണ്. ഉന്നത മാനസികവ്യാപാരങ്ങളിൽ ഇന്ന് ആന്തരികമായി വർത്തിക്കുന്ന ഓരോ പ്രവർത്തനവും ഒരിക്കൽ ബാഹ്യമായിരുന്നു എന്നാണ് ഇതിന്റെ അർഥം. ആധുനികമനഃശാസ്ത്രം ഈ വസ്തുത വ്യക്തമായിത്തന്നെ പറയുന്നു.

"For us to say 'external' about a process is to say 'Social'. Any higher mental function was external because it had been Social before it became an internal, mental function proper" P.44. *Psychological research in the U S S R* അതിനാൽ ആന്തരികവ്യാപാരങ്ങളായ കലയുടെ ആസ്വാദനവും സൃഷ്ടിയും ഒരിക്കൽ ബാഹ്യമായിരുന്നിരിക്കാതെ തരമില്ല. ഉന്നത മാനസികവ്യാപാരമേതും ഒരിക്കൽ ബാഹ്യമായിരുന്നല്ലോ. കലയുടെ ആസ്വാദനത്തിലും സൃഷ്ടിയിലും നടക്കുന്ന ഉന്നത മാനസികവ്യാപാരങ്ങൾ ഒരിക്കൽ ആന്തരികലോകവുമായി ഗാഢബന്ധമില്ലാത്ത ഒരു ബാഹ്യവ്യാപാരമായി നിലനിന്നിരിക്കണം. സമൂഹം ഒത്തുചേർന്നുള്ള ബാഹ്യവ്യാപാരമായ പ്രാകൃത സമൂഹകലതന്നെ ആയിരുന്നു അത്. ഈ ബാഹ്യവ്യാപാരം ചരിത്രഗതിയിൽ സ്വാഭാവികമായി ആന്തരികമാക്കപ്പെട്ടു. അങ്ങനെ സൃഷ്ടിയും ആസ്വാദനവും ഒരേ സ്വഭാവമുള്ള രണ്ട് മാനസിക പ്രവർത്തനങ്ങളായി ത്തീർന്നു. പ്രാകൃത സമൂഹകലയും ബാഹ്യരൂപഭേദമൊഴിച്ചാൽ ആധുനിക കലയും ഒന്നുതന്നെയാണ് എന്നു പറഞ്ഞതിന്റെ ശാസ്ത്രീയാടിസ്ഥാനമിതാണ്.

2

മുതലാളിത്തം കലയെ മയക്കുമരുന്നാക്കുന്നു

മനുഷ്യൻ മനുഷ്യനെ ചൂഷണം ചെയ്യുന്ന ഒരു വ്യവസ്ഥിതിയുടെ നിലനിൽപ്പിന് ഒഴിച്ചുകൂടാനാവാത്ത ചില ഉപാധികളുണ്ട്. ഭൗതികവും ആത്മീയവുമായ ഈ ഉപാധിഭേദങ്ങളിൽ പ്രധാനപ്പെട്ട ഒന്നാണ് മതം.

സ്വന്തം അധ്വാനഫലം സ്വയം അനുഭവിക്കാൻ വിധിയില്ലാത്ത മനുഷ്യവർഗത്തെ സംതൃപ്തമാക്കിനിർത്തുക എന്ന ഒരു ഭാരിച്ച ജോലി അന്യന്റെ അധ്വാനഫലം അനുഭവിക്കുന്നവന് ചെയ്യേണ്ടതായിട്ടുണ്ട്. അധ്വാനത്തിന്റെ യഥാർഥമായ ഫലം തട്ടിയെടുത്തിട്ട് പകരം സാങ്കൽപ്പികമായ ഒരു ഫലം അധ്വാനിക്കുന്നവന്റെ കൈയിൽ വെച്ചുകൊടുക്കേണ്ടതുണ്ട്. അങ്ങനെ അധ്വാനിക്കുന്നവനെ തൃപ്തിപ്പെടുത്തിയെങ്കിൽ മാത്രമേ ചൂഷണത്തിന് നിലനിൽക്കാനാകൂ. അതിനാൽ അധ്വാനഫലത്തിന്റെ യഥാർഥമായ ആനന്ദങ്ങളിൽനിന്നും അധ്വാനിക്കുന്നവനെ പിടിച്ചകറ്റി സാങ്കൽപ്പികമായ ആനന്ദത്തിന്റെ ശൂന്യതയിൽ തളച്ചിടുവാൻ വേണ്ടി ചൂഷകസമൂഹം സ്വീകരിക്കുന്ന സമ്പ്രദായങ്ങളെയെല്ലാം മാർക്സിസം 'മത'മായി കണക്കാക്കുന്നു.

വെളിപാടുകളും സ്വർഗവും ദൈവവും സമാധിയും നിർവാണവുമെല്ലാം ഉള്ളവയെ മാത്രമല്ല മാർക്സിസം മതമായി കരുതുന്നത്. അധ്വാനിക്കുന്ന മനുഷ്യന്റെ 'മാനുഷിക'മായ കണ്ണ് അടപ്പിച്ചുകളയുന്ന, അവന്റെ ബുദ്ധിയുടെയും ശരീരത്തിന്റെയും സ്വാതന്ത്ര്യബോധ ത്തെ തന്നെ നശിപ്പിച്ചുകളയുന്ന എല്ലാ ശക്തികളെയും മാർക്സിസം മതമായി കരുതുന്നു. ഒരുവന്റെ കണ്ണ് കെട്ടിക്കഴിഞ്ഞാൽപ്പിന്നെ അവന് വെളിച്ചം കൊടുക്കേണ്ട കാര്യമില്ല. ഇരുട്ടാണ് സത്യമെന്ന് അവനെ വിശ്വസിപ്പിക്കുകയേ വേണ്ടൂ. വെളിച്ചം സ്വന്തമാക്കിത്തീർക്കാൻ ശ്രമിക്കുന്നവർക്ക്

അന്യരെ ഇരുട്ടിൽത്തന്നെ നിറുത്താനായിരിക്കും ആഗ്രഹം. അതിനുവേണ്ടി അവർ വരാനിരിക്കുന്ന വെളിച്ചത്തെപ്പറ്റിയോ അന്ധതയുടെ ആനന്ദങ്ങളെപ്പറ്റിയോ കണ്ണുകാണാത്തവനെ പറഞ്ഞ് ധരിപ്പിക്കും. ഈ വിധം മനുഷ്യനെ മാനുഷികമായ ലോകത്തിന്റെ വെളിച്ചത്തിൽനിന്നും മറച്ചുനിർത്താൻവേണ്ടി ചൂഷകവർഗം സ്വീകരിക്കുന്ന ഏതു മാർഗവും 'മത' മാണ്.

അധ്വാനഫലങ്ങൾ കൈവിട്ടുപോകുന്നവൻ അവന്റെ ആശ്വാസവും ആനന്ദവും കണ്ടെത്തുന്നത് മതത്തിലാണ്. കൃത്രിമമായ ആനന്ദമാണ് മതം. യഥാർഥമായ ആനന്ദമില്ലാത്തവൻ കൃത്രിമമായ ആനന്ദത്തിൽ തൃപ്തനാകുന്നു. യഥാർഥമായ ആനന്ദം കൊള്ളയടിക്കാൻവേണ്ടി ചൂഷകർ പകരം കൃത്രിമമായ ആനന്ദത്തെ സൃഷ്ടിച്ചുവിടുകയും ചെയ്യുന്നു. ഈ ആനന്ദങ്ങൾ സ്വർഗത്തിന്റെയും സമാധിയുടെയും ചാരായത്തിന്റെയും ചരസിന്റെയും വേശ്യാലയങ്ങളുടെയും ചലച്ചിത്രങ്ങളുടെയും രൂപത്തിൽ ഓരോ ചരിത്രഘട്ടത്തിനും ചേരുംപടി വേഷംമാറി വരുന്നു. മാർക്സും മതത്തെ നിർവചിക്കുന്നത് ഈ അർഥത്തിലാണ്. "അടിച്ചമർത്തപ്പെട്ട ജീവിയുടെ ആശ്വാസനിശ്വാസമാണത്–ഹൃദയമില്ലാത്ത ഒരു ലോകത്തിന്റെ ഹൃദയം, ആത്മാവില്ലാത്ത ഒരു സ്ഥിതിവിശേഷത്തിന്റെ ആത്മാവ്. അത് ജനതയെ മയക്കുന്ന കറുപ്പാണ്."[1]

പഴയ മതത്തിന്റെ വേരുകൾ

ഫ്യൂഡലിസം മനുഷ്യനെ പ്രത്യക്ഷമായി ചൂഷണം ചെയ്യുന്ന വ്യവസ്ഥിതി ആയിരുന്നു. നിലനിൽപ്പിനുവേണ്ടി മനുഷ്യവർഗം പ്രകൃതിയോട് നേരിട്ടുതന്നെ സമരം നടത്തുന്ന കാലമായിരുന്നു അത്. ഭൂമിയെ മാത്രമാശ്രയിച്ചുള്ള ഉൽപ്പാദനത്തിന്റേതായിരുന്നു ആ കാലം. ഭൂമിയിൽ അധ്വാനിക്കുന്നവന്റെ അധ്വാനഫലമാണ് ചൂഷണം ചെയ്യപ്പെട്ടിരുന്നത്. അധ്വാനഫലങ്ങളിൽനിന്ന് പിടിച്ചകറ്റപ്പെട്ട ഫ്യൂഡലിസത്തിലെ അടിമവർഗത്തിന് അധ്വാനവും അതിന്റെ എല്ലാ ഉപാധികളും അടിച്ചേൽപ്പിക്കപ്പെട്ടതായിത്തീർന്നു. അവന്റെ അധ്വാനത്തോടൊപ്പം അവൻ അധ്വാനിക്കുന്ന ഭൂമിയും അവനിൽനിന്നന്യമായിനിന്നു. അന്യശക്തിയായിത്തീർന്ന ഭൂമി അധ്വാനിക്കുന്നവന്റെമേൽ അധീശത്വം ചെലുത്തി[2]. നിലനിൽപ്പിനുവേണ്ടിയുള്ള സമരത്തിൽ അവൻ അഭിമുഖീകരിച്ച പ്രകൃതിയുടെ മുഖമായിരുന്നു ഭൂമി. ജീവിതത്തിനുവേണ്ടിയുള്ള സമരമാണ് മനുഷ്യന്റെ അറിവിന്റെയും ബോധവികാസത്തിന്റെയും അടിസ്ഥാനം. സ്വന്തം ജീവിതസമരത്തിൽനിന്ന് അന്യനായിത്തീരുന്നവനിൽ അറിവും ബോധവും വികാസമറ്റുനിൽക്കും. അജ്ഞതയും ദുരൂഹതയുമായിരിക്കും അവനെ ഭരിക്കുക. ഭൂമി അന്യമായിത്തീർന്നവന് പ്രകൃതിയും അന്യമായിത്തന്നെ നിന്നു. പ്രകൃതിയെ കീഴടക്കാനുള്ള ശ്രമത്തിൽ മനു

ഷ്യൻ ഇവിടെ പ്രകൃതിയുടെ അടിമയായിത്തീരുകയാണുണ്ടായത്. പ്രകൃതിയുടെ അജ്ഞാതരഹസ്യങ്ങൾക്കുമുന്നിൽ അധ്വാനിക്കുന്നവൻ അന്ധനായിത്തന്നെ നിന്നു. ഫ്യൂഡലിസത്തിലെ മനുഷ്യന്റെ യഥാർഥ ജീവിതപ്രവർത്തനത്തിലുണ്ടായ ഈ തലതിരിച്ചിൽ അവന്റെ ആന്തരിക ജീവിതത്തിലും അതേപടി പ്രതിഫലിച്ചു. പ്രകൃതിയുടെ രഹസ്യങ്ങളെക്കുറിച്ചുള്ള അറിവിന്റെ താക്കോൽ മനുഷ്യന്റെ ഭൗതികജീവിതപുരോഗതിയാണ്. ഫ്യൂഡലിസത്തിലെ അടിമയ്ക്ക് അവന്റെ അധ്വാനമേഖലയായ ഭൂമി അന്യമായിത്തീർന്നതിലൂടെ ശേഷിച്ച പ്രപഞ്ചവിസ്തൃതി മുഴുവൻ അവന് അന്യവും ദുരൂഹ്യവുമായിനിന്നു.

പ്രകൃതിയെ കീഴടക്കാൻവേണ്ടി പരിശ്രമിച്ച് സ്വയം പ്രകൃതിയുടെ അടിമയായിത്തീർന്ന, അതിനാൽ മൃഗതുല്യമായിത്തീർന്ന, മനുഷ്യവർഗത്തിന്റെ അജ്ഞതയുടെ ഇരുട്ടിലാണ് മധ്യകാലത്തെ മതങ്ങൾ പൂത്തത്. മതം ഇരുട്ടിൽ സുഗന്ധം പുരട്ടി വെളിച്ചത്തിനു ദാഹിച്ചവരെ ഇരുട്ടിന്റെ ആരാധകരാക്കി. അധ്വാനിക്കുന്നവന്റെ ആത്മദാഹങ്ങളെ തൃപ്തിപ്പെടുത്താൻ അവന്റെ അജ്ഞതയുടെ അന്ധകാരത്തെത്തന്നെ ഫ്യൂഡലിസം ഉപകരണമാക്കി. മതം അജ്ഞനായ മനുഷ്യന് അവൻ ജീവിക്കുന്ന ലോകത്തിലെ യഥാർഥമായ ആനന്ദങ്ങൾക്കുപകരം പരലോകത്തിലെ സാങ്കൽപ്പിക ആനന്ദങ്ങൾ നൽകി. മനുഷ്യബോധത്തിന്റെ വൈകല്യങ്ങളെ മുതലെടുത്തുകൊണ്ട് മധ്യകാലത്ത് മതങ്ങൾ മനുഷ്യനെ മയക്കിക്കിടത്തിയിരുന്നതിങ്ങനെയാണ്.

മതം മുതലാളിത്ത കാലഘട്ടത്തിൽ

മുതലാളിത്തത്തിന്റെ കാലമായപ്പോഴേക്കും മനുഷ്യനും പ്രകൃതിയും തമ്മിലുള്ള ബന്ധങ്ങൾ മാറി. ഉറച്ച ഭൂമിയിന്മേലുള്ള ഉൽപ്പാദനത്തിന്റെ ഉറച്ച ബന്ധങ്ങളെ മുതലാളിത്തം ഇളക്കിമാറ്റി. ഉൽപ്പാദനോപകരണങ്ങളുടെ നിരന്തര നവീകരണത്തിലൂടെ മുതലാളിത്തം നിശ്ചലമായ എല്ലാ പഴയ ഉൽപ്പാദന ബന്ധങ്ങളെയും തകർത്തു. ഉൽപ്പാദന ബന്ധങ്ങളുടെ തകർച്ച സാമൂഹികബന്ധങ്ങളുടെ തകർച്ചയായിത്തീർന്നു. ഉൽപ്പാദകനും ഉൽപ്പന്നവും ഉപഭോക്താവും തമ്മിലുള്ള എല്ലാ പ്രത്യക്ഷ ബന്ധങ്ങളും മുതലാളിത്തത്തിൽ അസ്തമിച്ചു. മനുഷ്യനും മനുഷ്യനും തമ്മിലുള്ള യഥാർഥ ബന്ധങ്ങളെല്ലാം കാഴ്ചയിൽനിന്നു മറഞ്ഞു. എല്ലാറ്റിനെയും കൂട്ടിയിണക്കുന്ന പണം എന്ന രഹസ്യാത്മകമായ ഒരു കണ്ണി മാത്രം അവശേഷിച്ചു. ഫ്യൂഡലിസത്തിൽ മൂർത്തമായ പ്രകൃതിതന്നെ മനുഷ്യനിൽനിന്ന് അന്യമായിത്തീർന്നെങ്കിൽ മുതലാളിത്തത്തിൽ അമൂർത്തമായ സമ്പത്ത് മനുഷ്യനിൽനിന്ന് അന്യമായിത്തീർന്നു. മനുഷ്യന്റെ നിയന്ത്രണങ്ങളിൽനിന്നു വിമുക്തമായ സാമ്പത്തികശക്തികൾ മനുഷ്യനെ തിരിച്ചുനിയന്ത്രിച്ചു. മുതലാളിത്തത്തിൽ

സമ്പത്ത് അന്ധമായ പ്രകൃതിശക്തിയായി മാറി. അവ്യവസ്ഥിതമായ ഈ സാമ്പത്തികശക്തികളുടെ രഹസ്യങ്ങളെക്കുറിച്ചുള്ള അജ്ഞതയാണ് മുതലാളിത്തത്തിൽ മനുഷ്യനെ അന്ധനാക്കുന്നത്. അധ്വാനിക്കുന്ന വർഗത്തെ ഈ അജ്ഞതയുടെ അന്ധകാരത്തിൽതന്നെത്തളച്ചിടേണ്ടത് ഈ വ്യവസ്ഥിതിയുടെ ആവശ്യമാണ്. അതിനാൽ ആധുനികകാലത്തെ മതത്തിന്റെ വേരുകൾ ആധുനിക സാമ്പത്തികവ്യവസ്ഥിതിയിൽത്തന്നെയാണ് ഊന്നിനിൽക്കുന്നത്.

ആധുനികകാലത്തെ മതത്തിന്റെ വേരുകൾ ആധുനികകാലത്തിൽത്തന്നെയാണെന്ന് ലെനിൻ വ്യക്തമായി പറയുന്നു:

> ഇന്നത്തെ മതത്തിന്റെ മൂലകാരണം അധ്വാനിക്കുന്ന വർഗത്തിന്റെ സാമൂഹികമായ അധഃകൃതനിലയാണ്; മുതലാളിത്തത്തിന്റെ അന്ധശക്തികൾക്കു മുന്നിലുള്ള അവരുടെ പൂർണമായ നിസ്സഹായതയാണ്. ഈ അന്ധശക്തികൾ അധ്വാനിക്കുന്ന സാധാരണക്കാരനിൽ എല്ലാ ദിവസവും എല്ലാ മണിക്കൂറിലും ഏറ്റവും ഭീകരമായ, ഏറ്റവും പ്രാകൃതമായ പീഡനങ്ങൾ അടിച്ചേൽപ്പിക്കുന്നു. യുദ്ധമോ ഭൂകമ്പമോപോലുള്ള ഏതെങ്കിലും അസാധാരണ സംഭവമേൽപ്പിക്കുന്ന ദുരിതത്തെക്കാളും ഒരായിരംമടങ്ങ് തീവ്രതയുണ്ടിതിന്. 'ഭയം ദൈവങ്ങളെ സൃഷ്ടിച്ചു.' സമ്പത്തിന്റെ അന്ധശക്തികളോടുള്ള ഭയം... ഇതാണ് ആധുനിക മതത്തിന്റെ മൂലകാരണം.[3]

മയക്കുമരുന്ന് പഴയതും പുതിയതും

പ്രകൃതി അന്യമായിത്തീർന്ന മനുഷ്യന്റെ അജ്ഞതയുടെ ഭയങ്ങളെ മുതലെടുത്തുകൊണ്ട് ആ മനുഷ്യനെ മന്ദബുദ്ധിയാക്കിത്തീർക്കാൻ ഫ്യൂഡലിസം സ്വീകരിച്ച മയക്കുമരുന്നായിരുന്നു പഴയ മതങ്ങൾ. സമ്പത്ത് ഒരജ്ഞാത പ്രകൃതിശക്തിയായി മാറിയ മുതലാളിത്തത്തിൽ മനുഷ്യനെ മയക്കി നിഷ്ക്രിയനാക്കിത്തീർക്കാൻവേണ്ടി മതം (മയക്കുമരുന്ന്) പുതിയ രൂപങ്ങൾ സ്വീകരിച്ചിരിക്കുന്നു. ഫ്യൂഡലിസത്തിലെ മനുഷ്യന്റെ അജ്ഞത പ്രകൃതിയെക്കുറിച്ചായിരുന്നു. അതിനാൽ അന്നത്തെ മനുഷ്യനെ മയക്കിക്കിടത്താൻ അന്നത്തെ ചൂഷകസമൂഹം സ്വീകരിച്ചത് വ്യാപകവും സമഗ്രവുമായ പ്രകൃതിശക്തിയെക്കുറിച്ചുള്ള സങ്കൽപ്പങ്ങളുടെ മയക്കുമരുന്നായിരുന്നു. ആധുനിക മനുഷ്യന്റെ അജ്ഞത അന്ധമായ സാമ്പത്തികശക്തികളോടാണ്. സാമ്പത്തികശക്തിയുടെ പ്രവർത്തനങ്ങൾ പ്രത്യക്ഷ പ്രകൃതിശക്തികളുടേതിൽനിന്ന് ഭിന്നമാണ്. പ്രകൃതിശക്തി മനുഷ്യനെ പ്രത്യക്ഷമായി അതിന്റെ അടിമയാക്കുകയാണ്. സാമ്പത്തികശക്തിയാകട്ടെ, വളരെ സങ്കീർണമായ രീതിയിൽ പരോക്ഷ

മായിട്ടാണ് മനുഷ്യനെ അതിന്റെ അടിമയാക്കുന്നത്. മനുഷ്യന് താൻ അടിമയാണെന്ന് സ്വയം തിരിച്ചറിയാൻപോലും വയ്യാത്തവിധത്തിൽ ബഹുമുഖവും ദുരൂഹവുമാണ് അന്ധമായ സാമ്പത്തികശക്തികളുടെ പ്രവർത്തനം.

ഇവിടെ മതം അതിന്റെ സമഗ്രരൂപം ഉപേക്ഷിക്കുന്നു. ശിഥിലമായിത്തീർന്ന സമൂഹത്തിൽ മതവും ശിഥിലരൂപം ധരിക്കുന്നു. മുതലാളിത്തം യന്ത്രങ്ങളാക്കിമാറ്റിയ മനുഷ്യന്റെ ബുദ്ധിയെയും മനസ്സിനെയും കൂടി യാന്ത്രികവും ഏകരൂപവുമാക്കിത്തീർക്കാനുള്ള പുതിയ മയക്കുമരുന്നുകളായി മതം മാറുന്നു. അത് പഴയ ദൈവങ്ങളെ പുതിയ വേഷം ധരിപ്പിക്കുന്നു. പഴയ മതസിദ്ധാന്തങ്ങൾക്ക് പുതിയ വ്യാഖ്യാനങ്ങൾ കൊടുക്കുന്നു. അത് മാംസത്തെയും മസ്തിഷ്കത്തെയും ലഹരിപിടിപ്പിക്കുന്ന പുതിയ കലാഭാസങ്ങളുടെ വേഷമണിയുന്ന ആധുനിക സാങ്കൽപ്പിക വീരനായകന്മാരെ സൃഷ്ടിക്കുന്നു. ഇങ്ങനെ പുതിയ മതം പല കുപ്പികളിൽ പല ലേബലുകളിൽ മാർക്കറ്റിൽ വിറ്റഴിയുന്ന ചരക്കായിരിക്കുന്നു.

മുതലാളിത്തത്തിലെ മനുഷ്യൻ

പഴയ അടിമത്തവ്യവസ്ഥിതി മനുഷ്യനെ പ്രത്യക്ഷമായി കച്ചവടച്ചരക്കാക്കിയിരുന്നെങ്കിൽ മനുഷ്യനെ പരോക്ഷമായി ചരക്കാക്കിമാറ്റുന്നു എന്നുള്ളതാണ് മുതലാളിത്തത്തിന്റെ പ്രത്യേകത. മനുഷ്യന്റെ ആഗ്രഹങ്ങളോ വ്യക്തിപരമായ കഴിവുകളോ ഈ വ്യവസ്ഥിതിയിലും പ്രധാനമല്ല. യാന്ത്രികമായിത്തീർന്ന സമൂഹത്തെ ചലിപ്പിക്കുന്നതിനുവേണ്ടി അവന്റെ ഇച്ഛയ്ക്കതീതമായി ഏതെങ്കിലും ഒരു സ്ഥാനം വഹിക്കാൻ അവൻ നിർബന്ധിതനാവുകയാണ്. ഒരു വലിയ യന്ത്രത്തിന്റെ ചക്രമോ ആണിയോ ആയി അവനും മാറേണ്ടിവരുന്നു. അടിച്ചേൽപ്പിക്കപ്പെടുന്ന ഈ സ്ഥാനങ്ങളിൽ തന്നെത്തന്നെ തിരുകിക്കൊള്ളിക്കാൻ ശ്രമിക്കുന്ന മനുഷ്യനിൽനിന്ന് അവന്റെ ആന്തരികവും മാനുഷികവുമായ ഗുണവിശേഷങ്ങൾ ക്രമേണ വിട്ടകന്നുകൊണ്ടിരിക്കും.

ഇങ്ങനെ ഒരു യാന്ത്രികോപകരണമായി പരിണമിച്ചുകഴിഞ്ഞ മനുഷ്യന്റെ ജീവിതം അധ്വാനവും വിശ്രമവും എന്ന രണ്ടവസ്ഥകൾ മാത്രമായിത്തീരും. അടിച്ചേൽപിക്കപ്പെടുന്ന അധ്വാനം അവന്റെ സുഖത്തിന്റെ വിരുദ്ധാവസ്ഥയായിരിക്കും.

ബുദ്ധിപരവും മാനസികവുമായ എല്ലാ പ്രത്യേകതകളിൽനിന്നും അകറ്റപ്പെട്ടുപോയ മനുഷ്യർ അവരുടെ വിശ്രമവേളകളെ വർധിച്ച കായികാധ്വാനത്തിന്റെയും ജീവിതപ്രയാസങ്ങളുടെയും ഭാരങ്ങളിൽനിന്നുള്ള വിമോചനമായിട്ടായിരിക്കും കരുതുക. ബഹുഭൂരിപക്ഷം മനുഷ്യരും കായികാധ്വാനം ചെയ്യാൻ വിധിക്കപ്പെട്ടവരായതുകൊണ്ട് കായികാധ്വാനത്തിനിടയിൽ കിട്ടുന്ന ഇടവേളകളായിരിക്കും അവരുടെ യഥാർഥ ജീവിതത്തിനുള്ള സന്ദർഭമായി കാണുന്നത്. ഈ സന്ദർഭത്തിൽ മനസ്സിനെയും

ബുദ്ധിയെയും മരവിപ്പിക്കാനുള്ള ഉപാധികൾക്കുവേണ്ടിയായിരിക്കും മുതലാളിത്ത വ്യവസ്ഥയിലെ ചരക്കായിത്തീർന്ന മനുഷ്യവർഗം കുതികൊള്ളുക. അടിച്ചേൽപ്പിക്കപ്പെട്ട അവന്റെ സാമൂഹികമായ കടമ നിറവേറ്റാൻ ബുദ്ധിയും മനസ്സും ആവശ്യമുള്ള ഘടകങ്ങളല്ല. ഉറച്ച മാംസപേശികളുള്ള കൈകാലുകൾ മാത്രമാണാവശ്യം. *(അതിനാൽ അവന്റെ ബുദ്ധിയെയും മനസ്സിനെയും അവൻ ഉപയോഗിക്കുന്നത് അവയെ നിർജീവമാക്കുന്നതിലൂടെ കിട്ടുന്ന ആനന്ദത്തിനുവേണ്ടിയായിരിക്കും.)* മുതലാളിത്ത വ്യവസ്ഥ സാമൂഹികമായ ഈ ആവശ്യത്തെ നിറവേറ്റാൻവേണ്ടിയുള്ള ഉപാധികളെ സൃഷ്ടിച്ചുവിടുകയും ചെയ്യുന്നു. ബഹുഭൂരിപക്ഷത്തിന്റെ ബുദ്ധിയും മനസ്സും ആവശ്യമില്ലാത്ത ഒരു വ്യവസ്ഥിതിക്ക് ബുദ്ധിയെയും മനസ്സിനെയും മരവിപ്പിക്കാനുള്ള ഉപാധികൾ സൃഷ്ടിച്ചുവിട്ടേ മതിയാവൂ. ഇതാണ് മുതലാളിത്തത്തിലെ പുതിയ മതങ്ങളുടെ അനിവാര്യത.

അധ്വാനിക്കുന്നവന്റെ സൗന്ദര്യബോധം

മാനുഷികവും നൈസർഗികവുമായ സവിശേഷതകൾ ക്രൂരമായി പറിച്ചകറ്റപ്പെട്ട മനുഷ്യവർഗത്തിന്റെ ഇന്ദ്രിയങ്ങളുടെ സംവേദനക്ഷമത മാനുഷികമായ സൂക്ഷ്മത ഉള്ളതാവില്ല. "പ്രാകൃതമായ പ്രായോഗികാവശ്യങ്ങളാൽ പരിമിതമാക്കപ്പെട്ട ഇന്ദ്രിയങ്ങളുടെ അർഥവ്യാപ്തിയും പരിമിതമായിരിക്കും. പട്ടിണി കിടക്കുന്നവന് മാനുഷികമായ ഭക്ഷണരൂപത്തെക്കുറിച്ചറിയില്ല. അവന് ഭക്ഷണം വെറും തീറ്റസാധനം മാത്രമാണ്. ഒരു മൃഗത്തിന്റെ തീറ്റയും പട്ടിണിക്കാരന്റെ തീറ്റയും തമ്മിൽ ഭേദം കൽപ്പിക്കുക സാധ്യമല്ല. ദുഃഖിതനായ ദരിദ്രന് ഉന്നതമായ നാടകമാസ്വദിക്കാനുള്ള മനസ്സുണ്ടാവില്ല."[4]

ഇങ്ങനെ പ്രാകൃതവും നിയന്ത്രിതവുമായ ആവശ്യങ്ങളാൽ അവികസിതമാക്കപ്പെട്ട ഇന്ദ്രിയങ്ങൾക്ക് മാനുഷികമായ സൗന്ദര്യസങ്കൽപ്പത്തെ ഉൾക്കൊള്ളാനാവില്ല. വസ്തുക്കളുടെ പ്രാകൃത യാഥാർഥ്യത്തിനപ്പുറം അവയ്ക്ക് ഒരു മൂല്യവും കാണാൻ പ്രാകൃതമായ ഇന്ദ്രിയങ്ങൾക്കു കഴിയില്ല.

മാനുഷികമായ സിദ്ധികളിൽനിന്നു വേർപെടുത്തി മനുഷ്യനെ യാന്ത്രികോൽപ്പന്നത്തിനു തുല്യമായ, ഏകരൂപമായ ചരക്കാക്കിമാറ്റുന്നതിലൂടെ മുതലാളിത്തം അവനെ ലോകത്തിന്റെ മാനുഷികതയിൽനിന്ന് അകറ്റിനിർത്തിയിരിക്കുന്നു. അവന്റെ ബുദ്ധിയുടെയും മനസ്സിന്റെയും വികാസത്തെ പ്രാകൃതത്വത്തിൽ തളച്ചിടുവാൻവേണ്ടി മുതലാളിത്തം പ്രാകൃതമായ മാർഗങ്ങൾതന്നെ സ്വീകരിക്കുന്നു.

കല മയക്കുമരുന്നായി മാറുന്നു

അധ്വാനിക്കുന്നവന്റെ മാനുഷികമായ സൗന്ദര്യബോധമില്ലായ്മയെയും മനസ്സിന്റെ വൈകല്യങ്ങളെയും മുതലാളിത്തം താലോലിക്കുന്നു.

മനുഷ്യന്റെ യാന്ത്രികമായ നിലനിൽപ്പിനെ അങ്ങനെതന്നെ അസ്വതന്ത്രമാക്കി നിർത്താനുള്ള ഉപാധികളായി മുതലാളിത്തലോകം കലയെ സ്വീകരിക്കുന്നു. അഥവാ മതത്തിന്റെ ആത്മാവിനെ കലയുടെ വേഷം ധരിപ്പിക്കുന്നു. അങ്ങനെ അധ്വാനം അടിച്ചേൽപ്പിക്കപ്പെടുന്ന ബഹുഭൂരിപക്ഷത്തിന്റെ മനസ്സിന്റെയും ബുദ്ധിയുടെയും വൈകല്യങ്ങളുമായി പൊരുത്തപ്പെടാൻ പോന്ന വികലസൃഷ്ടികൾ ലോകത്ത് നിറഞ്ഞിരിക്കുന്നു.

സാമൂഹികജീവിതത്തിലൂടെ സാക്ഷാത്ക്കരിക്കേണ്ട ജന്മവാസനകൾ മനസ്സിന്റെ മരവിപ്പിൽ അസ്വതന്ത്രമാക്കപ്പെട്ട ആൾക്കൂട്ടത്തെ സംതൃപ്തമാക്കാനുള്ള കലയാണിത്. സാമൂഹികമായി സാക്ഷാത്കരിക്കപ്പെടാത്ത പ്രാകൃത വാസനകളുടെ സ്വതന്ത്രാവിഷ്കരണമായിരിക്കും ഈ കല.

ജന്മവാസനകൾക്കു വികസിക്കാനിടകിട്ടാത്ത അസ്വതന്ത്രമായ മനസ്സുകളെ സാങ്കൽപ്പികമായി തൃപ്തിപ്പെടുത്തുന്ന ഈ കലകൾ മനുഷ്യന്റെ യഥാർഥജീവിതത്തിലെ പാരതന്ത്ര്യത്തെ അങ്ങനെതന്നെ നിലനിർത്താനായിരിക്കും സഹായിക്കുക. യഥാർഥമായ പാരതന്ത്ര്യത്തെ അയഥാർഥവും സാങ്കൽപ്പികവുമായ സ്വാതന്ത്ര്യംകൊണ്ട് തൃപ്തിപ്പെടുത്തുകയാണിവ. യാഥാർഥ്യത്തിന്റെ ഒരു തലതിരിഞ്ഞലോകം സൃഷ്ടിക്കുന്നതിലൂടെ യഥാർഥത്തിൽ നേരെ നിൽക്കാനുള്ള സ്വാതന്ത്ര്യമില്ലാത്ത ഭൂരിപക്ഷത്തെ തല തിരിച്ചുതന്നെ നിർത്താൻ ഇവയ്ക്കു കഴിയും. മധ്യകാലത്ത് മതവും ഇതുതന്നെയാണ് ചെയ്തത്.

യഥാർഥ ജീവിതത്തിൽ സ്വാതന്ത്ര്യമില്ലാത്ത അധ്വാനിക്കുന്നവനെ സാങ്കൽപ്പികജീവിതത്തിലൂടെ സ്വതന്ത്രരാക്കുന്നവരാണ് ഇന്ന് മുതലാളിത്തലോകത്തിലെങ്ങും ഉയർന്നുവന്നിരിക്കുന്ന സാങ്കൽപ്പിക വീരനായകന്മാർ.

അസ്വതന്ത്രനായ മനുഷ്യനിൽ ഉറങ്ങിക്കിടക്കുന്ന പ്രതിഷേധപ്രവണതകളെ ഒറ്റപ്പെട്ട വ്യക്തികളുടെ ക്രൂരമായ കുറ്റകൃത്യങ്ങൾ കാട്ടി താലോലിച്ചുറക്കുന്നവയാണ് മറ്റൊരുതരം സൃഷ്ടികൾ.

യഥാർഥജീവിതത്തിൽ സാക്ഷാൽക്കരിക്കാനാവാത്ത സ്വപ്നങ്ങളെ സാങ്കൽപ്പികമായി സാക്ഷാൽക്കരിക്കാൻ പോന്ന ഒരു മായാലോകം ഒരുക്കുക അല്ലെങ്കിൽ സാമൂഹികജീവിതത്തിലൂടെ ശുദ്ധീകരിച്ച് പൂർണമാക്കാൻ കഴിയാതെപോയ പ്രാകൃതവാസനകളെ ശമിപ്പിക്കാൻപോന്ന കൃത്രിമോപാധികൾ സൃഷ്ടിക്കുക ഇതാണ് മുതലാളിത്ത കമ്പോളത്തിലെ കലകൾ ചെയ്യുന്നത്.

കൗബോയ് ചിത്രങ്ങളും ക്രൈംനോവലുകളും തുടങ്ങി നമ്മുടെ 'കുളിസീനു'കളും സചിത്ര തുടർക്കഥകളുംവരെ ഈ കൂട്ടത്തിൽപ്പെടുന്നു.

ഇങ്ങനെ മുതലാളിത്തവ്യവസ്ഥിതി ചരക്കാക്കി മാറ്റിക്കൊണ്ടിരിക്കുന്ന മനുഷ്യലക്ഷങ്ങളുടെ അസ്വതന്ത്രവും വികലവുമായ ആത്മഭാവ

ങ്ങളെ തൃപ്തിപ്പെടുത്താനുള്ള ഉപാധിയായി, മതമായി, ഈ കാലഘട്ടത്തിൽ കല രൂപാന്തരം പ്രാപിച്ചിരിക്കുന്നു.

(1972)

കുറിപ്പുകൾ

1. Marx. *A Contribution the Critique of Hegaal s Philosophy of right.*
2. "മനുഷ്യനിൽ നിന്ന് അന്യവൽകൃതമായ ഭൂമി അവരെ അഭിമുഖീകരിച്ചത് ഏതാനും പ്രഭുക്കളുടെ രൂപത്തിലാണ്."
   Marx: *Economic and Philosophical manuscripts*, P-1844.
3. Lenin: *Collected works* vol. 15.
4. Marx: *Economic and Philosophical manuscripts* P- 1844

3

ചരിത്രപരമായ ധ്വനിദർശനം

1

മനുഷ്യന്റെ സൗന്ദര്യബോധം അവന്റെ വർഗപരമായ നിലനിൽപ്പിനെ അകൃത്രിമമായി പ്രതിഫലിപ്പിക്കുന്നു. ചൂഷകന്റെ സൗന്ദര്യബോധം ചൂഷിതന്റെ സൗന്ദര്യബോധമാകുക സാധ്യമല്ല. മനുഷ്യന്റെ അസ്തിത്വത്തെ നിർണയിക്കുന്ന ഭൗതിക വ്യാപാരങ്ങളുടെ മാറ്റത്തിനനുസരിച്ച് അവന്റെ ബോധവും മാറുന്നു. ചരിത്രത്തോടൊപ്പം മാറുന്ന സൗന്ദര്യബോധത്തിനനുരോധമായി സൗന്ദര്യശാസ്ത്രങ്ങളും രൂപം കൊള്ളുന്നു. ഇന്ത്യൻ സൗന്ദര്യശാസ്ത്രത്തിന്റെ വികാസം ഇന്ത്യൻ ജനതയുടെ ചരിത്രപരമായ വികാസത്തെ പ്രതിഫലിപ്പിക്കുന്നതാണ്.

മനുഷ്യനും പ്രകൃതിയും തമ്മിലുള്ള ബന്ധം ലളിതമായിരുന്ന പ്രാചീനകാലത്ത്, മനുഷ്യനും പ്രകൃതിയും തമ്മിലുള്ള ബന്ധത്തിന്റെ വൈകാരിക പ്രതിഫലനമായ കലയുടെ രഹസ്യങ്ങൾ നേരിട്ടു കാണാൻ കഴിയുന്നവിധം ലളിതമായിരുന്നു. ഇന്ത്യൻ സൗന്ദര്യശാസ്ത്രത്തിന്റെ ഏറ്റവും പഴയ രേഖയായ നാട്യശാസ്ത്രം ഇത് വ്യക്തമാക്കുന്നു.

നേരമ്പോക്കിനുള്ള സുന്ദരവസ്തുവായിട്ടല്ല ഭരതൻ കലയെ കാണുന്നത്. പ്രകൃതിക്കെതിരായി പ്രവർത്തിക്കുന്ന, പ്രകൃതിയുടെ ഒരു ഭാഗമായ മനുഷ്യനിൽ അന്തർഭവിച്ചിരിക്കുന്ന വൈരുധ്യത്തിന്റെ അർഥപൂർണമായ ആവിഷ്കരണമായിട്ടാണ് ഭരതൻ കലയെ കണ്ടത്. പ്രകൃതിക്കെതിരായ സമരത്തിന്റെ രൂപത്തിൽ ആവിഷ്കൃതമാകുന്ന മനുഷ്യജീവിതത്തിന്റെ നാനാ വിജ്ഞാനരൂപമായ സമരമുഖങ്ങളിൽ ഒന്നാണ് കലയും. ഇതുതന്നെയായിരുന്നു ഭരതന്റെ കലാദർശനത്തിന്റെ മർമം. നാട്യത്തെ വേദം എന്ന് വിശേഷിപ്പിക്കുന്നതുകൊണ്ട് ഭരതൻ അർഥമാക്കുന്നതിതാണ്.

പ്രപഞ്ചത്തിന്റെയും ജീവിതത്തിന്റെയും സമസ്ത രഹസ്യങ്ങളെയും കുറിച്ച് സ്രഷ്ടാവ്തന്നെ വെളിപ്പെട്ടുനൽകിയ വിശുദ്ധ വിജ്ഞാന രേഖകളായിട്ടാണ് പ്രാചീന ഇന്ത്യക്കാരൻ വേദങ്ങളെ കണക്കാക്കിയിരുന്നത്. വേദങ്ങളും വേദാംഗങ്ങളും പ്രാചീനമനുഷ്യന്റെ ചരിത്രപരിമിതമായ ജീവിതദർശനങ്ങളാണ്.[1] അങ്ങനെയുള്ള വേദങ്ങൾക്ക് പകരമായിട്ടാണ് ഭരതൻ നാട്യത്തെ പ്രതിഷ്ഠിക്കുന്നത്. എല്ലാ വേദങ്ങൾക്കും പകരം നാട്യവേദം. ഇതൊരു ചെറിയ കാര്യമല്ല. കല എന്ന പ്രതിഭാസം മനുഷ്യജീവിതത്തെ സംബന്ധിച്ചിടത്തോളം അത്രമാത്രം അർഥപൂർണവും ഗൗരവപൂർണവുമായ ഒന്നാണെന്ന് ഭരതൻ കണ്ടു.

നാട്യകല മനുഷ്യമനസ്സിൽ വ്യാപരിക്കുന്നതിന്റെ സൂക്ഷ്മാപഗ്രഥനമെന്ന നിലയിലാണ് ഭരതൻ രസഭാവങ്ങളെക്കുറിച്ചു പറയുന്നത്. കേവല രസാനുഭൂതിയുടെ വൃത്തത്തിൽമാത്രം നാട്യത്തെ ഒതുക്കിനിർത്തുമായിരുന്നെങ്കിൽ ചതുർവിധ പുരുഷാർഥസാധകമായ വേദങ്ങൾക്കു പകരം അദ്ദേഹം നാട്യത്തെ പ്രതിഷ്ഠിക്കുമായിരുന്നില്ല. ഭരതന്റെ കലാദർശനം കേവലരസവാദമല്ല എന്നർഥം. ഒരു വൈകാരികാനുഭവമെന്നതിലുപരി വൈകാരികാനുഭൂതിയിലൂടെ മനുഷ്യാസ്തിത്വത്തിന്റെ പ്രസക്തിയെ അനാവരണം ചെയ്യുന്ന ഒരു വിജ്ഞാനശാഖയായിട്ടാണ് ഭരതൻ കലയെ കണ്ടത്. ജീവിതത്തിന്റെ പരമാർഥത്തെക്കുറിച്ചുള്ള കാഴ്ചയിൽ ഭരതന്റെ ചരിത്രപരമായ വർഗസ്വഭാവം അന്തർഭവിച്ചിരുന്നു എന്നുമാത്രം. ജീവിതത്തിന്റെ പരമാർഥം പ്രാചീനകാലങ്ങളിലെല്ലാം തലതിരിഞ്ഞുതന്നെയാണല്ലോ കിടന്നിരുന്നത്.

II

ഭരതനുശേഷം ജീവിതത്തിന്റെ അഗാധ യാഥാർഥ്യങ്ങളെ സ്പർശിക്കുന്ന ഗൗരവപൂർവമായ ഒരു വ്യാപാരമായി കലയെ കണ്ട ഭാരതീയർ കുറയും. കാവ്യത്തെ എല്ലാ നിലയിലും സ്വയംപൂർണമായ ഒരു പ്രതിഭാസമായി കണ്ടുകൊണ്ട് കാവ്യത്തിന്റെ രൂപഭാവങ്ങളുടെ വിശദാംശങ്ങളെച്ചൊല്ലി തർക്കിച്ചു രസിക്കുന്ന കാഴ്ചയാണ് പിന്നീടു നാം കാണുന്നത്. ഭരതനുശേഷം കലയെ ജീവിതത്തോളംതന്നെ പ്രധാനമായിക്കണ്ട ഒരേ ഒരു ചിന്തകൻ ആനന്ദവർധനനാണ്. കവിതയും ജീവിതവുമായുള്ള അഗാധബന്ധത്തെ തുറന്നുകാട്ടുന്ന കലാദർശനമാണ് ധ്വനിസിദ്ധാന്തം. ഇന്ത്യൻ സൗന്ദര്യശാസ്ത്രത്തിലെ ഒരു വിപ്ലവമായിരുന്നു അത്.

കവിതയെ രസാനുഭൂതികൾക്കുവേണ്ടിയുള്ള ഒരു കേവലസൗന്ദര്യവസ്തുവായി മാത്രം കാണുന്നവർക്ക് ധ്വനിസിദ്ധാന്തത്തിന്റെ പൂർണമായ കാഴ്ച ലഭിക്കുകയില്ല. രസാനുഭൂതിയെക്കുറിച്ചുള്ള ചർച്ചകൾക്കും വെളിയിലാണ് ധ്വനിസിദ്ധാന്തത്തിൻെറ രഹസ്യം. രസവാദംകൊണ്ട് മറഞ്ഞുപോയ ധ്വനിവാദത്തിന്റെ പരമസീമ മനുഷ്യജീവത വ്യാപാരങ്ങളിലേക്ക് പടർന്നുബാധിക്കുന്ന കവിതയുടെ വൈദ്യുതശക്തിയെ തുറന്നുകാട്ടുന്നതിലാണ്.

ജീവിതത്തിന്റെ ചലനാത്മകതയുമായി ധ്വനിസിദ്ധാന്തത്തെ ബന്ധിപ്പിക്കുമ്പോൾ മാത്രമേ അത് പൂർണമാകുന്നുള്ളു. ആനന്ദവർധനന് കാലം ചാക്രികമായ ഒരു ചലനമായിരുന്നു; ഋതുഭേദങ്ങളിലൂടെ ആവർത്തിക്കുന്ന കാലചക്രം. നമുക്ക് കാലം ആവർത്തനമല്ല. ഒരിക്കലും ആവർത്തിക്കാത്ത വർത്തമാനങ്ങളുടെ വർത്തുളമായ വികാസമാണ് നമുക്ക് കാലം. രണ്ടറ്റങ്ങൾ കൂട്ടിമുട്ടുന്ന കാലചക്രത്തിൽക്കിടന്നു കറങ്ങിയിരുന്ന പ്രാചീന ഇന്ത്യക്കാരന് ചരിത്രം ഒരനാവശ്യമായിരുന്നു. ചലനത്തെ വൈരുധ്യാത്മകമായി ഉൾക്കൊള്ളുമ്പോഴാണ് ചരിത്രബോധമുണ്ടാകുന്നത്. ചലനത്തിന്റെ വൈരുധ്യാത്മകത പ്രപഞ്ചത്തിന്റെ നിലനിൽപ്പിന്റെ സ്വഭാവമാണ്. അതിനാൽ പ്രപഞ്ചത്തിന്റെ ചലനാത്മകതയെ ഉൾക്കൊള്ളാത്ത ഒരു സിദ്ധാന്തവും യാഥാർഥ്യത്തെ പ്രതിഫലിക്കുന്നതാവില്ല. മനുഷ്യജീവിതത്തിന്റെ നിലനിൽപ്പിന്റെ സ്വഭാവമായ ചലനമാണ് ചരിത്രം. ചലനമില്ലാതെ വസ്തുവില്ലാത്തതുപോലെ ചരിത്രമില്ലാതെ മനുഷ്യനില്ല. അതിനാൽ മനുഷ്യന്റെ ജീവിതവ്യാപാരങ്ങളും ചരിത്രബദ്ധമാണ്. ചരിത്രബദ്ധമല്ലാത്ത കാവ്യദർശനം മനുഷ്യജീവിതവുമായി ബന്ധപ്പെടുകയില്ല. ജീവിതത്തിന്റെ ചലനവുമായി, ചരിത്രവുമായി, ധ്വനിസിദ്ധാന്തത്തെ ബന്ധിപ്പിക്കുമ്പോൾ അതു യാഥാർഥ്യത്തോട് അടുത്തുവരുന്നതു കാണാം.

III

കവിതയുടെ മധ്യമമായ വാക്കിന് രണ്ട് അർഥതലങ്ങൾ ഉണ്ടെന്ന് പ്രസിദ്ധം.

മനുഷ്യന്റെ എല്ലാ പ്രവർത്തനങ്ങളിലും മനുഷ്യൻ നിലനിൽക്കുന്ന പ്രകൃതിയും ആ പ്രകൃതിയിൽ നിലനിൽക്കുന്ന മനുഷ്യനും ഒരുപോലെ പ്രതിഫലിക്കാതെ വയ്യ. മനുഷ്യൻ ഒരേ സമയം കർത്താവും കർമവുമാണ്, പ്രകൃതിയിൽ പ്രവർത്തിക്കുന്നവനും പ്രകൃതിയാൽ പ്രവർത്തിക്കപ്പെടുന്നവനുമാണ്. ഈ വൈരുധ്യം മനുഷ്യന്റെ ഏത് വ്യാപാരത്തിലുമുണ്ട്.

കവിതയുടെ മാധ്യമമായ വാക്കിൽ അന്തർഭവിച്ചിരിക്കുന്ന വൈരുധ്യവും ഇതുതന്നെ. മനുഷ്യനെയും മനുഷ്യനെയും തമ്മിൽ ബുദ്ധിപരമായും വൈകാരികമായും ബന്ധിപ്പിക്കുന്ന സാമാന്യവൽക്കൃതമായ പ്രതീക പദ്ധതിയാണ് ഭാഷ. പ്രകൃതിയും മനുഷ്യനും തമ്മിലുള്ള ബന്ധത്തിന്റെ വൈരുധ്യം മനുഷ്യനും മനുഷ്യനും തമ്മിലുള്ള ബന്ധത്തെ നിർണയിക്കുന്നു. മനുഷ്യനും പ്രകൃതിയുമായുള്ള ബന്ധം ആത്മവസ്തുരൂപമാണ്. അതിനാൽ മനുഷ്യനെയും മനുഷ്യനെയും തമ്മിൽ ബന്ധിപ്പിക്കുന്ന ഒരു വാക്ക് ഒരേ സമയം വസ്തുനിഷ്ഠവും ആത്മനിഷ്ഠവുമാണ്. നിങ്ങൾ ഏതു വാക്കുച്ചരിക്കുമ്പോഴും ഈ രണ്ട് തലങ്ങളും ഒരുപോലെ ഉണരുന്നു. ഒരു വാക്കുച്ചരിക്കുകയോ കേൾക്കുകയോ ചെയ്യുന്ന നിങ്ങളെ സംബന്ധിക്കുന്ന ആത്മനിഷ്ഠമായ ഒരു ഭാവം ആ വാക്കിലുണ്ട്.

അതേസമയം വാക്ക് എന്ന പ്രതീകം പ്രതിനിധാനം ചെയ്യുന്ന പ്രകൃതിയുടെ ഒരംശവും ആ വാക്കിലുണ്ട്.

ഏതു വാക്കുമെടുത്തു പരിശോധിച്ചുനോക്കൂ. ഈ വൈരുധ്യം അവിടെ കാണാം. 'വൃക്ഷം' എന്ന വാക്കു നോക്കൂ. അതുകേട്ട മാത്രയിൽ ദ്വിമുഖമായ ഒരു ബോധപ്രവർത്തനം നിങ്ങളിൽ നടന്നുകഴിഞ്ഞു. വൃക്ഷം എന്ന വെളിയിലുള്ള ഒരു പ്രതിഭാസത്തെക്കുറിച്ച് വസ്തുനിഷ്ഠമായ ബോധമുണ്ടായി. അതുണ്ടാകാൻ കാരണം നിങ്ങളിൽ ഒരു വൃക്ഷം ഉണ്ടായിരുന്നതുകൊണ്ടുതന്നെ. 'വൃക്ഷം' എന്ന ശബ്ദവും അത് പ്രതിനിധീകരിക്കുന്ന പ്രകൃതിവസ്തുവും തമ്മിൽ ബന്ധിപ്പിച്ച് പഠിച്ച നിമിഷംമുതൽ നിങ്ങളുടെ ഉള്ളിൽ നിങ്ങളുടെ ആത്മചരായ പതിഞ്ഞ ഒരു വൃക്ഷബോധമുണ്ട്. ഇങ്ങനെ ഓരോ മനുഷ്യനുമുണ്ട് ഓരോ 'വൃക്ഷ' ബോധം. ഈ വാക്കു കേട്ട മാത്രയിൽ ആ ബോധവും നിങ്ങളിൽ ഉണർന്നുകഴിഞ്ഞു.

ഓരോരുത്തരിലും ഓരോ വൃക്ഷം ഉണ്ടെന്ന് പറഞ്ഞതുകൊണ്ട് അത് അനന്യവും വ്യക്തിനിഷ്ഠവുമായ ഓരോ വൃക്ഷസങ്കൽപ്പങ്ങളാണെന്ന് ധരിക്കരുത്. അത്തരത്തിലുള്ള വ്യക്തിനിഷ്ഠമായ ബോധങ്ങൾ ഓരോ വ്യക്തിയുടെയും സ്വകാര്യാനുഭവങ്ങളിൽനിന്ന് രൂപം കൊള്ളുന്നവയാണ്. വൃക്ഷം എന്ന ശബ്ദം ഒരാളിലുണർത്തുന്നത് അയാളുടെ കുട്ടിക്കാലത്ത് പഠിച്ച ഒന്നാം പാഠത്തിലെ വൃക്ഷത്തിൻറ ചിത്രമായിരിക്കാം, അല്ലെങ്കിൽ വീട്ടുമുറ്റത്തെ മാവിന്റെ ഓർമയായിരിക്കാം, അതുമല്ലെങ്കിൽ കാമുകി തന്നെ കാത്തുനിൽക്കുന്ന തണൽവൃക്ഷത്തിന്റെ കുളിർമയായിരിക്കാം. വാക്കിന്റെ ആത്മനിഷ്ഠമായ അർഥതലമെന്നു പറയുമ്പോൾ ഇത്തരം വ്യക്തിനിഷ്ഠമായ അർഥ പരമ്പരകളെയല്ല ഉദ്ദേശിക്കുന്നത്. വൃക്ഷം എന്ന വാക്ക് കേൾക്കുമ്പോഴുണരുന്ന ഇത്തരം വ്യക്തിനിഷ്ഠമായ അനുഭവസ്മൃതികളുടെ ലോകത്തെ ഒരു വൃക്ഷപ്രതീകമാണത്. 'വൃക്ഷം' എന്ന വാക്ക് ഒരു വസ്തുവിന്റെ സാമാന്യവൽക്കരിക്കപ്പെട്ട പ്രതീകമായിരിക്കുന്നതുപോലെ ആ വാക്ക് മനുഷ്യന്റെ ഒരു ആത്മനിഷ്ഠഭാവത്തിന്റെ സാമാന്യവൽക്കരിക്കപ്പെട്ട പ്രതീകംകൂടിയാണ്.

ഭാഷയിൽ അന്തർഭവിച്ചിരിക്കുന്ന ഈ വൈരുധ്യത്തെ സൗകര്യം പോലെ നാം ഉപയോഗപ്പെടുത്തുന്നു.

പ്രകൃതിയുടെ നിയമങ്ങളെയും യാഥാർഥ്യങ്ങളെയുംകുറിച്ച് പറയുമ്പോൾ വാക്കിന്റെ ആത്മനിഷ്ഠമായ അർഥതലത്തെ നാം അവഗണിക്കുന്നു. പ്രകൃതിയുടെ വസ്തുനിഷ്ഠതയിലേക്ക് കൂടുതൽ അടുക്കുംതോറും അത്തരം പ്രസ്താവനകളിൽ നാം വാക്കുകളെത്തന്നെ ഉപേക്ഷിക്കുന്നു. ഗണിതശാസ്ത്രത്തിലെ പ്രതീകങ്ങൾ ഭാഷയെ പൂർണമായും വസ്തുനിഷ്ഠമാക്കാനുള്ള ശ്രമത്തിന്റെ ഫലമാണ്. ഭാഷയിലന്തർഭവിച്ച ആത്മവസ്തു വൈരുധ്യത്തിൽ നിന്ന് രക്ഷനേടി തികച്ചും വസ്തുനിഷ്ഠമായി പ്രകൃതിയെ പ്രകാശിപ്പിക്കുകയാണ് ഗണിതശാസ്ത്രം.

ഇതിന്റെ മറുപുറമാണ് കവിത. വാക്കിന്റെ വസ്തുനിഷ്ഠമായ അർഥതലത്തെ അവഗണിക്കുന്തോറും ആത്മനിഷ്ഠമായ അർഥതലം സാന്ദ്രമായിത്തീരും. സാധാരണ സംഭാഷണത്തിൽ ഈ രണ്ടർഥതലങ്ങൾക്കും ഒരുപോലെ പ്രാധാന്യമുണ്ട്. കവിതയിലും ശാസ്ത്രത്തിലും ഈ രണ്ടർഥതലങ്ങളുടെയും ധ്രുവീകരണം നടക്കുന്നു.

വാക്കിന്റെ ആത്മനിഷ്ഠമായ അർഥതലത്തെയാണ് കവിത ഉപയോഗപ്പെടുത്തുന്നത്. ഗണിതശാസ്ത്രം വാക്കിന്റെ ആത്മനിഷ്ഠതയിൽ നിന്നു രക്ഷനേടാൻവേണ്ടി കേവല പ്രതീകങ്ങളെ സ്വീകരിക്കുന്നതുപോലെ കവിത വാക്കിന്റെ വസ്തുനിഷ്ഠതയിൽനിന്നു രക്ഷനേടാൻ വേണ്ടി ആത്മനിഷ്ഠമായ കേവലതയിലേക്കു പോകുന്നില്ല. ഗണിതശാസ്ത്രം വാക്കിനെത്തന്നെ ഉപേക്ഷിച്ചിട്ടാണ് വാക്കിന്റെ വൈരുധ്യത്തിൽ നിന്നു രക്ഷനേടുന്നത്. കവിതയ്ക്ക് വാക്കിന്റെ വൈരുധ്യത്തിൽനിന്ന് രക്ഷനേടാൻ വാക്കിനെ ഉപേക്ഷിക്കുക സാധ്യമല്ല. കവിത വാക്കിനെ ഉപേക്ഷിച്ചുകഴിയുമ്പോൾ അതു സംഗീതമായിത്തീരും. മനുഷ്യന്റെ ആത്മനിഷ്ഠാനുഭൂതിയുടെ കേവല സാന്ദ്രീകരണമാണു സംഗീതം. കവിതയ്ക്ക് കവിതയായിരിക്കണമെങ്കിൽ വാക്കിൽനിന്ന് മോചനമില്ല. ഗണിതശാസ്ത്രവും സംഗീതവും വാക്കിന്റെ വൈരുധ്യത്തിൽനിന്ന് മോചനം നേടിയ, വസ്തുനിഷ്ഠവും ആത്മനിഷ്ഠവുമായ മനുഷ്യാനുഭവത്തിന്റെ രണ്ടു ധ്രുവങ്ങളാണ്.

കവിതയുടെ മാധ്യമം വാക്കുതന്നെ. ഒരു വാക്കിന്റെ വസ്തുനിഷ്ഠമായ അർഥതലത്തെ പൂർണമായി ഉപേക്ഷിക്കാൻ ഒരിക്കലും കഴിയില്ല. അങ്ങനെ ചെയ്താൽ അതു വാക്കല്ലാതാകും. വസ്തുനിഷ്ഠമായ അർഥതലത്തെ പൂർണമായി അവഗണിക്കാൻ ഒരിക്കലും കഴിയാത്ത വാക്കിനെത്തന്നെ മാധ്യമമായി സ്വീകരിക്കുന്നു എന്നതിലാണ് കാവ്യകലയുടെ മഹത്വം സ്ഥിതിചെയ്യുന്നത്. മറ്റെല്ലാ കലകളിൽനിന്നും കാവ്യകല സവിശേഷമാംവിധം വ്യത്യസ്തമായിരിക്കുന്നത് മനുഷ്യന്റെ ഭാഷയിലെ വൈരുധ്യത്തെ അത് ഉപയോഗപ്പെടുത്തുന്നതുകൊണ്ടാണ്. വസ്തുനിഷ്ഠമായ അർഥതലത്തെ ആശ്രയിച്ചു മാത്രം നിലനിൽക്കുന്ന ആത്മനിഷ്ഠമായ അർഥതലത്തെത്തന്നെയാണ് കവിത ഉപയോഗപ്പെടുത്തുന്നത്.

മറ്റു കലകളുടെ മാധ്യമങ്ങൾക്കൊന്നിനും വസ്തുനിഷ്ഠമായ അർഥതലമില്ല. സംഗീതത്തിലെ ശബ്ദങ്ങൾ നിരർഥകങ്ങളാണ്. ചിത്രത്തിന്റെ ചായവും ശിൽപ്പത്തിന്റെ കല്ലും മരവുമെല്ലാം പ്രകൃതിവസ്തുക്കൾ മാത്രമാണ്. കവിതയുടെ മാധ്യമമായ ഭാഷയ്ക്കുമാത്രമേ ആത്മവസ്തുവൈരുധ്യത്തെ ഒരുപോലെ ഉൾക്കൊള്ളാൻ കഴിയൂ. കവിതയുടെ മാധ്യമത്തിൽ അന്തർഭവിച്ചിരിക്കുന്ന ഈ വൈരുധ്യത്തെ ആദ്യമായി കണ്ടറിഞ്ഞ ദാർശനികൻ ആനന്ദവർധനനാണ്.

വാക്കിന്റെ വൈരുധ്യത്തെ ആനന്ദവർധനൻ വ്യക്തമാക്കുന്നത് 'വാച്യാർഥം' 'വ്യംഗ്യാർഥം' എന്ന രണ്ടു അർഥതലങ്ങളായിട്ടാണ്. വാക്കിന്റെ വസ്തുനിഷ്ഠമായ അർഥം വാച്യാർഥം. ആത്മനിഷ്ഠമായ

അർഥം വ്യംഗ്യാർഥം. ഭാഷമാധ്യമമായിട്ടുള്ള കാവ്യകലയുടെ ആത്മാവ് ഭാഷയുടെ ഈ വ്യംഗ്യാർഥമാകുന്നു എന്നാണ് ആനന്ദവർധനന്റെ അഭിപ്രായം. ഈ വ്യംഗ്യാർഥംതന്നെയാണ് ധ്വനി. ഭാഷയുടെ അർഥതലങ്ങൾ തമ്മിലുള്ള വൈരുധ്യാത്മകബന്ധത്തെ ആശ്രയിച്ചുമാത്രമാണ് ഈ ധ്വനിയുടെ അസ്തിത്വം എന്നദ്ദേഹം വ്യക്തമാക്കുന്നു:

"വാച്യവാചക വ്യതിരിക്തവും എന്നാൽ അവയാൽത്തന്നെ വ്യഞ്ജിതവും അവയേക്കാൾ പ്രധാനവുമായ വ്യംഗ്യാർഥമാണ് ധ്വനി."[2]

ധ്വനി വാച്യവാചകവ്യതിരിക്തമെങ്കിലും അവയാൽത്തന്നെ വ്യഞ്ജിതമാണ്. ഇതാണ് കാവ്യകല ഉപയോഗപ്പെടുത്തുന്ന വാക്കിന്റെ വൈരുധ്യാത്മകത.

വാക്കിന്റെ വൈരുധ്യമാണ് കാവ്യകലയുടെ മഹത്വത്തിന് കാരണം. വാക്കിന്റെ ആത്മനിഷ്ഠമായ അർഥതലം അതായത് വ്യംഗ്യാർഥം കവിതയുടെ ആത്മാവായിമാറുന്നത് വാക്കിന്റെ വാച്യാർഥം അഥവാ വസ്തുനിഷ്ഠമായ അർഥതലം നിലനിൽക്കുന്നതുകൊണ്ടു മാത്രമാണ്. വാക്കിന്റെ വസ്തുനിഷ്ഠമായ അർഥതലത്തിന്റെ സഹായംകൂടാതെ ആത്മനിഷ്ഠമായ അർഥതലം നിലനിൽക്കുന്നില്ല. വസ്തുബോധമില്ലാതെ ആത്മബോധമില്ല. വാച്യാർഥമില്ലാതെ വ്യംഗ്യാർഥമില്ല. കേവലരസാനുഭൂതിയുണർത്തുന്ന സംഗീതാദി കലകളിൽനിന്ന് കാവ്യകല ഭിന്നമായിരിക്കുന്നതിവിടെയാണെന്നു ആനന്ദവർധനൻ വ്യക്തമാക്കുന്നു.

> സംഗീത വാദ്യാദിയിലെപ്പോലെ ശബ്ദശ്രവണംകൊണ്ടുമാത്രം വ്യംഗ്യരസപ്രതീതിയുളവാകുന്നിടത്ത് വാച്യാർഥ പ്രതീതിയുടെ ആവശ്യം തന്നെയില്ല. എന്നാൽ കാവ്യാദിയിൽ ശബ്ദങ്ങളുടെ വാചകത്വ ശക്തിയിൽ അധിഷ്ഠിതമാണ് വ്യഞ്ജകത്വം. അവിടെ വാച്യപ്രതീതി കൂടാതെതന്നെ കേവല ശബ്ദസ്വരൂപപ്രതീതി കൊണ്ടുമാത്രം വ്യഞ്ജകത്വം പൂർണമാകുമെങ്കിൽ ആ വ്യഞ്ജകത്വം വാചകത്വശക്തിമൂലമല്ല. ആണെങ്കിൽ തീർച്ചയായും വ്യംഗ്യപ്രതീതി വാച്യപ്രതീതിക്കു ശേഷമേ ഉണ്ടാകൂ. *അതായത് കാവ്യത്തിൽ വാച്യാർഥപ്രതീതി കൂടാതെ വ്യംഗ്യാർഥ പ്രതീതി ഇല്ല.*[3]

ആനന്ദവർധനൻ വാക്കിന്റെ ധ്വനിയെക്കുറിച്ച് പറയുന്നത് കാവ്യത്തിന്റെ ധ്വന്യാത്മകതയെ സമർഥിക്കാൻ വേണ്ടിയാണ്. അതദ്ദേഹം വ്യക്തമാക്കുന്നു.

"ഉത്തമകാവ്യങ്ങളുടെ അന്തഃസത്തയും അതിരമണീയവുമാണ് ധ്വനി എങ്കിലും സമർഥരായ പ്രാചീനാലങ്കാരികന്മാർ പോലും അതിന്റെ സ്വരൂപം വേണ്ടവണ്ണം ഗ്രഹിച്ചിരുന്നില്ല. എന്നാലും രാമായണഭാരതാദികളിൽ അതിന്റെ അസ്തിത്വം സഹൃദയന്മാർ മനസ്സിലാക്കിയിട്ടുണ്ട്."[4]

വാക്കിന്റെ വൈരുധ്യാത്മകതയെ വെളിവാക്കുന്നതിലൂടെ കാവ്യത്തിന്റെ അന്തഃസത്ത എന്തെന്ന് കാട്ടിത്തരുവാനാണ് ആനന്ദവർധനൻ ശ്രമിക്കുന്നത്. മററു കലകൾക്കൊക്കെ രസാനുഭൂതിയുണ്ടാക്കാൻ കഴി

യുമെങ്കിലും അവയ്ക്ക് വ്യംഗ്യാർഥബോധമുണ്ടാക്കാൻ കഴിയില്ല. ഓരോ മനുഷ്യനിലെയും വ്യംഗ്യാർഥബോധതലം അവൻ നിലനിൽക്കുന്ന ഭൗതികലോകത്തിന്റെതന്നെ സമാനസ്വഭാവമുള്ള ഓരോ ആത്മനിഷ്ഠമാതൃകകളാണ്. ആ ബോധം ലോകം തന്നെയല്ല, എന്നാൽ ലോകത്തിന്റെ തന്നെ പ്രതിഫലനമാണ്. പ്രതിഫലനമെന്നു പറഞ്ഞാൽ വെറും പ്രതിബിംബമല്ല. സ്വാത്മാവിന്റെ സ്വഭാവങ്ങൾക്കനുസരിച്ച് രൂപപ്പെട്ട ഓരോ പ്രത്യേക പ്രതിരൂപമാണത്. ഓരോ മനുഷ്യനിലും നിലനിൽക്കുന്ന ഈ ലോകത്തിലേക്ക് (വ്യംഗ്യാർഥതലത്തിലേക്ക്) വെളിയിൽ നിലനിൽക്കുന്ന വസ്തുനിഷ്ഠലോകത്തിന്റെ രൂപത്തിലൂടെ (വാച്യാർഥത്തിലൂടെ) കടന്നുകയറി അവിടെ പുതിയ ആത്മാനുഭവങ്ങൾ നിറയ്ക്കാൻ കഴിയുന്ന കലയാണ് കവിത.

കാവ്യകലയുടെ മഹത്വം മുന്നിൽ കണ്ടുകൊണ്ടുതന്നെയാണ് കാവ്യത്തിന്റെ ആത്മാവ് ധ്വനിയാണെന്ന് ആനന്ദവർധനൻ പറഞ്ഞത്. *മഹാഭാരത*ത്തിന്റെ വ്യംഗ്യാർഥത്തെ അദ്ദേഹം വിവരിക്കുന്നത് നോക്കുക:

> മഹാഭാരതത്തിൽ പ്രതിപാദിക്കുന്ന പാണ്ഡവചരിതം മുതലായവയെല്ലാം ശോകാന്തങ്ങളാണ്. തമോമണ്ഡല സംബന്ധിയും. അതിൽ പ്രകീർത്തിക്കപ്പെടുന്നത് വാസ്തവത്തിൽ സത്യസ്വരൂപനായ വാസുദേവന്റെ ഗുണഗണങ്ങൾ മാത്രം. ഭഗവാനെ സർവാത്മനാ ശരണം പ്രാപിക്കുക. നിസ്സാരങ്ങളായ ഭൂതികളിൽ ആസക്തനാകരുത്. നയവിനയ പരാക്രമാദികളിലും അനന്യമനസ്കരായി രഞ്ജിക്കരുത്. സംസാരത്തിന്റെ അപാരത കാണുക.[5]

(ഇതിൽ ആനന്ദവർധനന്റെ ചരിത്രപരവും വർഗപരവുമായ പരിമിതി കണക്കിലെടുക്കണം. കാവ്യാത്മാവായ ധ്വനിയെ ആസ്പദമാക്കി കാവ്യത്തെ സമീപിക്കുന്ന രീതിയാണ് പ്രധാനം) "പരമപ്രധാനമായ ഇക്കാര്യം വ്യംഗ്യമായാണ് വാച്യമായല്ല വെളിപ്പെടുത്തിയിരിക്കുന്നത്." എന്നു വീണ്ടും എടുത്തു പറയുന്നു.

സംഗീതാദികലകളിൽ നിന്നുഭിന്നമായി കാവ്യകലയ്ക്കുള്ള മഹത്വം ഇവിടെ തെളിയിച്ചിരിക്കുകയാണദ്ദേഹം. വാക്കിൽ അന്തർഭവിച്ചിരിക്കുന്ന ആത്മവസ്തുവൈരുധ്യത്തിൽനിന്നുളവാകുന്ന ധ്വനി എന്ന ശക്തിയാണ് ഈ മഹത്വത്തിന്റെ അടിസ്ഥാനം. ഈ ധ്വനി തന്നെയാണ് കാവ്യത്തിന്റെ ആത്മാവ്.

രസം തന്നെയാണ് ധ്വനി എന്നു ആനന്ദവർധനന് ബോധ്യമുണ്ടായിരുന്നെങ്കിൽ കാവ്യത്തിന്റെ ആത്മാവ് രസമാണെന്നു പറഞ്ഞാൽ മതിയായിരുന്നു. ഏറ്റവും ഉത്തമമായ കാവ്യം രസാനുഭൂതിയുണ്ടാകുന്നതാവണം എന്ന കാര്യത്തിൽ അദ്ദേഹത്തിന് തർക്കമില്ല. എന്നാൽ കാവ്യത്തിന്റെ ആത്മാവ് രസാനുഭൂതിക്കു കാരണമാകുന്ന വ്യംഗ്യാർഥമാണെന്നാണ് ആനന്ദവർധനൻ കണ്ടെത്തിയത്. കാവ്യാത്മാവായ ധ്വനി എന്താ

ണെന്ന് വിശദമാക്കുന്നതിൽനിന്നുതന്നെ ധ്വനി രസത്തിൽനിന്നു ഭിന്നമാണെന്നു വ്യക്തമാകുന്നുണ്ട്.

> മഹാകവികളുടെ കൃതികളിൽ വാച്യാർഥത്തിൽനിന്നു നിശേഷം ഭിന്നമായ ഒരു വ്യംഗ്യാർഥമുണ്ട്. സ്ത്രീകളിൽ സൗന്ദര്യമെന്നപോലെ പ്രസിദ്ധങ്ങളായ അലങ്കാരങ്ങളിൽനിന്നും ഗുണങ്ങളിൽനിന്നും വ്യതിരിക്തവും സഹൃദയ ഹൃദയഗ്രാഹ്യവുമായ ഒന്നാണത്. സ്ത്രീസൗന്ദര്യം ഒരു പ്രത്യേക അംഗത്തെ ആശ്രയിച്ചല്ലല്ലോ ഇരിക്കുന്നത്. അതുപോലെയാണ് ധ്വനിയും. വാച്യാർഥം, അലങ്കാരം, രസം മുതലായവയിൽ ഓരോന്നിന്റെയും പ്രാധാന്യം കണക്കാക്കി പലതരമുണ്ട് വ്യംഗ്യാർഥം. ഈ ഭേദങ്ങളിലെല്ലാംതന്നെ വ്യംഗ്യാർഥം വാച്യാർത്ഥത്തിൽനിന്നും തികച്ചും ഭിന്നമാണ്.[6]

വാച്യാർത്ഥം, അലങ്കാരം, രസം മുതലായവയിൽ ഓരോന്നിന്റെയും പ്രാധാന്യത്തെ ആശ്രയിച്ച് പലതരം വ്യംഗ്യാർഥങ്ങൾ അഥവാ ധ്വനികൾ ഉണ്ടെന്ന് പറയുന്നതിൽനിന്നുതന്നെ ധ്വനിയെയും രസത്തെയും സമാനമായിട്ടല്ല ആനന്ദവർധനൻ കാണുന്നതെന്ന് വ്യക്തം. അതിനാൽ രസം കാവ്യത്തിന്റെ ആത്മാവാണെന്ന് ആനന്ദവർധനൻ വിവക്ഷിക്കുന്നില്ല എന്നും തെളിയുന്നു. വ്യംഗ്യാർഥമാണ് അഥവാ ധ്വനിയാണ് കാവ്യത്തിന്റെ ആത്മാവെന്നു അദ്ദേഹം തെളിച്ചുതന്നെ പറയുന്നു. കാവ്യത്തിന്റെ ഈ വ്യംഗ്യാർഥത്തിനു ഗുണഭേദം സംഭവിക്കുന്നു എന്നേയുള്ളൂ. വാച്യാർഥത്തെയും അലങ്കാരത്തെയും രസത്തെയും ആശ്രയിച്ച് വ്യംഗ്യാർഥത്തിന് ഗുണഭേദമുണ്ടാകുന്നു. വ്യംഗ്യാർഥം രസാനുഭൂതിയുളവാക്കുന്നതായിത്തീരുമ്പോഴാണ് ഒരു കാവ്യം ഉൽക്കൃഷ്ടമായിത്തീരുന്നത്.

അതിനാൽ രസത്തിന്റെ ധ്വനിയല്ല കാവ്യാത്മാവ്, ധ്വനിയുടെ രസമാണ്. ധ്വനിതന്നെ രസമായിത്തീരുകയാണ്. ധ്വനി എന്നു പറഞ്ഞാൽ വ്യംഗ്യാർഥം. അതായത് വാക്കിന്റെ ആത്മനിഷ്ഠമായ അർഥതലം. വാക്കിന്റെ ആത്മനിഷ്ഠമായ അർഥതലം സാന്ദ്രമായിത്തീരുമ്പോൾ അത് രസാനുഭൂതിക്ക് കാരണമായിത്തീരും. സാന്ദ്രമായ ധ്വനി രസമായി അനുഭവപ്പെടുകയാണ് ചെയ്യുന്നത്. ഈ അർഥത്തിൽ മാത്രമേ രസത്തിനും ധ്വനിക്കും അഭേദം കൽപ്പിക്കാൻ കഴിയുകയുള്ളൂ. ധ്വനിയുടെയും രസത്തിന്റെയും വ്യത്യസ്തമായ അസ്തിത്വത്തെ നിഷേധിക്കുകയാണെങ്കിൽ ധ്വനിവാദം യുക്തിരഹിതമായിത്തീരും.

രസാനുഭൂതിക്ക് കാരണമായ വാക്കിന്റെ ആത്മനിഷ്ഠമായ അർഥതലമാണ് കവിതയുടെ ആത്മാവ് എന്നു നാം കണ്ടുകഴിഞ്ഞു. വാച്യാർഥത്തിൽനിന്നു മാത്രം ജനിക്കുന്നതും വാച്യാർഥഭിന്നവുമായ വ്യംഗ്യാർഥമാണത്. ഈ വ്യംഗ്യാർഥത്തിലൂടെയാണ് കവി അതിവിസതൃതമായ മനു

ഷ്യന്റെ അനുഭൂതിലോകത്തിൽ സഞ്ചരിക്കുന്നത്. ആനന്ദവർധനൻ അതിങ്ങനെ വ്യക്തമാക്കുന്നു.

"രാസഭാവാദിയുടെ മണ്ഡലം വിഭാവാദിഭേദം കണക്കിലെടുക്കുമ്പോൾ അതിവിസ്തൃതമാണ്. അതിലെ സഞ്ചാരം മുഴുവൻ ധ്വനിമാർഗേണയാവണം"[7]

മനുഷ്യന്റെ ആത്മനിഷ്ഠ പ്രപഞ്ചത്തിന്റെ വിസ്തൃതിയിൽ സഞ്ചരിക്കാൻ കവിയ്ക്ക് കഴിയുന്നത് ധ്വനിമാർഗത്തിലൂടെയാണ്. ഈ ധ്വനിമാഗം കവിതയ്ക്ക് സിദ്ധിച്ചത് വാക്കിന്റെ വൈരുധ്യത്തെ ഉപയോഗപ്പെടുത്തുന്നതുകൊണ്ടാണ്. മനുഷ്യന്റെ ആത്മനിഷ്ഠ പ്രപഞ്ചത്തിൽ വാക്കിന്റെ ആത്മനിഷ്ഠമായ അർഥത്തിലൂടെ സഞ്ചരിക്കാൻ കഴിയുന്നു എന്നുള്ളതാണ് കാവ്യകലയുടെ മഹത്വത്തിന് കാരണം.

വേദവിജ്ഞാനങ്ങൾക്കെല്ലാം പകരം നാട്യത്തെ പ്രതിഷ്ഠിച്ച ഭരതന്റെ ദർശനമാണ് ഈ ധ്വനിദർശനത്തിലും അന്തർഭവിച്ചിരിക്കുന്നത്. കാവ്യം എന്ന പ്രതിഭാസത്തിന്റെ അനന്യമായ അസ്തിത്വത്തിന് കാരണം അതിന്റെ രസനീയതയാണെങ്കിൽ ആർക്കും എതിർപ്പില്ല. രസമുണ്ടാക്കാൻ കഴിയാത്ത കാവ്യം കാവ്യമല്ല. കാവ്യത്തിന്റെ അനിവാര്യസ്വഭാവമാണത്. ശ്വാസോച്ഛ്വാസമാണ് മനുഷ്യജീവനെ നിലനിർത്തുന്ന പരമപ്രധാനമായ ധർമം എന്നു പറഞ്ഞാൽ അതിനാരും എതിരു പറയുകയില്ല. എന്നാൽ മനുഷ്യവ്യാപാരങ്ങളെയെല്ലാം ശ്വാസോച്ഛ്വാസത്തെ ആസ്പദമാക്കി മാത്രം വിലയിരുത്തുന്നത് എത്ര വിഡ്ഢിത്തമായിരിക്കും. രസാനുഭൂതിയെമാത്രം കേന്ദ്രമാക്കി കാവ്യവിചാരം നടത്തുന്നതും ഇതുപോലെയാണ്. മനുഷ്യനെ ഒരു ജീവി എന്ന നിലയിൽ നിലനിർത്തുന്നത് ശ്വാസോച്ഛ്വാസമാണെന്ന് പറയുന്ന അർഥത്തിൽ മാത്രമേ കാവ്യത്തെ കാവ്യമാക്കുന്നത് രസമാണെന്ന് പറയാൻ കഴിയൂ. വേദവിജ്ഞാനങ്ങൾക്ക് പകരം നാട്യത്തെ പ്രതിഷ്ഠിച്ച ഭരതന് ഇക്കാര്യം നല്ലപോലെ ബോധ്യമുണ്ടായിരുന്നു. ആനന്ദവർധനൻ ഭാഷയുടെ വൈരുധ്യാത്മകതയെ കണക്കിലെടുത്തുകൊണ്ട് വ്യംഗ്യാർഥമാണ് കാവ്യത്തിന്റെ ആത്മാവെന്ന് പറഞ്ഞപ്പോൾ ഈ ബോധം പ്രവർത്തിച്ചിരുന്നു.

മനുഷ്യന്റെ വസ്തുനിഷ്ഠലോകം അവന്റെ സാമൂഹികജീവിതത്തിന്റെ സൃഷ്ടിയാണ്. അതിനാൽ വസ്തുനിഷ്ഠലോകത്തിലൂടെ മാത്രം നിലനിൽക്കുന്ന ആത്മനിഷ്ഠലോകവും സാമൂഹികജീവിതത്തിൽനിന്ന് രൂപം കൊള്ളുന്നതാണ്. മനുഷ്യന്റെ സാമൂഹികജീവിതം നിരന്തരവികാസത്തിലൂടെ മാറ്റത്തിന് വിധേയമായിക്കൊണ്ടിരിക്കുന്നതാണ്. അതിനാൽ മനുഷ്യന്റെ ആത്മനിഷ്ഠലോകത്തെയും ഈ മാറ്റം ബാധിക്കാതെ വയ്യാ.

മനുഷ്യന്റെ ആത്മനിഷ്ഠലോകം ചരിത്രവികാസത്തോടൊപ്പം പരിണമിക്കുന്നതാകയാൽ ഓരോ ചരിത്രഘട്ടത്തിലെയും മനുഷ്യന്റെ വ്യംഗ്യാർഥാനുഭൂതി ഓരോന്നായിരിക്കാതെ തരമില്ല.

എന്നാൽ എല്ലാക്കാലത്തേയും മനുഷ്യന്റെ മൗലികവികാരങ്ങൾ ഒന്നുതന്നെ ആയിരിക്കും. മനുഷ്യന്റെ അടിസ്ഥാനവികാരങ്ങൾക്ക് മാറ്റം വരുന്നില്ല. അവ മനുഷ്യൻ എന്ന ജീവിയെ പ്രകൃതിയുമായി ബന്ധിപ്പിക്കുന്ന പ്രാഥമിക പ്രതികരണങ്ങളാണ്.

മനുഷ്യൻ പ്രകൃതിയിലെ ഒരു ജീവിമാത്രമല്ല, സമൂഹവും ചരിത്രവും നിർണയിക്കുന്ന ഒരു വ്യക്തിത്വത്തിന്റെ ഉടമ കൂടിയാണ്. അതുകൊണ്ടാണ് മനുഷ്യവികാരങ്ങളുമായി ബന്ധപ്പെട്ടിരിക്കുന്ന ആത്മനിഷ്ഠഭാവങ്ങൾ ചരിത്രത്തോടൊപ്പം പരിണമിക്കുന്നവയായത്. മനുഷ്യന്റെ സത്ത ഒരു ജൈവസാമൂഹിക പ്രതിഭാസമാണ്. അടിസ്ഥാനപരമായ ജൈവപ്രേരണകളെ സാമൂഹികജീവിതത്തിന്റെ വികാസം രൂപപ്പെടുത്തുന്നു. അതുകൊണ്ട് മൗലികവാസനകൾ മാറിപ്പോകുന്നു എന്നർഥമില്ല. ഏറ്റവും അടിയിൽ മൗലികവാസനകളെല്ലാം അങ്ങനെതന്നെ നിൽക്കുന്നു. ചരിത്രം അവയ്ക്ക് രൂപപരിണാമം വരുത്തുന്നു എന്ന് മാത്രം. കാട്ടാളന്റെ കാമവും പ്രഭുവിന്റെ ശൃംഗാരവും ആധുനികന്റെ അനുരാഗവും എല്ലാം അടിസ്ഥാനപരമായി ഒന്നുതന്നെ. എങ്കിലും ഓരോ ചരിത്രഘട്ടത്തിലും അവ വ്യത്യസ്തരൂപങ്ങളിലാണ് പ്രത്യക്ഷപ്പെടുന്നത്. മൗലികവികാരങ്ങളും ആത്മനിഷ്ഠമായ അനുഭൂതിതലവും തമ്മിലുള്ള ബന്ധമാണ് ഈ പരിണാമത്തിൽ കാണുന്നത്.

മനുഷ്യന്റെ ലൈംഗികവാസനയെ കാമമായും ശൃംഗാരമായും അനുരാഗമായും മാറ്റിയത് അവന്റെ ആത്മനിഷ്ഠമായ അനുഭൂതി ലോകത്തിന്റെ വികാസമാണ്. ആത്മനിഷ്ഠലോകം വസ്തുലോകത്തിന്റെ ചരിത്രത്തോടൊപ്പം പരിണമിക്കുകയും മൗലികവാസനകളെ ആത്മനിഷ്ഠാനുഭൂതിയനുസരിച്ച് രൂപഭേദം വരുത്തുകയുമാണ് ചെയ്യുന്നത്. ആത്മനിഷ്ഠലോകം വസ്തുനിഷ്ഠലോകത്തിന്റെ പ്രതിഫലനം തന്നെയാണല്ലോ. മനുഷ്യവികാരങ്ങളെ ചരിത്രം ബാധിക്കുന്നതീവിധമാണ്.

ഇതുപോലെതന്നെയാണ് ചരിത്രത്തോടൊപ്പം മാറിക്കൊണ്ടിരിക്കുന്ന വ്യംഗ്യാർഥാനുഭൂതി മനുഷ്യന്റെ മൗലികവികാരങ്ങളെ സ്പർശിക്കുന്നത്. ചരിത്രവിധേയമായ വ്യംഗ്യാർഥം രസാനുഭൂതിയായിത്തീരുന്നതിനെക്കുറിച്ചാണ് പറയുന്നത്.

ചരിത്രഘട്ടങ്ങൾക്കനുസരിച്ച് മാറിക്കൊണ്ടിരിക്കുന്ന മനുഷ്യന്റെ ആത്മനിഷ്ഠലോകത്തിലേക്ക് കടക്കുന്ന ഭാഷയുടെ ആത്മനിഷ്ഠമായ അർഥതലത്തിനും ചരിത്രപരമായ മാറ്റം സംഭവിക്കുന്നു. വ്യംഗ്യാർഥബോധം ചരിത്രബദ്ധമാകാതെ വയ്യാ എന്നർഥം. എന്നാൽ മനുഷ്യന്റെ മൗലികവികാരങ്ങളുടെ യാഥാർഥ്യം മാത്രം ചരിത്രത്തോടൊപ്പം മാറുന്നില്ല എന്ന് പറഞ്ഞുകഴിഞ്ഞു. ചരിത്രത്തോടൊപ്പം മാറുന്ന ആത്മനിഷ്ഠമായ അർഥതലം മാറ്റമില്ലാത്ത മൗലികവികാരങ്ങളെ സ്പർശിക്കുമ്പോഴാണ് കാവ്യരസാനുഭൂതിയുണ്ടാകുന്നത്. കവിതയിലെ വാക്കിന്റെ ചരിത്രബദ്ധമായ വ്യംഗ്യാർഥം മൗലികവികാരത്തിന്റെ ആത്മാനുഭൂതി

യായി പരിണമിക്കുമ്പോൾ അത് രസാനുഭൂതിയായിത്തീരുന്നു. *കാവ്യാസ്വാദനം ഒരു ജൈവസാമൂഹികസംബന്ധമാകുന്നു.*

IV

ചരിത്രബദ്ധമായ വ്യംഗ്യാർഥതലം ചരിത്രയാഥാർഥ്യത്തിന്റെ പ്രതിഫലനമായിട്ട് മാത്രമേ രൂപം കൊള്ളുകയുള്ളൂ. ഒരു കാലഘട്ടത്തിന്റെ ചരിത്രപരമായ ഭൗതികയാഥാർഥ്യമാണ് ആ കാലത്തെ മനുഷ്യന്റെ ആത്മനിഷ്ഠലോകമായിത്തീരുന്നത്. അതിനാൽ ഒരു കാലഘട്ടത്തിലെ മനുഷ്യന്റെ ആത്മനിഷ്ഠലോകത്തിലൂടെ അഥവാ വ്യംഗ്യാർഥബോധത്തിലൂടെ മാത്രം രൂപമെടുക്കാൻ കഴിയുന്ന കവിത ആ കാലഘട്ടത്തിന്റെ ഭൗതിക യാഥാർഥ്യത്തിന്റെ ആത്മനിഷ്ഠ പ്രതിഫലനംതന്നെ ആയിരിക്കണം. ഒട്ടും തെറ്റുപറ്റാതെ ഒരു കാലത്തിന്റെ അടിസ്ഥാന ഭൗതികസത്യത്തെ ആത്മനിഷ്ഠമായി സ്പർശിക്കാൻ കഴിയുന്ന ഒരു കവിക്ക് മാത്രമേ തന്റെ കാവ്യത്തിലെ വ്യംഗ്യാർഥത്തെ പൂർണമായും രസമായി പരിണമിപ്പിക്കാൻ കഴിയൂ. ഇത് ബോധപൂർവമായ ഒരു പ്രക്രിയ ആയിരിക്കണമെന്നില്ല. കവിത്വമുണ്ടെങ്കിൽ ബോധപൂർവമാകുന്നതു കൊണ്ട് കാവ്യത്തിന് ഗുണമേറുകയേ ഉള്ളൂ. അതിനാൽ ഒരു കാവ്യത്തിന്റെ വ്യംഗ്യാർഥതലത്തിന് രസമായി പരിണമിക്കുവാനും അങ്ങനെ കാലാതീതമാകുവാനും കഴിയുന്നത് അത് രൂപം കൊള്ളുന്ന കാലത്തോട് അതിനുള്ള അഗാധ ബന്ധം മൂലമാകുന്നു.

ഒരു കാലഘട്ടത്തിന്റെ ഭൗതികയാഥാർഥ്യത്തെ ആത്മനിഷ്ഠമായി ഉൾക്കൊള്ളാൻ കഴിയുന്ന കവി ആ കാലത്തിന്റെ വസ്തുനിഷ്ഠ യാഥാർഥ്യത്തിന്റെ യഥാർഥ പ്രതിനിധിയായിരിക്കും. ആ കവി തന്റെ കവിതയുടെ വാച്യാർഥത്തിലൂടെ തന്റെ കാലത്തിന്റെ ആത്മനിഷ്ഠ യാഥാർഥ്യത്തെയായിരിക്കും വ്യഞ്ജിപ്പിക്കുന്നത്. ആ വ്യംഗ്യാർഥം രസമായി അനുഭവപ്പെടുകയും ചെയ്യും.

ഒരുദാഹരണം. *ചിന്താവിഷ്ടയായ സീത*യിലെ സീതയുടെ ചിന്തകൾ നമ്മുടെ മനസ്സിൽ അവശേഷിപ്പിക്കുന്ന വിഷാദം ഒരു പ്രത്യേക ചരിത്രഘട്ടത്തിലെ സ്ത്രീയുടെ ദുഃഖത്തോടുള്ള അനുതാപവും അതേ സമയം ഏതുകാലത്തേയും മനുഷ്യദുഃഖത്തോടുള്ള സഹാനുഭൂതിയുമാണ്.

രാമായണത്തിലെ സീതയിലൂടെ കവി ചിന്തിക്കുകയാണ് അഥവാ ആധുനിക സ്ത്രീത്വത്തിന്റെ സംഘർഷം സീതയിൽ കവി ആരോപിച്ചിരിക്കുകയാണ്. വാൽമീകിയുടെ സീത ഈവിധം ചിന്തിക്കില്ല. വാൽമീകിയുടെ ആശ്രമത്തിൽ ഏകാകിനിയായിരിക്കുന്ന സീതയിലൂടെ കടന്നുപോകുന്ന ചിന്തകൾ *ചിന്താവിഷ്ടയായ സീത*യിലെ ഇതിവൃത്തമാണ് അഥവാ വാച്യാർഥമാണ് സീതയിൽ ആവേശിച്ചിരിക്കുന്നത്. സ്ത്രീയെ സ്വകാര്യസ്വത്തായി കരുതുന്ന ഒരു വ്യവസ്ഥിതിക്കെതിരായി ഉയർന്നുവന്ന ഒരു കാലഘട്ടത്തിന്റെ അവബോധമാണ്.

ഫ്യൂഡൽ പാരമ്പര്യത്തിൽ സ്ത്രീ എന്നും പുരുഷന്റെ അടിമയായിരുന്നു. ബൂർഷ്വാ സംസ്കാരത്തിന്റെ വളർച്ചയാണ് സ്ത്രീയിൽ ആത്മബോധമുളവാക്കിയത്. സ്ത്രീ പുരുഷന്റെ ഒരുപഭോഗവസ്തുവല്ലെന്നും വ്യക്തിത്വമുള്ള ഒരു മനുഷ്യജീവി ആണെന്നും സ്വയം തിരിച്ചറിഞ്ഞു. പഴയ ബന്ധങ്ങളും പുതിയ ബോധങ്ങളും തമ്മിൽ ഇടഞ്ഞു. ബൂർഷ്വാ നവോത്ഥാനത്തിന്റെ ചൈതന്യപ്രസരം സ്പർശിച്ച ജീവിതങ്ങളെയെല്ലാം ഈ സംഘർഷം അസ്വസ്ഥമാക്കി.

ഇബ്സന്റെ നോറ യൂറോപ്പിലെവിടെയും മാറ്റൊലിക്കൊള്ളുമാറ് വാതിൽ വലിച്ചടച്ചിട്ടിറങ്ങിപ്പോയി. ഇന്ത്യയിലെ സ്ത്രീത്വം സഫലമാകാത്ത മോഹങ്ങളെ ഉള്ളിൽ ഞെരിച്ചമർത്തി, വാതിൽ ഒച്ചയുണ്ടാക്കാതെ അടച്ചിട്ട് ഉള്ളിലേക്കുതന്നെ പോയി. ആശാന്റെ സീതയിൽ ഫ്യൂഡൽ ബന്ധങ്ങളുടെ കുരുക്കിൽപ്പെട്ട് പിടയുന്ന ആധുനിക ഇന്ത്യൻ സ്ത്രീത്വത്തിന്റെ അന്തർമുഖമായ പൊട്ടിക്കരച്ചിലാണ് കേൾക്കുന്നത്. ഇത് ആ കാവ്യത്തിൽ നാം വാച്യമായി അറിയുന്നില്ല. ആത്മനിഷ്ഠമായ അർഥതലത്തിലൂടെ നാം അനുഭവിക്കുകയാണത്. ആ അനുഭവം നമ്മുടെ മൗലികവികാരങ്ങളെ സ്പർശിച്ച് (വേദനിപ്പിക്കുകയും) രസിപ്പിക്കുകയും ചെയ്യുന്നു. താൻ ജീവിച്ച വർത്തമാനകാലത്തിന്റെ യാഥാർഥ്യത്തെ ബോധപൂർവമല്ലാതെതന്നെ ഹൃദയംകൊണ്ട് സ്പർശിച്ചനുഭവിക്കാൻ ആ കവിക്ക് കഴിഞ്ഞതുകൊണ്ടാണ്, ഒരു വർത്തമാനകാലത്തിന്റെ സംഘർഷത്തെ എല്ലാകാലത്തേയും മനുഷ്യവികാരത്തെ സ്പർശിക്കുന്നതാക്കാൻ കഴിഞ്ഞത്.

കലയും കാലവുമായുള്ള ബന്ധമിതാണ്. ഒരു കാവ്യം, അത് രൂപം കൊള്ളുന്ന വർത്തമാനകാലത്തിന്റെ യാഥാർഥ്യവുമായി എത്ര കൃത്യമായും ദൃഢമായും ബന്ധപ്പെടുന്നുവോ അത്രയ്ക്ക് അത് സ്ഥലകാലാതീതമായിരിക്കുകയും ചെയ്യും. ഇതിഹാസങ്ങൾ ശാശ്വതമായിനിൽക്കുന്നത് അവയുടെ വർത്തമാനകാലവുമായി പുലർത്തിയിരുന്ന ഗാഢബന്ധം മൂലമാണ്. വർത്തമാനത്തിന്റെ ഭൗതിക സംഘർഷങ്ങളുടെ യാഥാർഥ്യത്തെ മുഴുവൻ ആത്മനിഷ്ഠമായി പ്രതിഫലിപ്പിച്ചതുകൊണ്ടാണ് അവ സ്ഥലകാലങ്ങളെ അതിക്രമിച്ചുനിൽക്കുന്നത്. *രാമായണവും മഹാഭാരതവും* രണ്ടു രാഷ്ട്രീയ കൃതികളാണല്ലോ. എഴുതപ്പെട്ട കാലത്തിന്റെ സമകാലിക രാഷ്ട്രീയജീവിതവുമായി അവ പുലർത്തുന്ന ആത്മനിഷ്ഠമായ അഗാധബന്ധമാണ് അവയെ ശാശ്വതമാക്കിയിരിക്കുന്നത്.

കാവ്യാനുഭൂതിക്കാസ്പദമായ മനുഷ്യന്റെ വ്യംഗ്യാർഥബോധതലം അവന്റെ ഭൗതിക ചരിത്രത്തോടു ബന്ധപ്പെട്ടുമാത്രമേ നിലനിൽക്കുന്നുള്ളു എന്നതാണ് ഇതിന്റെ പിന്നിലുള്ള നിയമം.

(1974)

കുറിപ്പുകൾ

1. "ഇപ്പോഴുള്ള വേദങ്ങളെ സംബന്ധിച്ച് കാര്യങ്ങൾ ശൂദ്രജാതിക്കാരെ കേൾപ്പിക്കാൻ പാടില്ലല്ലോ. അതിനാൽ ബ്രാഹ്മണർ മുതൽ ശൂദ്രരടക്കം എല്ലാ ജാതി

ക്കാർക്കും പ്രയോജനപ്പെടുമാറ് വേറെ അഞ്ചാമതൊരു വേദം അവിടന്നു സൃഷ്ടിക്കണം" എന്ന് ദേവന്മാർ പറഞ്ഞതനുസരിച്ച് "ധർമാദി പുരുഷാർഥങ്ങളെ സാധിപ്പിക്കുന്നതും ഹൃദ്യത നിമിത്തം ഏതു ജനങ്ങൾക്കും അഭിലഷിക്കത്തക്കതും കീർത്തിയുണ്ടാക്കുന്നതും ഉപദേശങ്ങൾ ഉൾക്കൊള്ളുന്നതും പ്രത്യക്ഷമായി കാണാവുന്നതുകൊണ്ട് വ്യക്തമായി മനസ്സിലാക്കാവുന്നതും ഭാവിലോകത്തിന് എല്ലാ കർമങ്ങളെയും തുടർച്ചയായി കാണിച്ചുകൊടുക്കുന്നതും ഗീതനൃത്തവാദ്യാദികളായ സകല കലാശാസ്ത്രവിഷയങ്ങളും ചേർന്നതും ഇതിവൃത്ത വിശേഷങ്ങളെ അവലംബിക്കുന്നതുമായി നാട്യമെന്ന പേരിൽ അഞ്ചാമതൊരു വേദം താൻ നിർമിക്കുന്നുണ്ട് എന്ന് സങ്കൽപ്പിച്ചതിന് ശേഷം ഭഗവാൻ ബ്രഹ്മാവ് എല്ലാ വേദങ്ങളേയും അനുസരിച്ച് നാലുവേദങ്ങളുടേയും അംഗങ്ങൾ ചേർത്ത് നാട്യവേദം നിർമിച്ചു. "നാട്യശാസ്ത്രം" 1 (7-9)

2. ധ്വന്യാലോകം, 1-116
3. ധ്വന്യാലോകം, 3-89
4. ധ്വന്യാലോകം, 1-1
5. ധ്വന്യാലോകം, 4-100
6. ധ്വന്യാലോകം, 1-4
7. ധ്വന്യാലോകം, 4-107

4

കലയും കാലവും

കലാകാരൻ എന്ന വ്യക്തിയുടെ ബോധതലങ്ങളും അവയെ നിർണയിക്കുന്ന ചരിത്രഘട്ടവും ഒരു ബിന്ദുവിലേക്കു കേന്ദ്രീകരിക്കപ്പെടുന്ന നിമിഷമാണ് കലാസൃഷ്ടിയുടേത്. കലാകാരന്റെ നിലനിൽപ്പിനെ നിർണയിക്കുന്ന ചരിത്രഘട്ടത്തിന്റെ സവിശേഷതകൾതന്നെ കലാകാരന്റെ ആത്മഭാവമായി വിരിയുകയും അതേ ചരിത്രഘട്ടത്തിന്റെ അനന്യമായ ഒരു ഉൽപ്പന്നമായി അതു പരിണമിക്കുകയും ചെയ്യുമ്പോഴാണ് യഥാർഥമായ കല രൂപമെടുക്കുന്നത്. അതിനാൽ ഒരു കലാകാരൻ അയാൾ നിലനിൽക്കുന്ന ചരിത്രഘട്ടത്തോട് നടത്തുന്ന ഏറ്റവും നഗ്നമായ ആത്മപ്രതികരണമാകുന്നു യഥാർഥമായ കല.

കാലവും കലയും

ഒരു കലാസൃഷ്ടിയെ കലാസൃഷ്ടിയാക്കുന്നതുതന്നെ അതു രൂപം കൊള്ളുന്ന കാലത്തോട് അതിനുള്ള ബന്ധമാണ്. ഒരു കലാസൃഷ്ടി അതിന്റെ കാലവുമായി എത്ര ഗാഢമായി ബന്ധപ്പെടുന്നുവോ അത്രത്തോളം അതു മഹത്തായിത്തീരുകയും ചെയ്യും. കലാസൃഷ്ടിയുടെ കാലിക പ്രാധാന്യത്തെക്കുറിച്ചല്ല പറയുന്നത്. കല സാമാന്യവൽക്കൃതമായ ചരിത്രയാഥാർഥ്യങ്ങളുടെ പ്രസ്താവനയാവണമെന്നുമല്ല പറയുന്നത്.

സാമാന്യവൽക്കൃതമായ ആശയങ്ങളുടെ ലോകമല്ല കലയുടേത്. വിശേഷനിഷ്ഠവും മൂർത്തവുമാണ് കല. കലാസൃഷ്ടിയിൽ അന്തർഭവിച്ചിരിക്കുന്ന വൈരുധ്യാത്മകരഹസ്യംതന്നെ കല ഒരേസമയം വിശേഷവും സാമാന്യവും ആകുന്നു എന്നുള്ളതാണ്.

സാമാന്യവും വിശേഷവും

വിശേഷനിഷ്ഠം മാത്രമായ കല കലയല്ല. 'അത്യാധുനിക' കലാസൃഷ്ടികൾ കലയുടെ വൈരുധ്യാത്മകതയിൽനിന്നു തെറ്റിപ്പിരിയുന്നതിവിടെയാണ്. ആത്മനിഷ്ഠതയുടെ പരകോടിയിലേക്കു പോകുന്ന ആ കല വിശേഷനിഷ്ഠം മാത്രമായിത്തീരുന്നു. ഇത് പ്രപഞ്ചത്തിന്റെ തന്നെ വൈരുധ്യാത്മകമായ അസ്തിത്വത്തിന്റെ നിഷേധമാണ്. വിശേഷനിഷ്ഠമായി മാത്രം ഒരു യാഥാർഥ്യവും നിലനിൽക്കുന്നില്ല. അതുകൊണ്ട് അത്തരം സൃഷ്ടികൾക്ക് മനുഷ്യാനുഭൂതിയുടെ സാമാന്യതയിലേക്കുള്ള പ്രവേശനം നിഷേധിക്കപ്പെടുന്നു.

ഇതുപോലെതന്നെയാണ് സാമാന്യവൽക്കരണം മാത്രമുള്ള കലയും. പൊതുപ്രസ്താവനകൾ പോലെ അവ മനുഷ്യവികാരങ്ങളെ ബാധിക്കാതെ കടന്നുപോകുന്നു.

കല ഒരേസമയം വിശേഷനിഷ്ഠവും സാമാന്യവൽക്കൃതവുമാണ് എന്നു പറഞ്ഞതിതുകൊണ്ടാണ്. ഒരു യഥാർഥ കലാസൃഷ്ടി എത്രകണ്ട് വിശേഷനിഷ്ഠമാകുന്നുവോ അത്രയ്ക്ക് അത് സാമാന്യവൽക്കൃതവുമായിരിക്കും. ഒരു കലാസൃഷ്ടിയിലെ വൈകാരികാംശത്തിന്റെ ആഴവും സാന്ദ്രതയും എത്രയ്ക്കുണ്ടോ അത്രയ്ക്ക് ആ കലാസൃഷ്ടി സ്ഥലകാലാതീതമായി മനുഷ്യരാശിയെ സ്വാധീനിക്കുന്നതായിത്തീരും.

കല എന്ന പ്രതിഭാസത്തിന്റെ ആന്തരമായ ഈ വൈരുധ്യാത്മകതയെ നിർണയിക്കുന്നത് ബാഹ്യമായ മറ്റൊരു വൈരുധ്യാത്മക ബന്ധമാണ്. അതിനെക്കുറിച്ചാണ് പറഞ്ഞുവന്നത്. കലയ്ക്ക് അത് രൂപം കൊള്ളുന്ന വർത്തമാനകാലത്തോടുള്ള ബന്ധം.

വർത്തമാനകല

കാലത്തിന്റെ വിസ്തൃതിയിൽ ഓരോ വർത്തമാനവും ഒരു വിശേഷമാണ്. ഒരു കലാസൃഷ്ടി അതിന്റെ വർത്തമാന സ്ഥലകാലങ്ങളുമായി എത്രകണ്ട് ബന്ധപ്പെടുന്നുവോ അത്രയ്ക്ക് അത് സ്ഥലകാലാതീതമായിത്തീരുകയും ചെയ്യും. വിശേഷവുമായുള്ള ബന്ധം ഗാഢമായിത്തീരുന്തോറും സാമാന്യത്തിലേക്ക് അത് കൂടുതൽ വ്യാപിക്കുന്നു. ഇതിഹാസങ്ങൾ ശാശ്വതമായി നിൽക്കുന്നത് അവ അവയുടെ വർത്തമാനകാലവുമായി പുലർത്തിയിരുന്ന ഗാഢബന്ധം മൂലമാണ്. വർത്തമാനത്തിന്റെ നന്മകളെയും തിന്മകളെയും പൂർണമായി പ്രതിഫലിപ്പിച്ചതുകൊണ്ടാണ് അവ മഹത്തായിത്തീരുന്നത്. *രാമായണവും മഹാഭാരതവും* രണ്ടു രാഷ്ട്രീയ കൃതികളാണ്. എഴുതപ്പെട്ട കാലത്തിന്റെ രാഷ്ട്രീയ ജീവിതവുമായി അവ പുലർത്തുന്ന അത്യഗാധമായ ബന്ധമാണ് അവയെ ശാശ്വതമാക്കിയിരിക്കുന്നത്. വർത്തമാന സ്ഥലകാലങ്ങളോടുള്ള സങ്കീർണവും ആഴമേറിയതുമായ ബന്ധമാണ് ഒരു കലാസൃഷ്ടിയെ സാർവകാലികവും സാർവലൗകികവും ആക്കിമാറ്റുന്നതെന്നർഥം.

കലാസൃഷ്ടിയുടെ ആന്തരമായ വൈരുധ്യാത്മക അസ്തിത്വത്തിന്റെ ബാഹ്യരൂപം മാത്രമാണിത്. ഒരു കലാസൃഷ്ടി എത്രകണ്ടു വിശേഷനിഷ്ഠമായിരിക്കുന്നുവോ അത്രകണ്ട് സാമാന്യവൽക്കൃതവുമായിരിക്കും എന്നു പറയുന്നതിന്റെ മറ്റൊരു രൂപമാണ് ഒരു കലാസൃഷ്ടി എത്രകണ്ട് അതിന്റെ വർത്തമാനവുമായി ബന്ധപ്പെട്ടിരിക്കുന്നുവോ അത്രകണ്ട് അത് സ്ഥലകാലാതീതവുമായിരിക്കും എന്നു പറയുന്നത്.

ഉപരിപ്ലവമാകരുത്

കലാസൃഷ്ടിയുടെ ആന്തരികവൈരുധ്യത്തിലെന്നപോലെ ഈ ബാഹ്യവൈരുധ്യത്തിലുമുണ്ട് പ്രശ്നം. വിശേഷനിഷ്ഠം മാത്രമായ കല കലയാകാത്തതുപോലെ സാമാന്യനിഷ്ഠം മാത്രമായ കലയും കലയാവുകയില്ല. വർത്തമാനചരിത്രത്തിന്റെ ഉപരിപ്ലവതയോടുമാത്രം ബന്ധപ്പെടുന്ന കല നിലനിൽക്കുകയില്ല. രാഷ്ട്രീയ സാമൂഹിക വിഷയങ്ങൾ കൈകാര്യം ചെയ്യുന്ന സൃഷ്ടികളെല്ലാം യഥാർഥമായ കലയാകാത്തതിന്റെ കാരണമിതാണ്.

കാലവും കലയും തമ്മിലുള്ള ബന്ധത്തിന്റെ വൈരുധ്യാത്മകതയെക്കുറിച്ചാണല്ലോ പറഞ്ഞത്. ഇനി കലാകാരനും കാലവുമായുള്ള വൈരുധ്യാത്മക ബന്ധം എന്തെന്ന പ്രശ്നം വരുന്നു.

കാലവും കലാകാരനും

ഒരുവൻ നിലനിൽക്കുന്ന കാലത്തിന്റെ സവിശേഷതകൾ അവന്റെ ആത്മസ്പന്ദനങ്ങളായി ഉതിരണമെങ്കിൽ അവന്റെ ബാഹ്യാഭ്യന്തരജീവിതത്തിന്റെ സമസ്തചലനങ്ങളും അവന്റെ ചരിത്രഘട്ടത്തോട് സമകാലീനമായിരിക്കണം. സ്വന്തം ഭൗതികചരിത്രത്തിന്റെ വികാസത്തോട് മാനസികമായി സമകാലീനനായിരിക്കുക വളരെ ശ്രമകരമാണ്. ചരിത്രവികാസത്തിൽത്തന്നെ അന്തർഭവിച്ചിരിക്കുന്ന ഒരു വൈരുധ്യമാണിത്. സാമ്പത്തിക അടിത്തറകൾ മാറിക്കഴിഞ്ഞാലും സംസ്കാരത്തിന്റെ ഉപരിഘടനകൾ മാറാതെ നിൽക്കുന്നു. മാറിവരുന്ന ഭൗതികചരിത്രത്തോടു മാനസികമായി സമകാലീനനായിരിക്കാനുള്ള മനുഷ്യന്റെ ശക്തിക്കുറവാണിതിനു കാരണം.

സ്വന്തം ചരിത്രഘട്ടത്തെ സ്വന്തം അനുഭൂതിയിലൂടെ പുനഃസൃഷ്ടിക്കാൻ നിർബന്ധിതനായ കലാകാരന്റെ ശക്തി പരീക്ഷിക്കപ്പെടുന്നതിവിടെയാണ്. കലാകാരന്റെ വിജയവും പരാജയവും ഈ പരീക്ഷണത്തിൽ നിർണയിക്കപ്പെടുന്നു.

ഇന്നലെയിൽ ജീവിക്കുന്നവർ

ഭൗതികചരിത്രം പിൻതള്ളിക്കഴിഞ്ഞ ഒരു കാലഘട്ടത്തിന്റെ സംസ്കാരവാസനകളായിരിക്കും ഓരോ ചരിത്രഘട്ടത്തിലും വിട്ടുപോകാൻ കൂട്ടാക്കാതെ നിൽക്കുന്നത്. ചരിത്രത്തിന്റെ ഈ പ്രച്ഛന്നഗതി

വൈകാരികമായി തിരിച്ചറിയാൻ കഴിയാത്ത കലാകാരന്റെ നിലനിൽപ്പ് അപ്രസക്തമായിത്തീരുന്നു. സ്വന്തം കാലത്തിന്റെ യാഥാർഥ്യത്തെ വൈകാരികമായി ഉൾക്കൊള്ളാൻ കഴിയാത്തവൻ എന്ന നിലയിൽ അയാൾ ഒരു കലാകാരൻ തന്നെ ആകുന്നില്ല. സ്വന്തം കാലമെന്ന് അയാൾ തെറ്റിദ്ധരിക്കുന്നത് കഴിഞ്ഞുപോയ ഒരു കാലത്തെ ആയിരിക്കും. ഇത് ബോധപൂർവമായിരിക്കണമെന്നില്ല. താൻ നിലനിൽക്കുന്ന കാലത്തിന്റെ സവിശേഷതകളെ തന്റെ ആന്തരഭാവങ്ങളായി പരിണമിപ്പിക്കാൻ കഴിയുന്ന കലാകാരൻതന്നെ അത് ബോധപൂർവം ചെയ്യുന്നതാവില്ല. കഴിഞ്ഞുപോയ കാലം ജന്മം നൽകിയ അനുഭൂതികളും തികട്ടി, മാറിവന്ന കാലത്തു ജീവിക്കുന്ന കലാകാരനും അതിനെക്കുറിച്ചു ബോധവാനായിരിക്കില്ല.

ചരിത്രത്തിന്റെ പ്രച്ഛന്നഗതിയാൽ വഞ്ചിക്കപ്പെടാൻമാത്രം പോന്ന ഒരു ദുർബലന് ഒരിക്കലും യഥാർഥ കലാകാരനാവാൻ കഴിയില്ല. അങ്ങനെയുള്ളവർ പടച്ചുകൂട്ടുന്നവയെല്ലാം കാലത്തിന്റെ ഒഴുക്കിൽ അതിവേഗം ഒഴുകിപ്പോകുന്നു. വൃക്ഷത്തിന്റെ വേരുകൾ നിശ്ശേഷം ദ്രവിച്ചുകഴിഞ്ഞെങ്കിലും വിരിയാതെ ശേഷിച്ച പഴയ പൂക്കൾ വെയിലേറ്റു വിരിയുന്നതുപോലെയാണവ. വാടിയ പൂക്കളായി അവ വിരിഞ്ഞു കൊഴിയുന്നു (ഇക്കാലത്തും കാൽപ്പനികവിഷാദത്തിന്റെ നേർത്ത ഇരുട്ടിൽ സുഖം കണ്ടെത്തുന്ന നമ്മുടെ പാവപ്പെട്ട കവികളുടെ വിധി ഇതാണ്.)

ശക്തിപരീക്ഷ

ചരിത്രത്തിന്റെ പ്രച്ഛന്നരൂപത്തെ അനാവരണം ചെയ്ത് തന്റെ കാലത്തിന്റെ യാഥാർഥ്യത്തെ ഹൃദയംകൊണ്ടു സ്പർശിക്കാൻ കഴിയുന്നവനുമാത്രമേ കലാകാരനാകാൻ കഴിയൂ. തത്വചിന്തകനാവുക വളരെ എളുപ്പമാണ്. ഒരുവന് അയാൾ ജീവിക്കുന്ന കാലത്തിന്റെ യാഥാർഥ്യം സ്വന്തം വികാരങ്ങളായി സ്പന്ദിക്കണമെങ്കിൽ അയാൾ മാനസികമായിത്തന്നെ ചരിത്രത്തോടൊപ്പം മുന്നേറണം. ഇതും ഒരു പരീക്ഷണമാണ്. ബുദ്ധിപരമായി മുന്നേറിയവൻ പ്രസംഗകനോ തത്വചിന്തകനോ ആകാം; കലാകാരനാവില്ല. ബുദ്ധിപരമായി മാത്രം ചരിത്രത്തെ അറിയുന്നവരുടെ കലാസൃഷ്ടികൾ കലാനാട്യമായി അധഃപതിക്കും. അവർ ബുദ്ധിയിലുള്ള ബോധത്തിനനുസരിച്ച് വികാരം നടിക്കുകയാണ്. അവരുടെ സൃഷ്ടികൾ വാടിയ പൂക്കളെക്കാൾ കഷ്ടമാണ്. അവ പൂക്കളേ അല്ല. കടലാസുപൂക്കളാണ്.

മനസ്സുനിറയെ ഫ്യൂഡലിസത്തിന്റെ മാറുമറയ്ക്കാത്ത സൗന്ദര്യങ്ങളോടുള്ള അടങ്ങാത്ത മോഹവുമായി ദേശീയപ്രസ്ഥാനത്തിനുവേണ്ടി വീരഗാഥകൾ പാടിയവർ; ഇടത്തരക്കാരന്റെ അൽപ്പത്തങ്ങളിൽ കുരുങ്ങിക്കിടന്നുകൊണ്ട് മാനവരാശിയോടുള്ള സ്നേഹത്തെക്കുറിച്ച് 'ഉദാത്ത' കവിതകളെഴുതിയവർ; പാവപ്പെട്ടവന്റെ വിശപ്പ് കൈമുതലാക്കി പടപ്പാട്ടുകളെഴുതി പ്രസിദ്ധരും പണക്കാരുമായിത്തീർന്ന പുരോഗമനക്കാർ– ഇവരെല്ലാം ഇല്ലാത്ത വികാരം ഉണ്ടെന്നു നടിച്ചവരാണ്.

അനന്യത, മൗലികത

യഥാർഥ കലാകാരൻ ഈ രണ്ടു പരീക്ഷണങ്ങളും അനായാസമായി തരണം ചെയ്തവനായിരിക്കും. ഇതിനു കാരണം കല എന്ന പ്രതിഭാസത്തിന്റെതന്നെ അനന്യവും മൗലികവുമായ ഒരു സവിശേഷതയാണ്. കലയുടെ ലോകം മനുഷ്യവികാരങ്ങളുടെ ലോകമാണ്. യഥാർഥ കലാകാരന് ആവിഷ്കരിക്കേണ്ടത് തന്റെ ഉള്ളിൽ സംഘർഷം സൃഷ്ടിക്കുന്ന ഭാവങ്ങളെയാണ്. അത് അവന്റെ സത്തയിൽനിന്നുതന്നെ സഹജമായി ഒരു ജൈവ പ്രതികരണംപോലെ ഉയർന്നുവരേണ്ടതുമാണ്. കലാസൃഷ്ടിയുടെ ഈ അനിവാര്യഘടകങ്ങൾ ഒന്നുംതന്നെ മന:പൂർവം സൃഷ്ടിക്കാൻ കഴിയുന്നതല്ല എന്നതാണ് കല എന്ന പ്രതിഭാസത്തെ മൗലികവും അനന്യവുമാക്കുന്നത്.

ഒരു കലാകാരന് അവന്റെ ആന്തരലോകത്തിലുള്ളതെന്തോ അതുമാത്രമേ ആവിഷ്കരിക്കാൻ കഴിയൂ. അതിനാൽ കലാസൃഷ്ടി ചെയ്യുന്നവൻ എന്ന നിലയിൽ ഒരു കലാകാരൻ ഏറ്റവും വലിയ കടമ തന്നോടുതന്നെ ആത്മാർഥതയുള്ളവനായിരിക്കുക എന്നുള്ളതാണ്. താൻ ആവിഷ്കരിക്കുന്ന ഭാവം തന്റെ ആന്തരലോകത്തിൽ ഉയിർകൊണ്ട യാഥാർഥ്യംതന്നെയാണോ അതോ വെളിയിൽനിന്ന് അടിച്ചേൽപ്പിക്കപ്പെട്ടതാണോ എന്നതാണ് പ്രശ്നം. ആവിഷ്കരിക്കുന്ന ഭാവം കലാകാരന്റെ ആന്തരലോകത്തിൽ സ്വയം രൂപപ്പെട്ട ഒരു അനിവാര്യതയായിരിക്കുമ്പോൾ മാത്രമേ കലാസൃഷ്ടി വിജയിക്കുന്നുള്ളൂ. തന്നോടുതന്നെ കലാകാരൻ പൂർണമായും സത്യസന്ധനായിരിക്കുമ്പോൾ മാത്രമേ ഒരു യഥാർഥ കലാസൃഷ്ടിക്ക് ജന്മമെടുക്കാൻ കഴിയൂ എന്നർഥം.

ആത്മാർഥത

ജീവിതത്തിന്റെ മറ്റേതൊരു മേഖലയിലും ഒരുവന് ആത്മാർഥതയില്ലാത്തവനായിരിക്കാനുള്ള സ്വാതന്ത്ര്യമുണ്ട്. ഒരു ലേഖനമെഴുതുന്ന ആളിന് അയാൾ പറയുന്ന കാര്യങ്ങളോടു വൈകാരികമായ പൊരുത്തം വേണമെന്നില്ല. ബുദ്ധിപരമായ മറ്റേതു വ്യാപാരത്തിനും ഇങ്ങനെ ഒരു ദ്വന്ദ്വഭാവം സാധ്യമാണ്; ജീവിതവും ചിന്തയും തമ്മിലുള്ള അന്തരം, അതായത് സിദ്ധാന്തവും പ്രയോഗവും തമ്മിലുള്ള അന്തരം സാധ്യമാണ്. ലേഖകനോ പ്രസംഗകനോ ശാസ്ത്രജ്ഞനോ മന്ത്രിക്കോ ഈ വൈരുധ്യം ഒരപകടമല്ല. പലപ്പോഴും അനുഗ്രഹമാണുതാനും! ഇവിടെയാണ് കലാസൃഷ്ടി ചെയ്യുന്നവന്റെ ഒഴിഞ്ഞുമാറാൻ വയ്യാത്തവണ്ണം അനിവാര്യവും ഭീമവുമായ കടമയുടെ കാഠിന്യം വ്യക്തമാകുന്നത്. യഥാർഥ കലാകാരൻ പ്രയോഗത്തിൽനിന്നു തെറ്റിപ്പിരിഞ്ഞ സൈദ്ധാന്തികനല്ല. അയാൾ ബുദ്ധിപരമായി പ്രവർത്തിക്കുകയും വൈകാരികമായി അതിനെതിരായിരിക്കുകയും ചെയ്യുന്നവനല്ല. കലാകാരൻ പ്രസംഗകനോ മന്ത്രിയോ ശാസ്ത്രജ്ഞനോ അല്ല. ജീവിതവും ചിന്തയും തമ്മിൽ അഥവാ പ്രയോഗവും സിദ്ധാന്തവും തമ്മിലുള്ള വൈരുധ്യം എപ്പോൾ

കലയിൽ പ്രത്യക്ഷപ്പെടുന്നുവോ അപ്പോൾ കല കലയല്ലാതാവുന്നു. കലയെ കലയാക്കുന്ന ആത്മാർഥത എന്ന ഘടകം നഷ്ടപ്പെടുന്നു.

സത്യസന്ധത

മനുഷ്യന്റെ മറ്റേതൊരു വ്യാപാരത്തിൽനിന്നും കലാസൃഷ്ടി കർമത്തെ അതിക്രൂരമായ ഒരു പരീക്ഷണമാക്കി മാറ്റിനിർത്തുന്നത്, ഒളിച്ചുപിടിക്കാൻ വയ്യാത്തവിധം അത് കലാകാരന്റെ ആന്തരയാഥാർഥ്യത്തിന്റെ നഗ്നപ്രകടനമാകുന്നു എന്ന വസ്തുതയത്രേ. കലയെ കലയാക്കുന്ന തന്നോടുതന്നെയുള്ള കലാകാരന്റെ സത്യസന്ധത യാഥാർഥത്തിൽ അയാളുടെ കാലത്തോടുതന്നെയുള്ള സത്യസന്ധതയായിത്തീരുമ്പോഴാണ് ഒരു കലാസൃഷ്ടി മഹത്താകുന്നത്. ഒരു കലാകാരൻ അയാൾ നിലനിൽക്കുന്ന ചരിത്രഘട്ടത്തോടു നടത്തുന്ന ഏറ്റവും നഗ്നമായ ആത്മ പ്രതികരണമാണ് യഥാർഥമായ കല എന്നു പറയാനുള്ള കാരണമിതാണ്.

ലോകത്തിന്നുവരെ ഉണ്ടായിട്ടുള്ള മഹാന്മാരായ എല്ലാ കലാകാരന്മാരും ഇതിനു തെളിവാണ്. വാൽമീകിയും സോഫാക്ലീസും ഷേക്സ്പിയറും ലിയനാർഡോ ഡാവിഞ്ചിയും ടോൾസ്റ്റോയിയും എല്ലാം.

ദൃഷ്ടാന്തങ്ങൾ

ഏകഭാര്യാത്വം വഴി പുരുഷന്റെ സ്വകാര്യസ്വത്തായികഴിഞ്ഞ സ്ത്രീയുടെ കഥയിലൂടെ ഇന്ത്യയുടെ ഒരു ചരിത്രഘട്ടത്തിന്റെ നൈതികവും വൈകാരികവുമായ സംഘർഷങ്ങൾ മുഴുവൻ *രാമായണ*ത്തിന്റെ ആഴത്തിൽ വാൽമീകിയുടെ വികാരമായി സ്പന്ദിക്കുന്നതുകൊണ്ടാണ് അത് മഹത്തായ ഇതിഹാസമായിരിക്കുന്നത്.

മനുഷ്യനും മനുഷ്യനും തമ്മിലുള്ള വൈരുധ്യത്തെക്കാൾ മനുഷ്യനും പ്രകൃതിയും തമ്മിലുള്ള വൈരുധ്യം നിലനിന്നിരുന്ന അടിമത്ത വ്യവസ്ഥിതിയുടെ കാലത്തെ ഉപരിവർഗത്തിന്റെ പ്രതിനിധിയാണ് സോഫാക്ലീസ്. പ്രകൃതിയുടെയും സമൂഹത്തിന്റെയും നിർണായക രഹസ്യങ്ങൾ അജ്ഞാതമായിരുന്ന ഒരു ചരിത്രഘട്ടത്തിന്റെ ബാഹ്യസംഘർഷങ്ങൾ സ്വാനുഭവമാക്കി മാറ്റാൻ കഴിഞ്ഞതുകൊണ്ടാണ് സോഫാക്ലീസിന്റെ കല സ്ഥലകാലങ്ങളെ അതിജീവിച്ചത്.

തകർന്നുകൊണ്ടിരിക്കുന്ന നാടുവാഴിത്തത്തിന്റെ അന്തഃശൈഥില്യങ്ങളും ഫ്യൂഡലിസത്തിന്റെ മാറാൻ കൂട്ടാക്കാത്ത നിയതഭാവങ്ങളിലേക്ക് അനുക്ഷണപരിണാമിയായ പുതിയ വ്യവസ്ഥിതിയുടെ ഭാവങ്ങൾ ഇരമ്പിക്കയറുന്നതിന്റെ ദാരുണമായ മുറിവുകളിൽ ഒലിക്കുന്ന രക്തത്തിന്റെ അസഹ്യമായ രോദനവും ഷേക്സ്പിയർ സ്വന്തം ഹൃദയംകൊണ്ടറിഞ്ഞു.

തകർന്ന ഫ്യൂഡലിസത്തിന്റെ ചാമ്പലിൽനിന്ന് ഉയിർത്തെഴുന്നേറ്റ് ഈ ഭൂഗോളത്തെ മുഴുവൻ കൈപ്പിടിയിലൊതുക്കിയ മഹാശക്തനായ ബൂർഷ്വാസിയുടെ അപാരമായ ആത്മശക്തിയുടെ പ്രകടനമാണ് ലിയനാർഡോ ഡാവിഞ്ചിയുടെ കല.

തകർന്നുകൊണ്ടിരിക്കുന്ന ബൂർഷ്വാസിയുടെ പ്രാണവേദനകളും വാതിലിൽ മുട്ടിവിളിക്കുന്ന പുതിയ ശക്തിയെക്കുറിച്ചുള്ള ഉപബോധഭീതികളും അവ്യക്തപ്രതീക്ഷകളും നിറഞ്ഞ ഒരു വിപ്ലവപൂർവകാലത്തിന്റെ നിശ്ശബ്ദമായ വിഭ്രാന്തികൾ മുഴുവൻ സ്വന്തം സിരാസ്പന്ദങ്ങളാക്കി മാറ്റാൻ ടോൾസ്റ്റോയിക്കു കഴിഞ്ഞു.

ഇങ്ങനെ ഉദാഹരണങ്ങൾ എത്രവേണമെങ്കിലുമുണ്ട്. കലാകാരന്റെ ബോധതലങ്ങളിൽ അവന്റെ നിലനിൽപ്പിനെ നിർണയിക്കുന്ന ചരിത്രഘട്ടത്തിൽ സവിശേഷതകൾ ഗുണപരമായ പരിണാമം കൈവരിക്കുന്നതിന്റെ ഉദാഹരണങ്ങളാണിവ.

5

അനുഭൂതികളുടെ ചരിത്രപരത

ഒരു സാഹിത്യകാരന്റെ ബോധത്തെ നിർണയിക്കുന്ന അയാളുടെ സാമൂഹികാസ്തിത്വത്തെ ഒരു മനുഷ്യനെന്ന നിലയിൽ അയാൾക്ക് വലിച്ചെറിയാൻ കഴിയില്ല. ഒരുവന്റെ ബോധത്തെ രൂപപ്പെടുത്തുന്നത് അവൻ ജീവിക്കുന്ന സമൂഹവും ആ സമൂഹത്തിൽനിന്നുയർന്നുവരുന്ന ആശയങ്ങളുമാണ്. കുറെക്കൂടി കൃത്യമായി പറഞ്ഞാൽ, ഒരുവന്റെ ബോധം അവന്റെ പ്രായോഗികജീവിതംകൊണ്ട് അവൻ ഏതു വർഗത്തിൽ ഉൾപ്പെടുന്നുവോ ആ വർഗത്തിന്റെ ആശയമേഖലയുടെ ഒരു നിശ്ചിത ഖണ്ഡമായിരിക്കും. അതിനാൽ മനുഷ്യബോധം വർഗസമൂഹത്തിൽ വർഗസ്വഭാവത്തോടുകൂടി മാത്രമേ നിലനിൽക്കുന്നുള്ളു. ബോധത്തിന് വർഗസ്വഭാവമുണ്ടാവാനുള്ള കാരണം, വളരെ ലളിതമായി പറഞ്ഞാൽ, ആ ബോധം വർഗങ്ങളായി തിരിഞ്ഞ മനുഷ്യന്റെ ബോധമാകുന്നു എന്നുള്ളതാണ്. അതുകൊണ്ടുതന്നെ കലയും സാഹിത്യവുമടക്കമുള്ള മനുഷ്യബോധത്തിന്റെ ഏതൊരുൽപ്പന്നത്തിനും അതിന്റെ വർഗപരമായ നിലനിൽപ്പിൽനിന്നും തികച്ചും മുക്തമായി നിലനിൽക്കുക സാധ്യമല്ല.

സാഹിത്യവും കലയും മനുഷ്യന്റെ ശാശ്വതവും കേവലവുമായ വികാരങ്ങളുടെ ആവിഷ്കാരമാകയാൽ അതിന് വർഗസ്വഭാവം കൽപ്പിക്കുന്നത് രാഷ്ട്രീയക്കാരന്റെ വങ്കത്തമാണ് എന്നൊരു വാദമുണ്ട്.

ഇങ്ങനെ വാദിക്കുന്നവർ മനുഷ്യന്റെ ചരിത്രപരമായ വളർച്ചയെയും പരിണാമത്തെയും മുഴുവൻ പരോക്ഷമായി നിഷേധിക്കുന്നവരാണ്. മനുഷ്യൻ, ഭൂമിയിൽ എന്നും ഇന്നുകാണുന്നപോലെയായിരുന്നു എന്നും, ഇനിയും അങ്ങനെതന്നെ ആയിരിക്കുമെന്നും, അവർ അറിയാതെ വിശ്വസിക്കുന്നുണ്ടാവണം.

ദൈവം ഭൂമിയെയും അതിൽ മനുഷ്യനെയും അവനുവേണ്ടി വൃക്ഷ മൃഗാദികളെയും സൃഷ്ടിച്ചുവച്ചു എന്നും, അന്നുമുതൽ ഭൂമിയിൽ എല്ലാം മാറ്റമില്ലാതെ ആവർത്തിക്കുകയാണെന്നും വിശ്വസിക്കുന്നവർ കലയിലെ ശാശ്വതവികാരാവിഷ്കാരവാദികളായിക്കൊള്ളട്ടെ. പ്രകൃതി പണിതീർന്ന ഒരു വസ്തുവല്ലെന്നും, ആവിർഭവിക്കുകയും കടന്നുപോവുകയും ചെയ്യുന്നതിലൂടെ, അവിരാമമായ പ്രവാഹത്തിലും ചലനത്തിലും മാറ്റത്തിലുമാണെന്നുമറിയുന്നവർക്ക് ശാശ്വതവും കേവലവുമായ ഒന്നിനെയും അംഗീകരിക്കുക വയ്യ. കലയിലെ ശാശ്വതവികാരവാദികളുടെ നിത്യവും കേവലവുമായ മനുഷ്യവികാരസങ്കൽപ്പം മനുഷ്യനെ അമൂർത്തമായി വിഭാവനം ചെയ്യുകയും ആ ഭാവനാസൃഷ്ടിയെ വികാരം കൊള്ളിക്കുകയും ചെയ്യുന്നതിന്റെ ഫലമാണ്.

സ്വന്തം ചരിത്രത്തിന്റെ സ്രഷ്ടാവും സൃഷ്ടിയുടെ ഫലവുമായി, അതിനാൽ സ്വയം സ്രഷ്ടാവും സൃഷ്ടിയുമായി, സ്വയം സ്വന്തം ചരിത്രത്തിന്റെ വാഹകമായി, ജീവിക്കുകയും പ്രവർത്തിക്കുകയും ചെയ്യുന്നതിലൂടെ നിലനിൽപ്പിന്റെയും നിഷേധത്തിന്റെയും മൂർത്തപ്രക്രിയകളിലൂടെ നിരന്തരം മാറിക്കൊണ്ടിരിക്കുന്ന സക്രിയമായ പ്രകൃതിയാണ് മനുഷ്യൻ. അതിനാൽ മനുഷ്യന്റെ യാഥാർഥ്യം ചരിത്രപരമായ, ചലനാത്മകമായ, അവന്റെ അസ്തിത്വത്തിൽനിന്നു ഭിന്നമാവുക വയ്യാ. അയഥാർഥമായ അമൂർത്തമനുഷ്യനെ വിഭാവനം ചെയ്യുന്ന മനുഷ്യന്റെ ഭാവനയിലല്ലാതെ ശാശ്വതവും കേവലവുമായ ഒരു മാനുഷികഗുണവും നിലനിൽക്കുന്നില്ല. മനുഷ്യന്റെ യാഥാർഥ്യം അവന്റെ ചരിത്രഗതിക്രമം കടന്നുപോകുന്ന വർത്തമാനത്തിന്റെ ഓരോ ബിന്ദുവിലും സാക്ഷാൽക്കരിക്കപ്പെടുകയും നിഷേധിക്കപ്പെടുകയും ചെയ്യുന്ന മനുഷ്യത്വത്തിന്റെ വികാസമാണ്. അല്ലാതെ മനുഷ്യനിൽ നിത്യവും നിശ്ചലവുമായി ഒന്നുംതന്നെയില്ല.

മനുഷ്യന്റെ ബാഹ്യചരിത്രത്തോടൊപ്പം വികസിക്കുന്നതാണ് അവന്റെ ആന്തരിക ചരിത്രവും. ഉൽപ്പാദന സമ്പ്രദായങ്ങളുടെ വികസനത്തെയും പടയോട്ടങ്ങളെയും വെട്ടിപ്പിടുത്തങ്ങളെയും വിപ്ലവങ്ങളെയുമെല്ലാം മനുഷ്യചരിത്രത്തിന്റെ വികസ്വരശീലമായി അംഗീകരിക്കുന്നവർ കൂടിമറന്നുപോകുന്ന ഒരു കാര്യമാണിത്.

'ലോകചരിത്രം ഒരു ഭൗതികചലനമാണെന്നു സമ്മതിച്ചു, അത് മുന്നോട്ടുപൊയ്ക്കൊള്ളട്ടെ' എന്ന രീതിയിൽ, "ചരിത്രവികാസത്തെ തള്ളിപ്പറയാൻ വഴികാണാതെ ലോകത്തിന്റെ ചരിത്രപരതയെ അംഗീകരിക്കുന്നവരും; ഒരു പടികൂടി കടന്ന് ഉൽപ്പാദനത്തിന്റെ സാമൂഹികസ്വഭാവത്തിനു വിരുദ്ധമായ ഉൽപ്പാദനോപകരണങ്ങളുടെ സ്വകാര്യസ്വഭാവത്തെ ഏതുവിധേനയും– വർഗസഹകരണത്തിലൂടെ ആയാലും–ഇല്ലാതാക്കി ലോകത്തെ സമത്വസുന്ദരമാക്കണം എന്നു വാദിക്കുന്ന ചരിത്രജ്ഞാനികളും ഒരുപോലെ ചരിത്രത്തെ ഒരു ബാഹ്യഭൗതികചലനം മാത്ര

മായി കാണുന്നവരാണ്. ചരിത്രം മനുഷ്യനിരപേക്ഷമായ ഒരു ബാഹ്യ സംഭവം മാത്രമാണവർക്ക്. ഈ ചരിത്രസങ്കൽപ്പവും ചെന്നുനിൽക്കുന്നത് കാലാതീതമായ മനുഷ്യസങ്കൽപ്പത്തിലാണ്. "ചരിത്രം ഭൗതികശക്തി കളുടെ സംഘട്ടനങ്ങളിലൂടെ മുന്നോട്ടുപൊയ്ക്കൊള്ളട്ടെ, അതു സാഹ ചര്യങ്ങളെ കൂടുതൽ സമൃദ്ധമാക്കിക്കൊള്ളട്ടെ, മനുഷ്യർക്കു കൂടുതൽ ഭക്ഷണവും വേണ്ടുവോളം സുഖസാമഗ്രികളും ഉണ്ടായിക്കൊള്ളട്ടെ", എന്നതാണവരുടെ സങ്കൽപ്പം. എന്നാൽ തിന്നുകയും സുഖിക്കുകയും ചെയ്യുന്ന മനുഷ്യൻ ഈ സങ്കൽപ്പത്തിനു പുറത്താണ്.

ജന്മവാസനകളുടെയും അവയിൽനിന്നുണ്ടാകുന്ന ജീവിതാവശ്യങ്ങ ളുടെയും ഉടമയായി മാത്രം മനുഷ്യനെ അങ്ങനെതന്നെ മാറ്റി നിറുത്തുന്ന ഒരു ചരിത്രസങ്കൽപ്പമാണത്. ഇങ്ങനെ മാറ്റിനിറുത്തപ്പെടുന്ന മനുഷ്യൻ അമൂർത്തമായ ഒരു സങ്കൽപ്പമാകാതെ വയ്യ.

ഇങ്ങനെയൊരു സങ്കൽപ്പം ലോകചരിത്രത്തെ മനുഷ്യന്റെ ചരിത്ര മായി കാണുന്നില്ല. ചരിത്രത്തിന്റെ വികാസത്തെ മനുഷ്യന്റെ വികാസമായും കാണുന്നില്ല.

മനുഷ്യൻ ജന്മസഹജമായ വാസനകൾ മാത്രം വച്ചുപുലർത്തു കയും ആ വാസനകളെ സംതൃപ്തമാക്കാൻവേണ്ടി ആവുന്നത്ര ഭൗതി കവസ്തുക്കൾ സൃഷ്ടിക്കുകയും പങ്കിടുകയും ചെയ്യുന്ന ഒരു ജീവിവർഗ മല്ല. മനുഷ്യചരിത്രത്തിന്റെ പുരോഗതി അവന്റെ പ്രാകൃതവാസനകളെ സംതൃപ്തമാക്കാൻവേണ്ടി അവൻ എന്തെല്ലാം ഭൗതികവസ്തുക്കൾക്കു രൂപം നൽകി എന്നുള്ളതല്ല; അവയുടെ ഉൽപ്പാദനവും വിതരണവും ന്യായയുക്തമാക്കാൻവേണ്ടി എന്തെല്ലാം ചെയ്തു എന്നുള്ളതുമല്ല.

യഥാർഥ മനുഷ്യൻ അവന്റെ ചരിത്രത്തോടൊപ്പം വികസിക്കുന്നു. ലോകത്തിന്റെ ചരിത്രം മനുഷ്യന്റെ ചരിത്രമാണ്. സമൂഹജീവിത ത്തിലൂടെ മൃഗഭിന്നമായ ഒരു സത്തയുടെ ഉടമയായിത്തീർന്ന മനുഷ്യൻ പ്രകൃതിയിലൂടെ സാക്ഷാൽക്കരിക്കുന്ന അവന്റെ മനുഷ്യത്വത്തിന്റെ ചരി ത്രമാണത്. ബാഹ്യലോകത്തിൽ മനുഷ്യൻ സൃഷ്ടിക്കുന്ന ഓരോ വസ്തുവും ആ ലോകത്തെ മാറ്റുന്ന അവന്റെ ആന്തരിക ലോകത്തിന്റെ സാക്ഷാൽക്കാരമാണ്. അങ്ങനെ സൃഷ്ടിക്കപ്പെട്ട ഓരോ വസ്തുവും അതിന്റെ ഉപഭോഗത്തിലൂടെ മനുഷ്യനിലേക്കുതന്നെ തിരിച്ചെത്തുന്നു. അതു വീണ്ടും മനുഷ്യന്റെ ആന്തരികലോകത്തെ മാറ്റുന്നു. മാറിയ മനു ഷ്യൻ കൂടുതൽ ഉയർന്ന സൃഷ്ടിയിലൂടെ തന്റെ മാറിയ മനുഷ്യത്വത്തെ ആവിഷ്കരിക്കുന്നു. അത് വീണ്ടും ലോകത്തെ മാറ്റുന്നു. അങ്ങനെ മനു ഷ്യൻ പ്രകൃതിയെ തന്റെ മനുഷ്യത്വത്തിന്റെ ആവിഷ്കാരത്തിലൂടെ നിര ന്തരം മാറ്റിക്കൊണ്ടിരിക്കുന്നു. അതേസമയം മാനുഷികമായി മാറ്റി ക്കൊണ്ടിരിക്കുന്ന പ്രകൃതി, തിരിച്ചു മനുഷ്യനെ കൂടുതൽ ഉയർന്ന മനുഷ്യനാക്കി മാറ്റുകയും ചെയ്യുന്നു.

ചരിത്രത്തിന്റെ വികാസത്തെ മനുഷ്യനിരപേക്ഷമായ ഭൗതിക

വസ്തുവികാസമായി കാണുന്ന റിവിഷനിസ്റ്റുവീക്ഷണം ഏകപക്ഷീയവും യാന്ത്രികവുമാകയാൽ അതിന് മനുഷ്യന്റെ അനുഭൂതികളുടെയും വികാരങ്ങളുടെയും ചരിത്രപരമായ വികാസത്തെക്കുറിച്ചറിയില്ല. മൃഗീയാവശ്യങ്ങളെയും വാസനകളെയും ആ നിലയ്ക്കുതന്നെ ഏറ്റവും പരിഷ്കൃതമായ രീതിയിൽ തൃപ്തിപ്പെടുത്താനുള്ള പ്രവർത്തനമായിട്ടാണ് റിവിഷനിസം ചരിത്രപുരോഗതിയെ കാണുന്നത്. മൃഗീയാവശ്യങ്ങളെയും വാസനകളെയും മനുഷ്യൻ മാനുഷികാവശ്യങ്ങളും മനുഷ്യവാസനകളുമായി പരിവർത്തിപ്പിക്കുന്നതിലൂടെ സ്വയം വികസിപ്പിക്കുന്ന പ്രവർത്തനമായി അതു ചരിത്രത്തെ കാണുന്നില്ല.

പ്രാകൃതഗുഹകളിൽ നിന്ന് മനോഹരമായ ആധുനിക ഭവനങ്ങളിലേക്കുള്ള വികാസം വസ്തുശിൽപ്പത്തിന്റെ ബാഹ്യവും ഏകപക്ഷീയവുമായ വികാസമല്ല? പ്രായോഗിക ജീവിതത്തിലൂടെ പരിണമിച്ചുവന്ന മനുഷ്യന്റെ സങ്കൽപ്പശക്തിയുടെയും വർധിച്ചുവന്ന മാനുഷികാവശ്യങ്ങളുടെയും മൂർത്തമായ സാക്ഷാൽക്കാരത്തിന്റെ വികാസമാണ്. വൈവിധ്യമാർന്ന, മനുഷ്യന്റെ ഭക്ഷണരീതി പാചകകലയുടെ വികാസം കൊണ്ടുണ്ടായതല്ല. പാചകം ചെയ്ത് ഭക്ഷണം കഴിച്ചുപോന്ന മനുഷ്യരുടെ നാവിന്റെ രുചിഭേദങ്ങളറിയാനുള്ള ശക്തിയുടെ സൂക്ഷ്മവികാസത്തിന്റെ ബാഹ്യസാക്ഷാൽക്കാരം കൊണ്ടുണ്ടായതാണ്.

മനുഷ്യന്റെ ഓരോ ഇന്ദ്രിയവും മനുഷ്യൻ പ്രകൃതിയിൽ നടത്തുന്ന വ്യാപാരങ്ങളിലൂടെ മാനുഷികമായിക്കൊണ്ടിരിക്കുന്നു. കിരാതന്റെ പാട്ട് അവന്റെ കാത് എത്രത്തോളം മാനുഷികമായി എന്നതിന്റെ തെളിവാണ്. അതുകൊണ്ടാണ് അവൻ പുറപ്പെടുവിക്കുന്ന നിശ്ചിത ശബ്ദങ്ങൾ അവന് പാട്ടായിരിക്കുന്നത്. പാട്ട് കേൾക്കുന്നതിലൂടെ അവൻ വീണ്ടും നല്ല പാട്ട് പാടുന്നവനായിത്തീരുന്നു. ഇത് പാട്ടുപാടലിന്റെ വികാസം മാത്രമല്ല കേൾവിയുടെ വികാസം കൂടിയാണ്. മനുഷ്യന്റെ ഉന്നതമായ ശ്രവണശക്തിയുടെ തെളിവാണ് അവൻ സൃഷ്ടിക്കുന്ന ഉത്തമമായ സംഗീതം. മനുഷ്യന്റെ കാതുകൾ കൂടുതൽ മാനുഷികമാകുന്നതോടെ അവയിൽ പതിക്കുന്ന ശബ്ദതരംഗങ്ങളുടെ സൂക്ഷ്മഭേദങ്ങളെ ഗ്രഹിക്കാനും അവയ്ക്ക് മാനുഷികമായ അർഥം കൽപ്പിക്കാനും അവന് കഴിയുന്നു. പ്രാകൃതമനുഷ്യന്റെ കാതല്ല പരിഷ്കൃത മനുഷ്യന്റേത്. മനുഷ്യക്കുരങ്ങ് ചീന്തിയെറിഞ്ഞ പൂവല്ല നമ്മുടെ പൂന്തോട്ടങ്ങളിൽ വിരിഞ്ഞ് നിൽക്കുന്നത്. മനുഷ്യന്റെ കണ്ണുകൾ മാനുഷികമായ കണ്ണുകളാണ് അവ ചരിത്രപരമായി വികസിച്ച കണ്ണുകളാണ്.

മനുഷ്യേന്ദ്രിയങ്ങളുടെ ചരിത്രപരമായ വികാസം മനുഷ്യന്റെ അനുഭവലോകത്തിന്റെ ചരിത്രപരമായ വികാസം കൂടിയാണ്. അനുഭൂതികളുടെ ചരിത്രപരമായ വികാസം മനുഷ്യന്റെ ആന്തരികമായ സമസ്തശക്തികളുടെയും ചരിത്രപരമായ വികാസമാണ്. മനുഷ്യന്റെ വികാരങ്ങൾ ആദിമവും പ്രാകൃതവുമായ നൈസർഗികവാസനകളുടെ പ്രകാശനമല്ല.

മനുഷ്യവികാരങ്ങൾ മാനുഷികവികാരങ്ങളാണ്. ചരിത്രപരമായി മാറുകയും വികസിക്കുകയും ചെയ്ത വികാരങ്ങളാണ്. മനുഷ്യന്റെ കാമവും വിശപ്പും ചരിത്രബാഹ്യമായ മൃഗീയവികാരങ്ങളായിത്തന്നെ തുടരുന്നവയല്ല. ഇണചേരാൻ വെമ്പുന്ന മൃഗത്തിന്റെ കാമാക്രന്ദനമല്ല, അനുരാഗിണിയായ കന്യകയുടെ നിശ്വാസം. മൃഗത്തിന്റെ 'തീറ്റ'യല്ല മനുഷ്യന്റെ ഭക്ഷണം.

അനുഭൂതികൾ ആദ്യദശയിൽ ഇന്ദ്രിയാനുഭൂതികളാണ്. മനുഷ്യനും പ്രകൃതിയും തമ്മിലുള്ള ആദ്യത്തെ ബന്ധങ്ങൾ ഐന്ദ്രിയബന്ധങ്ങൾ മാത്രമാണ്. ഇന്ദ്രിയാനുഭൂതികൾ ആശയങ്ങളും സങ്കൽപ്പങ്ങളുമായി മനുഷ്യബോധത്തിന്റെ ഭാഗമാകുന്നതോടെ ഇന്ദ്രിയാനുഭൂതികൾ വെറും ഇന്ദ്രിയാനുഭൂതികളല്ലാതാകുന്നു. അങ്ങനെ ഇന്ദ്രിയാനുഭൂതികൾ ബോധപൂർവമായ അനുഭൂതികളായി മാറുന്നു; ഒരു വ്യവസ്ഥാപിത പ്രവർത്തനമെന്നതിനുപരി ബോധപൂർവമായ ഒരു പ്രതികരണമായി മാറുന്നു. നിലാവത്തു കൺമിഴിക്കുന്ന മൃഗത്തിന്റെ കണ്ണല്ല, ചന്ദ്രനെ നോക്കുന്ന മനുഷ്യന്റെ കണ്ണ്. അത് ചന്ദ്രനെക്കുറിച്ച് ബോധമുള്ള കണ്ണാണ്.

മനുഷ്യന്റെ ചരിത്രപരമായ വികാസത്തിലൂടെ അനുഭൂതികൾ ബോധമായി മാറുകയും ബോധപൂർവമായ അനുഭൂതികൾ വീണ്ടും മനുഷ്യബോധത്തിന്റെ ഭാഗമാവുകയും ചെയ്യുന്നു. ആന്തരികവാസനകൾ ബാഹ്യലോകവുമായി ബന്ധപ്പെടുന്നത് ഇന്ദ്രിയാനുഭൂതികളിലൂടെയാണ്. ബോധപൂർവമായ ഇന്ദ്രിയാനുഭൂതികൾ മനുഷ്യവികാരങ്ങളെ കേവലമായ മൃഗീയവികാരങ്ങളല്ലാതാക്കുന്നു. ബോധപൂർവമായ ഇന്ദ്രിയാനുഭൂതികൾ അഥവാ മാനസികാനുഭൂതികൾ, വികാരങ്ങളെ മാനുഷികവികാരങ്ങളായി മാറ്റുന്നു. വികാരങ്ങളിൽ ചരിത്രം പ്രവർത്തിക്കുന്നതങ്ങനെയാണ്.

മനുഷ്യന്റെ വികാരങ്ങളുടെയും അനുഭൂതികളുടെയും ചരിത്രപരമായ വികാസം അവയുടെ സ്വയം പ്രവർത്തനമല്ല. മനുഷ്യനും പ്രകൃതിയും തമ്മിലുള്ള മൂർത്തമായ സമരത്തിന്റെയും ഐക്യത്തിന്റെയും ചരിത്രമാണ് മനുഷ്യചരിത്രത്തെ നിർണയിക്കുന്നത്. കാരണം ആ വൈരുധ്യമാണ് മനുഷ്യനെ മനുഷ്യനാക്കുന്ന മൗലികഘടകം. മനുഷ്യൻ പ്രകൃതിയിലൂടെ അവന്റെ മനുഷ്യത്വത്തെ എങ്ങനെ സാക്ഷാൽക്കരിക്കുന്നു എന്നതും,അഥവാ ജീവിതോപാധികൾ എങ്ങനെ ഉൽപ്പാദിപ്പിക്കുന്നു എന്നതും അവ എങ്ങനെ മനുഷ്യനിലേക്കു മടങ്ങിവരുന്നു എന്നതും അഥവാ അവ എങ്ങനെ വിതരണം ചെയ്യപ്പെടുന്നു എന്നതുമാണ് മനുഷ്യനും പ്രകൃതിയും തമ്മിലുള്ള ബന്ധത്തിന്റെ ചരിത്രത്തെ നിർണയിക്കുന്നത്. അതിനാൽ മനുഷ്യനും പ്രകൃതിയും തമ്മിലുള്ള ബന്ധത്തെ നിർണയിക്കുന്നത് മനുഷ്യനും മനുഷ്യനും തമ്മിലുള്ള ബന്ധമാണ് എന്നു വരുന്നു. മനുഷ്യന്റെ സാമൂഹികബന്ധങ്ങളുടെ ചരിത്രമാണ് മനുഷ്യൻ പ്രകൃതിയിലൂടെ സാക്ഷാൽക്കരിക്കുന്ന സമസ്ത

മാനുഷികസിദ്ധികളുടെയും ചരിത്രത്തെ നിർണയിക്കുന്നതെന്നു വരുന്നു. അനുഭൂതികളുടെയും ആശയങ്ങളുടെയും എല്ലാം ചരിത്രപരമായ വികാസം ഇതിൽ അന്തർഭവിക്കുന്നു.

തൊഴിൽ വിഭജനവും തൽഫലമായുണ്ടായ സ്വകാര്യസ്വത്തും മനുഷ്യനെ വർഗങ്ങളായി തിരിച്ചതുമുതലുള്ള മനുഷ്യചരിത്രം വർഗസമൂഹങ്ങളുടെ ചരിത്രമാണ്. സ്രഷ്ടാവായ മനുഷ്യൻ അടിമയായും കുടിയാനായും തൊഴിലാളിയായും മാറുമ്പോൾ മാനുഷികസിദ്ധികളെ മുഴുവൻ കൈയടക്കി വെക്കുന്നത് ഓരോ കാലത്തെയും അധികാരിവർഗമാണ്. മറ്റുള്ളവന്റെ മനുഷ്യത്വം അവനിൽനിന്ന് കവർന്നെടുത്ത് സ്വന്തമാക്കി അവന്റെമേൽ ഒരന്യശക്തിയായി അടിച്ചേൽപ്പിക്കുകയാണ് ഓരോ കാലത്തെയും ഭരണവർഗങ്ങൾ ചെയ്തത്. കവർച്ചചെയ്യപ്പെട്ടവന്റെ മനുഷ്യത്വംതന്നെ അവന്റെമേൽ മർദനോപകരണമായി പതിക്കുന്നു.

ഉപരിവർഗങ്ങളുടെ അനുഭൂതികളും ബോധവും ആശയങ്ങളും വർഗസമൂഹത്തിൽനിന്ന് രൂപംകൊണ്ടവയാകയാൽ അവ ഒരേസമയം മനുഷ്യത്വത്തിന്റെ പ്രകാശനവും അതേസമയം വിമാനുഷീകരണത്തിന്റെ ഉൽപ്പന്നവുമാണ്. ആധിപത്യം ചെലുത്തുന്ന വർഗത്തിന്റെ ആശയലോകമെന്ന നിലയിൽ അത് അവരുടെ ബോധത്തിന്റെ പ്രകാശനവും, അടിച്ചമർത്തപ്പെട്ടവന്റെ ബോധത്തിന്റെ നിഷേധവുമാണ്. വർഗങ്ങളായി തിരിഞ്ഞ സമൂഹത്തിൽ വർഗവൈരത്തെ ഗർഭം ധരിക്കാത്ത ഒരനുഭൂതിക്കോ ആശയത്തിനോ ബോധത്തിനോ നിലനിൽക്കാൻ കഴിയില്ലെന്നർഥം.

ആശയങ്ങളെയും അനുഭൂതികളെയും രൂപപ്പെടുത്തുന്ന ചരിത്രത്തിന്റെ യാഥാർഥ്യം വർഗങ്ങളായി തിരിഞ്ഞ് പ്രകൃതിയെ അഭിമുഖീകരിക്കുന്ന മനുഷ്യബന്ധങ്ങളാകയാൽ അവിടെ ആശയങ്ങൾക്കും അനുഭൂതികൾക്കും വർഗങ്ങളിലൂടെയല്ലാതെ നിലനിൽക്കുക സാധ്യമല്ല. കലയ്ക്കും സാഹിത്യത്തിനും അവയ്ക്ക് ജന്മം നൽകുന്ന ചരിത്രഘട്ടത്തിന്റെ ആശയങ്ങളിലൂടെയും അനുഭൂതികളിലൂടെയും മാത്രമേ നിലനിൽക്കാൻ കഴിയൂ. അതിനാൽ വർഗങ്ങളായി തിരിഞ്ഞ മനുഷ്യന്റെ ചരിത്രത്തിൽ അവന്റെ കലയ്ക്കും സാഹിത്യത്തിനും വർഗസാഹിത്യമായും വർഗകലയായും നിലനിൽക്കാതെ വയ്യ. വർഗസമൂഹം നിലനിൽക്കുന്നിടത്തോളം കാലം അങ്ങനെതന്നെ ആയിരിക്കുകയും ചെയ്യും.

പ്രകൃതിയിൽ ഒരു പ്രതിഭാസവും ഏകപക്ഷീയമായി നിലനിൽക്കുന്നില്ല. ഒരു വസ്തു അതായിരിക്കെത്തന്നെ അതല്ലാതാകാനുള്ള പരിശ്രമം കൂടിയാണ്. ആയിരിക്കലിന്റെയും അല്ലാതായിരിക്കലിന്റെയും ഐക്യത്തിലൂടെ മാത്രമേ എന്തും നിലനിൽക്കുന്നുള്ളു. ഈ വൈരുധ്യമാണ് ഒരു വസ്തുവിനെ ഒരു നിശ്ചിതവസ്തുവാക്കുന്നത്. കലാസൃഷ്ടി ഒരു വിശേഷവസ്തുവായി രൂപമെടുക്കുന്നത് ഇത്തരം ഒരു വൈരുധ്യത്തിന്റെ ഐക്യം അതിൽ കുടികൊള്ളുമ്പോൾ മാത്രമാണ്.

കലാസൃഷ്ടി വർഗാതീതവും കാലാതീതവുമായ കേവല വികാരത്തിന്റെ സാക്ഷാൽക്കാരമാണെന്ന് പറയുന്നവർ അതിനെ ഒരു സാമാന്യം മാത്രമായി കാണുന്നു. അവർ കലയെ അതിന്റെ വൈരുധ്യാത്മകമായ സ്വരൂപത്തിൽ കാണുന്നില്ല. വിശേഷനിഷ്ഠമായിട്ട് മാത്രമേ ഏത് സാമാന്യവും നിലനിൽക്കുന്നുള്ളു. സമയബദ്ധവും ചരിത്രനിഷ്ഠവുമായ ഒരു വിശേഷാസ്തിത്വം കൂടാതെ സാമാന്യം മാത്രമായി ഒന്നും നിലനിൽക്കുന്നില്ല.

കല മനുഷ്യനിലൂടെ വികസിക്കുന്നതാകയാൽ മനുഷ്യചരിത്രത്തിന്റെ ഓരോ നിശ്ചിതഘട്ടത്തിലും അതിന് വിശേഷനിഷ്ഠമായ ഓരോ രൂപം കൈക്കൊള്ളേണ്ടിവരുന്നു. അങ്ങനെയല്ലാതെ അതൊരു യാഥാർഥ്യമാവുകവയ്യ. വർഗസമൂഹത്തിൽ കലയ്ക്ക് വർഗകല എന്ന നിലയിലുള്ള സമയബദ്ധവും വിശേഷനിഷ്ഠവുമായ അസ്തിത്വത്തെ ഉപേക്ഷിക്കാനാവില്ല. വിശേഷരൂപമില്ലെങ്കിൽ പിന്നെ സാമാന്യം ഒര മൂർത്താശയം മാത്രമാണ്. അതിനാൽ വർഗരഹിതകലാവാദികൾ കലയെ അമൂർത്തമായും ഏകപക്ഷീയമായും സമീപിക്കുന്ന സങ്കൽപ്പജീവികളാണ്.

ഇതിനൊരു മറുവശമുണ്ട്. സാമാന്യത്തെ പാടേ തിരസ്കരിച്ചുകൊണ്ട് വിശേഷത്തെ മാത്രം മുറുകെ പിടിക്കുന്നതാണ് റിവിഷനിസത്തിന്റെ കലാദർശനം. സാഹിത്യവും കലയും വർഗനിഷ്ഠം മാത്രമാണെന്നും അതിനപ്പുറത്തേക്ക് കടക്കുന്ന ഒരു സാമാന്യസ്വഭാവവും അതിനില്ലെന്നും അവർ കാണുന്നു. വർഗകല വർഗശത്രുതയുടെ കല മാത്രമാണെന്നും അതിനാൽ അവയെ പാടെ തിരസ്കരിക്കണമെന്നും അവർ പറയുന്നു. ഈ റിവിഷനിസ്റ്റു കലാദർശനം വിശേഷനിഷ്ഠമായതിനെ മാത്രം കാണുന്ന ഏകപക്ഷീയ വീക്ഷണമാണ്. സാമാന്യം കൂടാതെ ഒരു വിശേഷവും നിലനിൽക്കുന്നില്ല. അതിനാൽ ഇത് വർഗരഹിതകലാവാദത്തിന്റെ ശൂന്യതയുടെ മറുപുറം മാത്രമാകുന്നു.

കലയുടെ യാഥാർഥ്യം ഇത് രണ്ടുമല്ല. ഓരോ കലാസൃഷ്ടിയും ഓരോ വിശേഷവസ്തു ആയിരിക്കെത്തന്നെ അതല്ലാതാകാനുള്ള പരിശ്രമംകൂടിയാണ്. വർഗസമൂഹത്തിലെ കല ഒരു വർഗസൃഷ്ടിയായിരിക്കെത്തന്നെ അതിന്റെ വർഗപരമായ അസ്തിത്വത്തിനെതിരായ സമരം കൂടിയാണ്. വർഗകല എന്നനിലയിൽ അത് ചൂഷിതന്റെ ചങ്ങലയിലെ കണ്ണിയാണ്, അതേസമയം ആ ചങ്ങല പൊട്ടിച്ചെറിയുന്ന സ്വാതന്ത്ര്യത്തിന്റെ സ്വപ്നവുമാണ്.

വർഗകല മാനുഷികമായ എല്ലാറ്റിൽനിന്നും മനുഷ്യനെ പറിച്ചകറ്റുന്ന ഒരു വ്യവസ്ഥിതിയുടെ സൃഷ്ടിയായിരിക്കെ, അത് മനുഷ്യനെ അവന്റെ മാനുഷികസത്തയിലേക്ക് ആകർഷിച്ചടുപ്പിക്കുന്ന ശക്തികൂടിയായിരിക്കുന്നു. അങ്ങനെ കല വർഗകലയായിരിക്കെത്തന്നെ വർഗരഹിതമായ കലയ്ക്കുവേണ്ടിയുള്ള കലാപംകൂടിയായിരിക്കുന്നു. ചങ്ങലക

ളിൽ കിടക്കുന്ന മനുഷ്യനെ കല അവന്റെ സ്വതന്ത്രരൂപം കാട്ടിക്കൊടുക്കുന്നു. വർഗനിഷ്ഠമായ കല അങ്ങനെ അതിന്റെ നേർവിപരീതത്തെക്കൂടി ഉൾക്കൊള്ളുന്നു.

ഒരു യഥാർഥ കലാസൃഷ്ടി ഒരേ സമയം വിശേഷനിഷ്ഠവും അതിലൂടെ ഒരു സാമാന്യത്തെ സാക്ഷാൽക്കരിക്കുന്നതുമായിരിക്കും. ഒരു കലാസൃഷ്ടി അതിന്റെ വിശേഷസ്വഭാവത്താൽ പരിമിതവും, അതിന്റെ സാമാന്യസ്വഭാവംകൊണ്ട് ആ പരിമിതിയെ അതിലംഘിക്കുകയും ചെയ്യുന്ന അനന്യമായ ഒരു വൈരുധ്യത്തിന്റെ ഐക്യരൂപമാകുന്നു. അതിനാൽ വർഗസമൂഹത്തിൽ കലയ്ക്ക് വർഗാതീതമായി നിലനിൽക്കുക സാധ്യമല്ല. അതുപോലെതന്നെ വർഗകലയ്ക്ക് വർഗാതീതമായ സ്വതന്ത്ര മനുഷ്യത്വത്തെ സാക്ഷാൽക്കരിക്കാതെയും വയ്യാ.

(1976)

6

സ്വാതന്ത്ര്യത്തിന്റെ സമഗ്രത

കെ പി അപ്പന്റെ *തിരസ്കാരം* എന്ന വിമർശനഗ്രന്ഥത്തിൽ ഉന്നയിക്കപ്പെടുന്ന ചില അടിസ്ഥാനപ്രശ്നങ്ങൾക്ക് ആധുനിക കലാതത്വചിന്ത നൽകുന്ന മറുപടിയാണ് ഈ ലേഖനം. ഒരുകാലത്ത് കലാകാരന്റെ സ്വാതന്ത്ര്യം ജീവിതത്തിൽനിന്നുള്ള പൂർണമായ മോചനമാണെന്നു വാദിച്ചിരുന്ന ആശയവാദം ഇപ്പോൾ സൃഷ്ടിയുടെ നിമിഷങ്ങളിലെ സ്വാതന്ത്ര്യം മാത്രമാണ് കലാകാരന്റെ സ്വാതന്ത്ര്യം എന്ന നിലപാടിലേക്കു വന്നിരിക്കുന്നു. സൃഷ്ടിയുടെ നിമിഷങ്ങളിൽ കലാകാരൻ അനുഭവിക്കുന്ന ആപേക്ഷിക സ്വാതന്ത്ര്യം കലാകാരന്റെ സ്വാതന്ത്ര്യത്തിന്റെ പരമസീമയായി കാണുന്നവർ കലയ്ക്ക് ജീവിതത്തിലുള്ള സ്ഥാനത്തെ മറ്റൊരു രീതിയിൽ വീണ്ടും നിഷേധിക്കുകയാണ് ചെയ്യുന്നത്. മനുഷ്യനും പ്രകൃതിയും തമ്മിലുള്ള വൈരുധ്യത്തിലൂടെ വികസിക്കുന്ന ജീവിതത്തിൽ മനുഷ്യനാർജിക്കുന്ന സമഗ്രമായ സ്വാതന്ത്ര്യത്തിന്റെ ഒരു സവിശേഷസമരമുഖമാണ് കല എന്നു കാണാൻകണ്ണില്ലാത്ത; എല്ലാ കലാചിന്തകളും അപൂർണങ്ങളാവാനേ തരമുള്ളു. അവയ്ക്ക് കലയെ ഒന്നുകിൽ ജീവിതത്തിന്റെ സമഗ്രവികാസത്തോടു ബന്ധമില്ലാത്ത ഏതെങ്കിലും ഒരാഹ്ലാദോപാധിയായി കാണേണ്ടിവരും. അല്ലെങ്കിൽ ജീവിതത്തിന്റെ സർഗാത്മക വികാസത്തിനനിവാര്യമല്ലാത്ത ഒരുപകരണമായി കാണേണ്ടിവരും. ആദ്യം പറഞ്ഞ കൂട്ടത്തിലുള്ളതാണ്, അവസാന വിശകലനത്തിൽ അപ്പന്റെ കലാചിന്ത.

1. ആത്മീയവാദത്തിന്റെ ഗതികെട്ട രൂപം

ഇവിടെ ചിന്തകന്മാർ സാഹിത്യവിമർശകരാണ്. സാഹിത്യവിമർശനം നടത്താനാണ് അവർ മനുഷ്യനെക്കുറിച്ചു ചിന്തിക്കുന്നത്. അതു

കൊണ്ടാവണം മനുഷ്യനെയും ജീവിതത്തെയും കുറിച്ചുള്ള അടിസ്ഥാനാശയങ്ങൾ പലതും വിമർശനദർശനങ്ങളായി പിറക്കുന്നത്.

ആത്മീയവാദത്തിലടിയുറച്ച ഒരു അദ്വൈതചിന്താരീതിയുടെയും ഭൗതികവാദപരമായ ഒരു യാന്ത്രികചിന്തയുടെയും രണ്ടു ധാരകൾ നമ്മുടെ സാഹിത്യവിമർശനചരിത്രത്തിൽ ഏറ്റുമുട്ടുന്നുണ്ട്. ഒരിക്കൽ ഇവ രണ്ടിനെയും പൊരുത്തപ്പെടുത്താൻ ശ്രമിച്ച ചിന്തകനാണ്, എ ബാലകൃഷ്ണപിള്ള. അദ്ദേഹം അതിൽ പരാജയപ്പെട്ടു. ഏറ്റുമുട്ടൽ തുടർന്നു.

അദ്വൈതാത്മീയവാദത്തിന്റെയും കേവലഭൗതികവാദത്തിന്റെയും ആയിരത്താണ്ടുകൾ നീണ്ടുനിന്ന വൈരുധ്യം, മനുഷ്യന്റെ ബോധവും അസ്തിത്വവും തമ്മിലുള്ള വൈരുധ്യം, അതിന്റെ യുഗനിർണയന സമന്വയം കണ്ടെത്തിയത് മാർക്സിലാണ്. എ ബാലകൃഷ്ണപിള്ളയ്ക്ക് മാർക്സിസത്തിൽ സംഭവിച്ചതെന്തെന്നറിയാൻ കഴിഞ്ഞില്ല. അറിഞ്ഞു എന്ന് നടിച്ചവരാകട്ടെ, നടിക്കാൻ മാത്രം അറിഞ്ഞവരായിരുന്നു.

ഇന്നു സംഭവങ്ങൾ മാറിയിരിക്കുന്നു. അന്തിമമായ എല്ലാ നിർവചനങ്ങളെയും വെറുക്കുന്ന മാർക്സിസം യാന്ത്രികഭൗതികവാദത്തിന്റെ പിടിയിൽനിന്ന് മുക്തമായിരിക്കുന്നു. ആത്മീയവാദം ദ്വൈതവാദമായി പൊട്ടിപ്പിളർന്നിരിക്കുന്നു. ആത്മീയവാദമായും ഭൗതികവാദമായും സന്ദർഭത്തിനൊത്തു നിറംമാറുന്ന, ആത്മീയവാദത്തിന്റെ ഗതികെട്ട രൂപമാണ് ദ്വൈതവാദം. കെ പി അപ്പന്റെ *തിരസ്കാരം* എന്ന വിമർശന ദർശന പ്രബന്ധത്തിലൂടെ ആത്മീയവാദം, അതിന്റെ ഈ ദുർബല രൂപത്തിലും, മനുഷ്യന്റെ സമഗ്രമായ സർഗസ്വാതന്ത്ര്യത്തിനുവേണ്ടി പൊരുതുന്ന മാർക്സിസത്തോട് ഒരവസാനക്കൈ നോക്കുന്നു.

കാലം മാറിയിരിക്കുന്നു. ഇന്ന് ബസ്സ്റ്റാന്റിലും റേഷൻകടയിലും ആശുപത്രിയിലും നാട്ടുകാരോടൊപ്പം ക്യൂവിൽനിന്നു വിയർ ക്കേണ്ടി വരുന്ന ബുദ്ധിജീവിക്കും, ജീവിതം ഭൗതികമാണെന്നു തോന്നിത്തുടങ്ങിയിരിക്കുന്നു. പണ്ട് ശരീരവും ആത്മാവും അദ്വൈതമായി ദന്തഗോപുരത്തിലിരിക്കണമെന്നു പറഞ്ഞവർ ഇന്ന് സ്വന്തം കൈയിലെ ചങ്ങല കണ്ടുതുടങ്ങിയിരിക്കുന്നു. ചിന്തിക്കുന്ന മനുഷ്യനെ ചിന്തയിലെ മനുഷ്യനായും അനുഭവിക്കുന്ന മനുഷ്യനെ അനുഭവത്തിനുള്ളിലെ മനുഷ്യനായും യഥാർഥലോകത്തിൽനിന്ന് വിമുക്തനാക്കുന്ന അസ്തിത്വവാദമടക്കമുള്ള ആത്മീയവാദങ്ങളുടെ മിഥ്യാസ്വാതന്ത്ര്യവലയത്തിൽ ഇനിയും എഴുത്തുകാരന് കഴിഞ്ഞുകൂടാൻ നിവർത്തിയില്ലാതായിരിക്കുന്നു. എങ്കിലും അവർ ആ പഴയ നിരുപാധിക സ്വാതന്ത്ര്യത്തിന്റെ മുഗ്ധതയിൽനിന്ന് പുറത്തുവരാൻ തയ്യാറല്ല. ഈ പ്രതിസന്ധിയിൽ അവർക്ക് ഒരു പുതിയ സാഹിത്യതത്വശാസ്ത്രം ആവശ്യമായിവരുന്നു. ഈ ആവശ്യം നിറവേറ്റുന്നു എന്നുള്ളതാണ് *തിരസ്കാര*ത്തിന്റെ ചരിത്രപരമായ പ്രസക്തി.

'സാമൂഹികജീവിതത്തിൽ മറ്റെല്ലാവരും അനുഭവിക്കുന്ന സ്വാതന്ത്ര്യത്തിന്റെ പരിമിതി കലാകാരനും അനുഭവിക്കുന്നു, നിയന്ത്രണങ്ങൾക്കു

വിധേയനാവുന്നു. ഇക്കാര്യത്തിൽ കലാകാരൻ മറ്റുള്ളവരിൽനിന്ന് വ്യത്യസ്തനല്ല' എന്നിങ്ങനെ ഭൗതികജീവിതത്തിൽ എഴുത്തുകാരൻ മറ്റെല്ലാവരേയുംപോലെ പരതന്ത്രനാണെന്നു സമ്മതിച്ചു കൊടുക്കുക. അതിനുശേഷം 'സൃഷ്ടിയുടെ നിമിഷങ്ങളിൽ സകലവിധ പ്രലോഭനങ്ങളിൽ നിന്നുമുള്ള എഴുത്തുകാരന്റെ മോചനത്തെ നിർമാണത്തിന്റെ പ്രധാന സ്വഭാവമായി' കാണുക. 'എഴുത്തുകാരൻ എന്നുപറഞ്ഞാൽ സകലവിധ പ്രേരണകൾക്കും അതീതനായി നിന്നുകൊണ്ട് ഈ സ്വാതന്ത്ര്യം നേടിയെടുക്കാൻ സ്വയം നിയോഗിക്കപ്പെട്ടവൻ' ആണെന്നു വാദിക്കുക. ഇതാണ് സ്വാതന്ത്ര്യത്തിന്റെ പുതിയ തത്വശാസ്ത്രം.

ഇത് എഴുത്തുകാരന്റെ ജീവിതത്തെ ഭൗതികവും പ്രവൃത്തിയെ അതിഭൗതികവുമായി കാണുന്നു. എഴുത്തുകാരന്റെ ജീവിതത്തെ പരതന്ത്രമായ ലോകത്തിനു വിട്ടുകൊടുക്കുന്നു. അയാളുടെ പ്രവൃത്തിയെ നിരുപാധികവും കേവലവുമായ ഒരു സ്വതന്ത്രമേഖലയിൽ പ്രതിഷ്ഠിക്കുന്നു. ഇവിടെ ബോധവും അസ്തിത്വവും രണ്ടായി മുറിയുന്നു. എഴുത്തുകാരന്റെ കർമവും ജീവിതവും, അകവും പുറവും, മനസും ശരീരവും വേർതിരിയുന്നു.

'എന്റെ ശരീരം ഞാൻ ആർക്കുവേണമെങ്കിലും തരാം. പക്ഷേ, എന്റെ ആത്മാവിനെമാത്രം എനിക്കു തന്നേക്കൂ' എന്ന് ഈ തത്വശാസ്ത്രത്തിന്റെ പിൻബലത്തോടെ ഇന്നൊരു കലാകാരനു വാദിക്കാം. 'എന്റെ കോഴിയെ നിങ്ങൾ പകുത്തോളിൻ, എന്റെ കോഴിയെ മാത്രമെനിക്കു തരിൻ' എന്നു പറയുന്നതുപോലെ.

കലാകാരൻ സർവത്ര സ്വതന്ത്രനാണെന്ന പഴയ വാദവും കലാകാരൻ അയാളുടെ പ്രവൃത്തിയിൽമാത്രം സർവത്ര സ്വതന്ത്രനാണെന്ന പുതിയ വാദവും ഫലത്തിൽ ഒന്നുതന്നെ. നാട്ടുകാരെ കബളിപ്പിക്കാൻ സാമൂഹികജീവിയുടെ ഒരു പൊയ്ത്തലകൂടി വച്ചുകെട്ടിയ പഴയ ആത്മീയ(അസ്തിത്വ) വാദം തന്നെയാണിത്.

2. എന്തല്ല സ്വാതന്ത്ര്യം

എഴുത്തുകാരന്റെ സ്വാതന്ത്ര്യം ഈവിധം ഇരുതലയുള്ള ഒന്നല്ല. അത് മനുഷ്യജീവിതത്തിന്റെ സമഗ്രസ്വാതന്ത്ര്യത്തിലെ ഒരു ആപേക്ഷികാവസ്ഥയാണ്. പ്രപഞ്ചത്തെ പുനഃസൃഷ്ടിക്കുന്ന മനുഷ്യന്റെ സാർവത്രിക സ്വാതന്ത്ര്യത്തിലെ ഒരു വിശേഷബിന്ദുവാണത്.

സൃഷ്ടിക്കുക എന്നാൽ പ്രകൃതിയിൽ മാറ്റം വരുത്തുക എന്നർഥം. പ്രകൃതിയിൽ മുമ്പില്ലാതിരുന്ന ഒന്നിനെ സൃഷ്ടിക്കുന്നതിലൂടെ അല്ലാതെ പ്രകൃതിയെ മാറ്റുക സാധ്യമല്ല. പ്രകൃതിയുടെ നിയമങ്ങളെ സ്വന്തം നിയമങ്ങളാക്കി മാറ്റി സ്വയം ആവിഷ്കരിക്കുന്നതാണ് സൃഷ്ടി.

സ്രഷ്ടാവായ മനുഷ്യന് അവനെത്തന്നെയല്ലാതെ മറ്റൊന്നിനെയും ഈ പ്രപഞ്ചത്തിൽ സൃഷ്ടിക്കാനില്ല. മനുഷ്യന് എന്ത് സൃഷ്ടിക്കണമെങ്കിലും അവൻ സ്വയം ആ സൃഷ്ടിയായി മാറണം. മണ്ണുകൊണ്ട് കുട

മുണ്ടാക്കുന്നവൻ ആ കുടമായിത്തീരണം. നിങ്ങൾക്ക് ഒരു വൃത്തം വരയ്ക്കണമെങ്കിൽ നിങ്ങൾ ഒരു വൃത്തമായിത്തീരണം. കൈകൊണ്ട് വസ്തുക്കളെ മാറ്റുകയും കൂട്ടിച്ചേർക്കുകയും ചെയ്യുന്ന ഒരു യന്ത്രമല്ല മനുഷ്യൻ. ഒരു യന്ത്രത്തിനും സ്വയം ഒരു സ്രഷ്ടാവാകാൻ കഴിയില്ല. (മനുഷ്യനിൽനിന്ന് മനുഷ്യത്വം എടുത്ത് മാറ്റുമ്പോഴാണ് അവൻ യന്ത്രമാകുന്നത്. സ്രഷ്ടാവായ മനുഷ്യൻ കൂലിത്തൊഴിലാളിയാകുന്നത്.)

മനുഷ്യൻ ഒരു ശാരീരികജീവി മാത്രമായിരുന്ന അതിപ്രാകൃതഘട്ടങ്ങളിൽ ശാരീരികമായി മാത്രമേ അവന് സ്രഷ്ടാവാകാൻ കഴിഞ്ഞുള്ളൂ. പ്രാകൃതമനുഷ്യന് സൃഷ്ടിക്കപ്പെടുന്ന വസ്തുവായി മാറാൻ വളരെ ചുരുങ്ങിയ ഒരു മണ്ഡലത്തിലേ കഴിയൂ. ശരീരംകൊണ്ട് മറ്റൊന്നായി മാറാവുന്ന കാര്യങ്ങൾ വളരെ പരിമിതമാണ്. ശരീരത്തെ വൃത്താകൃതിയിൽ വളയ്ക്കുകയോ കൈകൾ നീട്ടി കോർത്തു വളച്ചുപിടിക്കുകയോ ശരീരത്തെ നിരന്തരം വൃത്തത്തിൽ ചലിപ്പിക്കുകയോ ചെയ്യണം അന്നത്തെ മനുഷ്യന് ഒരു വൃത്തമായി മാറാൻ, അഥവാ ഒരു വൃത്തം സൃഷ്ടിക്കാൻ. ശരീരംകൊണ്ട് സ്വയം മറ്റൊന്നായി മാറാനുള്ള പരിമിതിയെ മനുഷ്യൻ അതിജീവിച്ചത് അവന്റെ ബോധംകൊണ്ടാണ്. ബോധതലത്തിലൂടെ ശരീരം ഭിന്നഗുണമായതിനാൽ മനുഷ്യന് ശരീരം മാറാതെതന്നെ സ്വയം മറ്റൊന്നായി മാറാൻ കഴിയുന്നു. ബോധരൂപത്തിൽ മനുഷ്യൻ പ്രകൃതിയെ ഉൾക്കൊള്ളുകയാൽ പ്രകൃതി അവന്റെ ശരീരമായിത്തീരുന്നു. ആ ശരീരത്തിന്റെ ഭൗതികാസ്തിത്വമാകട്ടെ, മനുഷ്യന്റെ ജൈവശരീരത്തിന് പുറത്താണ്. സ്രഷ്ടാവായ മനുഷ്യൻ അവന്റെ ആ ശരീരത്തെ പുനരുൽപ്പാദിപ്പിക്കുന്നു. സ്രഷ്ടാവ്തന്നെ സൃഷ്ടിയായി മാറുന്നു. കുടമുണ്ടാക്കുന്നവൻ കുടമായിത്തീരുന്നു. ശിൽപ്പി ശിൽപ്പമായിത്തീരുന്നു. നെയ്ത്തുകാരൻ വസ്ത്രമായും കവി കവിതയായും മാറുന്നു. ജൈവപുനരുൽപ്പാദനത്തിന്റെ നിയമംതന്നെ ഉന്നതവും ഭിന്നവുമായി ഇതിൽ ആവർത്തിക്കുകയാണ്. പ്രകൃതിയുടെ വികാസത്തിൽ ഒരു വൃക്ഷം മറ്റൊരു വൃക്ഷമായി മാറണം. ഒരു മൃഗം മറ്റൊരു മൃഗമായി മാറണം. ഒരു വൃക്ഷമോ മൃഗമോ ശൂന്യതയിൽനിന്ന് ഉണ്ടാകുന്നില്ല. എന്നാൽ ഒരു വൃക്ഷത്തിന് മറ്റൊരു വൃക്ഷമായി മാറാനേ കഴിയൂ. ഒരു മൃഗത്തിന് മറ്റൊരു മൃഗമായി മാറാനേ കഴിയൂ. മനുഷ്യന് ഈ പ്രപഞ്ചത്തിൽ എന്തായി മാറാനും കഴിയും. കാരണം, അവൻ സ്വയം അറിയുന്ന പ്രപഞ്ചംതന്നെയാണ്. അവന് മറ്റൊരു പ്രപഞ്ചമായി മാറാൻ കഴിയും. പ്രപഞ്ചത്തെ പുനരുൽപ്പാദിപ്പിക്കാൻ കഴിയും.

പ്രകൃതിയിൽ മനുഷ്യൻ സ്വയം ആവിഷ്കരിക്കുമ്പോൾ പ്രകൃതി മനുഷ്യനായി മാറുന്നു, മാനുഷികമായി മാറുന്നു. പ്രകൃതി മാറ്റിമറിക്കപ്പെടുന്നു. സ്വയം പ്രകൃതിയായി പകരാനുള്ള പരിശ്രമത്തിൽ, സ്വയം സ്വന്തം സൃഷ്ടിയായി പിറക്കാനുള്ള വേദനയിൽ, പ്രകൃതിയെ മാറ്റിമറിക്കാനുള്ള സമരത്തിൽ മനുഷ്യൻ നേടുന്ന വിജയമാണ് അവന്റെ സ്വാതന്ത്ര്യം.

കാവ്യരചനയിലും കപ്പൽ നിർമാണത്തിലും വിപ്ലവത്തിലും ഇതു തന്നെയാണ് സംഭവിക്കുന്നത്. പ്രകൃതിയെ സ്വന്തം സൃഷ്ടിയാക്കി മാറ്റാനുള്ള ശ്രമത്തിന്റെ കർത്തൃനിഷ്ഠവും പ്രകൃതിനിഷ്ഠവുമായ തലങ്ങളിൽ നടക്കുന്ന സമരങ്ങളാണ് അവ.

പ്രകൃതിയെ മാറ്റണമെങ്കിൽ അതിന്റെ നിയമങ്ങൾ മനുഷ്യന്റെ നിയമങ്ങളായി മാറണം. പ്രകൃതിയുടെ നിയമങ്ങൾ അവന്റെ അനുഷ്ഠാനത്തിന്റെ നിയമങ്ങളാകണം. മനുഷ്യൻ പ്രകൃതിസ്വരൂപനായി മാറണം.

ഒരു ജന്തു ഇരപിടിക്കുകയോ കൂട്ടുകൂടുകയോ ചെയ്യുന്നതുപോലെയല്ല മനുഷ്യൻ കൃഷിചെയ്യുന്നതും വീടുണ്ടാക്കുന്നതും. ജന്തുവിന്റെ പ്രവൃത്തി ശാരീരികാവശ്യത്തിന്റെ അടിയന്തരപ്രകടനമാണ്. മനുഷ്യൻ വിശക്കുമ്പോഴല്ല കൃഷിചെയ്യുന്നത്. മുട്ടയിടുന്നതിനുമുമ്പുള്ള പക്ഷിയുടെ ശാരീരികാനുഷ്ഠാനംപോലെയല്ല മനുഷ്യൻ വീടുപണിയുന്നത്. കൃഷി ചെയ്യുമ്പോൾ ഭക്ഷണത്തിൽനിന്നു സ്വതന്ത്രനാണ് മനുഷ്യൻ. അടിയന്തരമായ ശാരീരികാവശ്യങ്ങളിൽനിന്ന് സ്വതന്ത്രമാണ് മനുഷ്യന്റെ സങ്കൽപ്പത്തിൽ നിന്ന് രൂപംകൊള്ളുന്ന മാനുഷികമായ പാർപ്പിടം. മനുഷ്യൻ ഒരു വസ്തു ഉൽപ്പാദിപ്പിക്കുന്നത് അതിന്റെ ആവശ്യത്തിൽനിന്നു സ്വതന്ത്രനായി നിന്നുകൊണ്ടാണെന്ന് അർഥം. ഉൽപ്പാദിപ്പിക്കപ്പെടുന്ന വസ്തുവിന്റെ ആവശ്യമല്ല, ആ വസ്തുതന്നെയാണ് ഉൽപ്പാദകന്റെ പ്രശ്നം. സ്വന്തം ജൈവപരിമിതികളിൽനിന്നുള്ള ഈ സ്വാതന്ത്ര്യമാണ് മനുഷ്യനെ സ്രഷ്ടാവാക്കി മാറ്റുന്നത്.

ഈ സ്വാതന്ത്ര്യം ഒരു ആപേക്ഷികാവസ്ഥയാണ്. പ്രകൃതി, മനുഷ്യന്റെ ബോധത്തിലൂടെ സ്വയം കണ്ടെത്തുകയും മനുഷ്യന്റെ കർമങ്ങളിലൂടെ സ്വയം മാറ്റിമറിക്കപ്പെടുകയുമാണ്. സ്വയം മാറ്റിമറിക്കപ്പെടാൻ വേണ്ടി പ്രകൃതിയിൽനിന്ന് ആപേക്ഷികമായി അകലുന്ന പ്രകൃതിയുടെ തന്നെ അവസ്ഥയാണ് ഈ സ്വാതന്ത്ര്യം.

എഴുത്തുകാരൻ എന്നല്ല, ഒരു കണക്കെഴുത്തുകാരന്റെ തൊഴിലിനുപോലും ഈ ആപേക്ഷികസ്വാതന്ത്ര്യം പ്രശ്നമാണ്.

അയാൾ അക്കങ്ങളെഴുതിക്കൂട്ടുകയും കുറയ്ക്കുകയും ചെയ്യുന്നു. അയാൾ കൈകാര്യം ചെയ്യുന്നത് തേങ്ങയുടെ കണക്കാണെന്നു സങ്കൽപ്പിക്കുക. തേങ്ങയ്ക്ക് അനേകം ഗുണങ്ങളുണ്ട്. തേങ്ങയെ സംബന്ധിക്കുന്ന കാർഷികവും തൊഴിൽപരവും വാണിജ്യപരവുമായ ഒരു നൂറുകൂട്ടം കാര്യങ്ങൾ വേറെയുമുണ്ട്. എന്നാൽ, നമ്മുടെ കണക്കപ്പിള്ള തന്റെ മുന്നിലുള്ള അക്കങ്ങളിൽ മനസുനട്ട് മുകളിലേക്കും താഴേക്കുമിറങ്ങുന്നതിനിടയിൽ അക്കാര്യങ്ങളെന്തെങ്കിലും ആലോചിച്ചുപോയാൽ, കണക്കുതെറ്റിയതുതന്നെ. തന്റെ തൊഴിലിന്റെ വിജയത്തിന് അയാൾക്ക് തേങ്ങയെ പൂർണമായി മറക്കേണ്ടിയിരിക്കുന്നു. കണക്കുകൂട്ടുന്ന നിമിഷങ്ങളിൽ തേങ്ങയുടെ സകലവിധ പ്രലോഭനങ്ങളിൽനിന്നുമുള്ള സ്വാതന്ത്ര്യമാണ് കണക്കപ്പിള്ളയെന്നനിലയിൽ അയാളുടെ സ്വാതന്ത്ര്യം.

ഉയർന്ന ഗണിതത്തിന്റെ മേഖലയിലേക്കു കടന്നാൽ ഗണിത

ശാസ്ത്രജ്ഞൻ അക്കങ്ങളിൽനിന്നുപോലും സ്വതന്ത്രനാകുന്നു. ബാഹ്യലോകത്തിന്റേതായ ഏതൊരു പ്രലോഭനവും ഈ ഗണിതത്തിന്റെ സൂക്ഷ്മഗതിയെ വികലമാക്കും. ഗണിതജ്ഞന്റെ സ്വാതന്ത്ര്യത്തെ അപകടത്തിലാക്കും.

കെ പി അപ്പൻ എഴുത്തുകാരന്റെ സ്വാതന്ത്ര്യത്തെക്കുറിച്ച് കണ്ടെത്തിയ അതേ തത്വംതന്നെ ഇതാ, ഗണിതശാസ്ത്രജ്ഞന്റെ കാര്യത്തിലും സത്യമാകുന്നു. എഴുത്തുകാരൻ എന്നതിനുപകരം ഗണിതജ്ഞൻ എന്നു മാറ്റി അപ്പന്റെതന്നെ വാക്യങ്ങൾ നമുക്ക് എഴുതിനോക്കാം. "സമവാക്യരചനയുടെ നിമിഷങ്ങളിൽ സകലവിധ പ്രലോഭനങ്ങളിൽനിന്നുമുള്ള ഗണിതജ്ഞന്റെ മോചനത്തെ ഗണിതപരമായ നിർമാണത്തിന്റെ പ്രധാന സ്വഭാവമായി കണ്ടുകൊണ്ട്, നിർമാണത്തിന്റെ പിന്നിലെ തത്വചിന്തയുടെ പ്രധാനവശം എന്ന നിലയിലാണ് സ്വാതന്ത്ര്യം എന്ന പദം ഇവിടെ പ്രയോഗിക്കുന്നത്.... ഗണിതശാസ്ത്രജ്ഞൻ എന്നു പറഞ്ഞാൽ സകലവിധ പ്രേരണകൾക്കും അതീതനായി നിന്നുകൊണ്ട് ഈ സ്വാതന്ത്ര്യം നേടിയെടുക്കാൻ സ്വയം നിയോഗിക്കപ്പെട്ടവൻ എന്നാണ് അർഥം." ഗണിതജ്ഞന്റെ സ്വാതന്ത്ര്യത്തെക്കുറിച്ച് ഇങ്ങനെ പറഞ്ഞാൽ എന്താണ് കുഴപ്പം? സ്വാതന്ത്ര്യത്തെക്കുറിച്ചുള്ള ഈ സങ്കൽപ്പം ജീവിതത്തിന്റെ ഏതു മേഖലയിൽ പ്രവർത്തിക്കുന്നവനും ബാധകമാണ്. അതിനാൽ ഇത് മനുഷ്യന്റെ ഓരോ വിശേഷാനുഷ്ഠാനത്തിലെയും സ്വാതന്ത്ര്യത്തെക്കുറിച്ചുള്ള ഒരു സാമാന്യനിയമമാണ്.

മനുഷ്യന്റെ ഏതു പ്രവൃത്തിക്കും അനിവാര്യമായ ഈ ആപേക്ഷികസ്വാതന്ത്ര്യത്തെ എഴുത്തുകാരന്റെ സ്വാതന്ത്ര്യത്തിന്റെ പരമസീമയായി കാണുമ്പോൾ അതിനപ്പുറമുള്ള കലയുടെ പ്രസക്തി മുഴുവൻ തിരസ്കരിക്കപ്പെടുന്നു.

അനന്തഗുണമാർന്ന പ്രകൃതിയിൽനിന്ന് വേർതിരിച്ചെടുത്ത ഏകാന്തമായ അനുഷ്ഠാനമേഖലയിലൂടെ പ്രകൃതിയുടെ അനന്തതയിലേക്ക് തന്നെത്തന്നെ തിരിച്ചേൽപ്പിക്കുമ്പോൾ മാത്രമേ മനുഷ്യൻ സ്വതന്ത്രനാകുന്നുള്ളൂ.

കണക്കപ്പിള്ളയ്ക്ക് അയാളുടെ തൊഴിലിന്റെ വിജയത്തിന് കണക്കുകൂട്ടലിന്റെ നിമിഷങ്ങളിൽ തേങ്ങയെ പൂർണമായി മറക്കേണ്ടിയിരിക്കുന്നു. എന്നാൽ അയാളുടെ തൊഴിലിന്റെ വിജയമാകട്ടെ, അയാൾ വിസ്മരിച്ച തേങ്ങയുടെ കണക്ക് കൃത്യമായി കൂട്ടുന്നതിലാണുതാനും. അയാൾ കൂട്ടുന്ന ഓരോ സംഖ്യയും ഓരോ യഥാർഥ തേങ്ങയെക്കുറിച്ചുള്ളതാണ്. കണക്കു തെറ്റിയാൽ കുറയുകയോ കൂടുകയോ ചെയ്യുന്നത് കേവലം സംഖ്യകളല്ല; തേങ്ങയാണ്. തന്റെ മുന്നിലുള്ള അക്കങ്ങൾ തേങ്ങയുമായി അത്ര ഗാഢബന്ധങ്ങളാണെന്നും അവയുടെ സ്വാതന്ത്ര്യം തേങ്ങയെ അപേക്ഷിച്ച് മാത്രമുള്ളതാണെന്നും അയാൾക്കറിയാം. അതുകൊണ്ട് അയാൾക്ക് ജോലി നഷ്ടപ്പെടാതിരിക്കാൻ അയാൾ തേങ്ങയെ പൂർണമായി വിസ്മരിക്കുന്നു; അതിന്റെ പ്രലോഭനങ്ങളിൽ

നിന്നെല്ലാം സ്വതന്ത്രനായി തന്റെ മുന്നിലുള്ള അക്കങ്ങളിൽ അനന്യമന സ്കനായിത്തീരുന്നു. തന്റെ സ്വാതന്ത്ര്യത്തിന്റെ ആപേക്ഷികതയെക്കുറിച്ചുള്ള ബോധം അയാളെ കേവലമായ സ്വാതന്ത്ര്യത്തിലേക്കുയർത്തുന്നു.

മാനുഷികാനുഷ്ഠാനത്തിന്റെ ഏതു മേഖലയിലും സ്വാതന്ത്ര്യം മനുഷ്യന്റെ ഭൗതികമായ നിലനിൽപ്പിനെ അപേക്ഷിച്ചുള്ളതാണ്. എങ്കിലും ആ സ്വാതന്ത്ര്യത്തിന്റെ അനുഭവം കേവലമാണ്. ആ അനുഭവം അവന് സത്യവുമാണ്. അനന്തപ്രകൃതിയിൽ ആപേക്ഷികമായതിനെ മനുഷ്യൻ അവന്റെ ഏകാന്താനുഷ്ഠാനത്തിന്റെ മേഖലയിൽ കേവലമായി അനുഭവിക്കുന്നു. സൃഷ്ടിയുടെ നിമിഷങ്ങളിലെ കേവല സ്വാതന്ത്ര്യാനുഭൂതി ആപേക്ഷികമായ സ്വാതന്ത്ര്യത്തിന്റെ മനോനിഷ്ഠമായ ഒരവസ്ഥയാണത്. ആപേക്ഷികമായ സ്വാതന്ത്ര്യത്തിന്റെ വിരുദ്ധപ്രകാശനമാണത്. സൃഷ്ടിയുടെ നിമിഷങ്ങളിലെ സ്വാതന്ത്ര്യം സത്യത്തിൽ ആപേക്ഷികവും അനുഭവത്തിൽ കേവലവുമാണ്. വിപരീതങ്ങളിലൂടെ നിലനിൽക്കുന്ന ഒരേ യാഥാർഥ്യം തന്നെയാണത്.

ബാഹ്യലോകത്തിന്റെ കലർപ്പില്ലാത്ത സ്വാതന്ത്ര്യം അനുഭവിക്കുന്ന ഒരു ഗണിതശാസ്ത്രജ്ഞനെപ്പോലെ നിശ്ചയമായും എഴുത്തുകാരൻ തന്റെ സൃഷ്ടിയുടെ നിമിഷങ്ങളിൽ ബാഹ്യലോകത്തിൽനിന്നു മുക്തനാണ്. അങ്ങനെ മുക്തനാകാൻ കഴിയുന്നതുകൊണ്ടാണ് അയാൾ സ്രഷ്ടാവായിരിക്കുന്നത്. പ്രകൃതിയിൽനിന്നു വേർതിരിച്ചെടുത്ത തന്റെ സവിശേഷമണ്ഡലത്തിൽ അതിന്റേതായ അനിവാര്യതകളോടാണ് അയാൾക്ക് മല്ലിടേണ്ടത്. ഈ സമരത്തിൽ എഴുത്തുകാരൻ തന്റെ നിലനിൽപ്പിന്റെ സമസ്തബന്ധങ്ങളിൽനിന്നും വിമുക്തനാകുന്നു. അയാളുടെ സാമൂഹികാസ്തിത്വത്തിന്റെ സങ്കീർണബന്ധങ്ങൾ മുഴുവനും തന്റെ സമരത്തിൽ അവശ്യം ഒഴിച്ചുനിർത്തേണ്ട അനാവശ്യഭാരങ്ങളായിത്തീരുന്നു. ഒരു മൽപ്പിടുത്തക്കാരനെയോ നീന്തൽക്കാരനെയോ പോലെ സ്വന്തം വസ്ത്രച്ചുറ്റുകളും ആഭരണങ്ങളും അയാൾ അയാളിൽനിന്നെടുത്തു മാറ്റുന്നു.

ഇങ്ങനെ കലാകാരൻ സൃഷ്ടിയുടെ നിമിഷങ്ങളിൽ തന്റെ സമസ്ത സാമൂഹികബന്ധങ്ങളിൽനിന്നും മുക്തനാകുന്നത് തന്റെ സൃഷ്ടിയിലൂടെ സ്വയം സൃഷ്ടിയായി പകർന്ന് തന്നെത്തന്നെ സമൂഹത്തിലേക്കു പ്രക്ഷേപിപ്പിക്കാൻ വേണ്ടിയാണ്; തന്നെത്തന്നെ ആവുന്നത്ര ഉയരത്തിലേക്കുയർത്തി ആഴത്തിലേക്കാഞ്ഞെറിയാൻ വേണ്ടിയാണ്.

സൃഷ്ടിയുടെ നിമിഷങ്ങളിൽ അനുഭവിക്കുന്ന കേവല സ്വാതന്ത്ര്യത്തിന്റെ ആപേക്ഷികതയെക്കുറിച്ച് അറിയാത്തവൻ ആ കേവല കലാചിന്തയ്ക്കുള്ളിൽത്തന്നെയാണ്. അതിനുള്ളിൽ മാത്രമാണ് അവന്റെ സ്വാതന്ത്ര്യം. മനുഷ്യന്റെ അസ്തിത്വം അവന്റെ മനോനിഷ്ഠമായ അവസ്ഥകൾക്കുള്ളിലല്ല. അതിനാൽ സങ്കീർണമായ ജീവിതത്തിൽനിന്നും സ്വന്തം അനുഷ്ഠാനമേഖലയിലേക്ക് മുക്തനാകുമ്പോഴുള്ള കേവലാനു

ഭൂതിയല്ല എഴുത്തുകാരന്റെ സ്വാതന്ത്ര്യം. ആ അവസ്ഥകൾ അവന്റെ ഉള്ളിലാണ്.

3. കലയും മനുഷ്യനും

പ്രകൃതിയിലെ രൂപചലനങ്ങളെ സ്വേച്ഛയാ കൂട്ടിച്ചേർത്ത് പുതിയ രൂപങ്ങളെയും ചലനങ്ങളെയും സൃഷ്ടിക്കാനുള്ള ശക്തി അനൈച്ഛിക മായ ഒരു വ്യാപാരമായി മനുഷ്യനിൽ സ്വയം പ്രവർത്തിക്കാൻ തുടങ്ങു മ്പോൾ, നിലനിൽക്കുന്ന രൂപചലനബോധങ്ങളെ തകിടം മറിച്ചുകൊണ്ട് ഒരു പുതിയ ലോകത്തിന്റെ മൂർത്തബോധം സൃഷ്ടിക്കാനുള്ള സാധ്യത നിലവിൽ വരുന്നു. ഓരോ കാലത്തേയും മനുഷ്യന്റെ സൗന്ദര്യബോധം അക്കാലത്തു നിലനിൽക്കുന്ന രൂപചലനങ്ങളെക്കുറിച്ചുള്ള മൂർത്തധാര ണകളിൽ നിഷ്ഠമാണ്.

ബാഹ്യലോകത്തിന്റെ അനിവാര്യതകൾ മനുഷ്യന്റെ ആന്തരികലോ കവുമായി നിരന്തരം വൈരുധ്യത്തിലേർപ്പെടുന്നു. രൂപചലനങ്ങളെക്കു റിച്ചുള്ള സാമാന്യവൽക്കരിക്കപ്പെട്ട മൂർത്തബോധങ്ങളുമായി ബാഹ്യലോ കത്തിലെ വിശേഷവൈരുധ്യങ്ങൾ ഏറ്റുമുട്ടിക്കൊണ്ടിരിക്കുന്നു. ഇത് ആന്തരികമായ ഒരു അനുസ്യൂതവിപ്ലവത്തെ, നിരന്തരനിഷേധത്തെ അനി വാര്യമാക്കിത്തീർക്കുന്നു. സാമാന്യവൽക്കരിക്കപ്പെട്ട മൂർത്തബോധങ്ങളെ മനുഷ്യന് നിരന്തരം അഴിച്ചുപണിയേണ്ടതായി വരുന്നു. അങ്ങനെ, മനു ഷ്യന് അവനെത്തന്നെ പുതിയ ബാഹ്യവൈരുധ്യങ്ങളോട് പൊരുത്ത പ്പെടുത്തേണ്ടി വരുന്നു. പുതിയ അനിവാര്യതകളെ സ്വതന്ത്രമായി രൂപാ ന്തരപ്പെടുത്തുന്ന ഒരു നവീന ബോധതലം സൃഷ്ടിക്കേണ്ടതായി വരുന്നു.

മനുഷ്യൻ ഈ അനിവാര്യതയെ തരണം ചെയ്യുന്നത്, പഴയ അനു ഭവതലത്തെ തകർക്കുകയും പകരം പുതിയ ഒന്നിനെ സൃഷ്ടിക്കുകയും ചെയ്യുന്നത്, യുക്തിപരമായ നിർമ്മാണംകൊണ്ടല്ല; അനൈച്ഛികമായ ക്രിയകൊണ്ടാണ്.

അനൈച്ഛികമായ ഈ ആന്തരികക്രിയ അമൂർത്തമായ ആശയങ്ങ ളിൽ സംഭവിക്കുന്ന ഒരു വിപ്ലവമല്ല. അമൂർത്തവിജ്ഞാനത്തിന്റെ മേഖ ലയിലെ കണ്ടുപിടുത്തങ്ങൾ അങ്ങനെയാവാം. അനുഭവലോകത്തിലെ കണ്ടെത്തലുകൾ മൂർത്തസംഭവങ്ങളാണ്.

വസ്തുക്കളെക്കുറിച്ചുള്ള മനുഷ്യന്റെ മൂർത്തധാരണകൾ വസ്തു ക്കളല്ല; എന്നാൽ, വസ്തുക്കളിൽനിന്നു ഭിന്നവുമല്ല. ഈ വൈരുധ്യം കാരണം ആന്തരികമായ ധ്യാനത്തിന്റെ തലത്തിൽ ആശയങ്ങൾക്ക് കൂടി ച്ചേരാനും സ്വയം മാറാനും കഴിയുന്നതുപോലെ മൂർത്തബോധങ്ങൾക്ക് മനുഷ്യന്റെ ചിന്തയിൽവച്ച് പുനഃസൃഷ്ടിക്കാനാവില്ല. അത് മൂർത്തമായ ഭൗതികവസ്തുക്കളിലൂടെ (മാധ്യമങ്ങളിലൂടെ) മാത്രമേ സംഭവിക്കുന്നു ള്ളൂ. ഒരേസമയം ആന്തരികവും ബാഹ്യവുമായ ഒരനുഷ്ഠാനം എന്ന നിലയിൽ മാത്രമേ അത് സംഭവിക്കുന്നുള്ളൂ. അത് ആന്തരികമായ മൂർത്ത ബോധത്തിൽ നടക്കുന്ന ഒരു ക്രിയയാണ്. അതേസമയം ബാഹ്യമായ ഒരു സംഭവവും.

മനുഷ്യന് മാറ്റിമറിക്കേണ്ട ബാഹ്യയാഥാർത്ഥ്യങ്ങളോട് അവനു തന്നെ പൊരുത്തപ്പെടാൻ, അവന്റെ ബാഹ്യപ്രകൃതിയെ ആന്തരികാനുഭവങ്ങൾകൊണ്ടു കീഴടക്കാൻ, മനുഷ്യൻ നടത്തുന്ന അനൈച്ഛികമായ ഈ നിഷേധക്രിയതന്നെയാണ് കല. അത് വികാരങ്ങളുടെ പാനപാത്രമല്ല; ബാഹ്യലോകവും ആന്തരികലോകവും അനിവാര്യതയും യാദൃച്ഛികതയും, സ്രഷ്ടാവും ആസ്വാദകനും ഒരുമിച്ചുചേരുന്ന അനുഷ്ഠാനമാണ്.

മന്ത്രവാദത്തിലും മതത്തിലും പഴയ കലയിലും മനുഷ്യന് അവന്റെ പ്രവൃത്തിയുടെ പൊരുൾ അജ്ഞാതമായിരുന്നു. തന്റെ പ്രവൃത്തിയുടെ അർഥം ഗ്രഹിക്കാൻ കഴിയാത്ത എഴുത്തുകാരൻ പഴയ വെളിച്ചപ്പാടിന്റെ തുടർച്ചയാണ്. താൻ ചെയ്യുന്നതെന്തെന്നറിയാതെ തനിക്ക് അജ്ഞാതമായ എന്തിനോ വെളിച്ചപ്പെടാൻവേണ്ടി സ്വന്തം പ്രജ്ഞയെ മയക്കിക്കൊടുക്കുന്നവനാണ് അയാൾ. വെളിച്ചപ്പാടിന്റെ ആത്മവിസ്മൃതിയുടെ നിമിഷങ്ങളാണ് അയാൾക്ക് രചനയുടെ നിമിഷങ്ങൾ. വെളിച്ചപ്പാടിന്റെ പാരതന്ത്ര്യമാണ് അയാൾക്ക് സ്വാതന്ത്ര്യം. അന്യാധീനമായ ഈ നില അയാളുടെ ജീവിതത്തെയും കർമത്തെയും വിഘടിപ്പിച്ചു.

കല അതിന്റെ നിഷേധസ്വഭാവംകൊണ്ട് മനുഷ്യരാശിയുടെ സമഗ്രസ്വാതന്ത്ര്യത്തിൽ പങ്കുചേരുമ്പോൾ കലാകാരൻ അവന്റെ സാമാന്യജീവിതത്തെ നിഷേധിക്കാനാവാതെ, മാറാൻ മടിക്കുന്ന ലോകത്തിന്റെ മിഥ്യകളെ സ്വന്തം സ്വതന്ത്രദർശനങ്ങളായി അനുഭവിക്കുന്നു. സാമാന്യലോകവും അതിന്റെ നിഷേധവും തമ്മിലുള്ള വൈരുധ്യത്തിൽ ഒരു ഭാഗവും ചേരാതെ നിൽക്കുക അസാധ്യമാണ്. നിഷ്പക്ഷത ഒരു മിഥ്യയാണ്. ആ മിഥ്യയിൽ മുങ്ങിപ്പോയവന് നിഷ്പക്ഷമായ സ്വതന്ത്രചിന്ത സത്യമായി അനുഭവപ്പെടുന്നുണ്ടാവാം. എന്നാൽ, ബോധപൂർവം സാമാന്യബുദ്ധിയുടെ ലോകത്തെ തിരസ്കരിക്കാത്തവൻ ആ ലോകത്തിന്റെ ഭാഗംതന്നെയാണ്. ആ ലോകത്തിൽനിന്ന് സ്വയം വേർപ്പെടുത്താനാവാത്ത അടിമയാണ് അവൻ. അവന്റെ സ്വതന്ത്രചിന്ത ആ ലോകത്തിന്റെ ചിന്തയാണ്. 'സകലവിധ എസ്റ്റാബ്ലിഷ്മെന്റിനുമെതിരായ'അവന്റെ സ്വതന്ത്രചിന്ത എസ്റ്റാബ്ലിഷ്മെന്റിന്റെ ചിന്തതന്നെയാണ്. അവന്റെ സ്വാതന്ത്ര്യം അടിമയുടെ മിഥ്യയാണ്.

സാമാന്യത്തിന്റെ നിഷേധത്തെ, സത്യത്തെ, അനുഭവപ്പെടുത്തുന്ന കലയും, കലയുടെ സത്യത്തിലേക്കെത്താൻ കഴിയാത്ത കലാകാരനും രണ്ട് ലോകങ്ങളിലേക്ക് അകലുന്നു. അവന്റെ പ്രവൃത്തിയുടെ അർഥം അവന് അജ്ഞാതമാണ്. താൻ ചെയ്യുന്നതെന്തെന്നറിയാത്ത കലാകാരന് അവന്റെ സൃഷ്ടിയുടെ നിമിഷങ്ങളിലെ സ്വാതന്ത്ര്യം ആ സ്വാതന്ത്ര്യത്തിനുവേണ്ടി മാത്രമാണ്.

താൻ ചെയ്യുന്നതെന്തെന്നറിയാതെ സൃഷ്ടിയിലെ സ്വാതന്ത്ര്യം മാത്രം ലക്ഷ്യമായിക്കാണുന്ന എഴുത്തുകാരൻ സ്വന്തം പ്രവൃത്തിയുടെ അർഥമറിയാതെ ലൈംഗികസുഖത്തിനുവേണ്ടിമാത്രം ഇണചേരുന്ന ജന്തുവിനെപ്പോലെയാണ്. അതിനെ ഇണചേർക്കുന്ന പ്രകൃതിയുടെ

ലക്ഷ്യം അതിന് അജ്ഞാതമാണ്. ജന്തുവിന് ഇണചേരൽ, ഇണചേരലിനുവേണ്ടിമാത്രം. സൃഷ്ടിയുടെ നിമിഷങ്ങളിലെ സ്വാതന്ത്ര്യത്തിനപ്പുറം കാണാൻ കഴിയാത്ത ഒരെഴുത്തുകാരനെ, സൃഷ്ടിക്കു പ്രകൃതി കൽപ്പിച്ച ധർമത്തെക്കുറിച്ച് ബോധവാനായ ഒരു സ്രഷ്ടാവാകാൻ കാലം ആവശ്യപ്പെടുമ്പോൾ അയാൾക്ക് അതുൾക്കൊള്ളാൻ കഴിഞ്ഞെന്നുവരില്ല. സൃഷ്ടിയുടെ നിമിഷങ്ങളിൽ ആത്മബോധം കൈവെടിയുന്ന ഈ പഴയ കലാകാരന് ബോധപൂർവമായ സർഗവ്യാപാരം ദു:സഹമായിത്തോന്നും. സ്വന്തം ചലനങ്ങളെ ബോധപൂർവം നിയന്ത്രിക്കാൻ കഴിയാത്ത ഒരു ജന്തുവിനെ മനുഷ്യനെപ്പോലെ പെരുമാറാൻ നിർബന്ധിക്കുന്നതുപോലെയാണത്. 'സൃഷ്ടിപരമായ സ്വാതന്ത്ര്യത്തിന്റെ യഥാർഥസത്ത', സൃഷ്ടിയുടെ നിമിഷങ്ങളിലെ സ്വാതന്ത്ര്യാനുഭൂതിക്കപ്പുറം മനുഷ്യന്റെ സർഗസ്വാതന്ത്ര്യമെന്ന സത്യം അയാൾക്കു മർദനമായിത്തോന്നാം. അതിന് അയാളെ പഴിച്ചിട്ട് കാര്യമില്ല. പക്ഷേ, മാറ്റം അപ്രതിരോധ്യമാണ്. മാറാൻ കൂട്ടാക്കാത്തവർ മാറുന്ന ലോകത്തിൽ നശിക്കാൻ വിധിക്കപ്പെട്ടവരാണ്. ഇത്തരക്കാരെപ്പറ്റി ബ്രഹ്ത്തിന്റെ പ്രസിദ്ധമായ ഒരു കവിതപോലുമുണ്ട്. 'കത്തിയെരിയുന്ന വീടിനെപ്പറ്റി ബുദ്ധന്റെ സാരോപദേശം.'

പുതിയ എഴുത്തുകാരൻ പുതിയ കല സൃഷ്ടിക്കുന്നവനാണ്. ബർത്തോൾത് ബ്രഹ്ത്തിന്റെയും പാബ്ലോ നെരൂദയുടെയും പോൾ എലാദിന്റെയും ജോൺ ബർജറിന്റെയും കലയാണത്. മനുഷ്യചരിത്രത്തിൽ അതിദീർഘമായി നീണ്ടുനിന്ന മന്ത്രവാദത്തിന്റെയും മതത്തിന്റെയും ആത്മബോധമറ്റ അനുഷ്ഠാനങ്ങളുടെ വർഗത്തിൽപ്പെട്ട പഴയ കലയുടെ കാലം കഴിഞ്ഞുപോയിരിക്കുന്നു.

വർഗസമൂഹത്തിന്റെ നൈസർഗിക നിയമങ്ങളെ സ്വന്തം നിയമങ്ങളാക്കി മാറ്റാൻ ശ്രമിക്കുന്ന വിപ്ലവകാരിയായ ഒരു കലാകാരന് തന്റെ സൃഷ്ടിയുടെ ധർമത്തെക്കുറിച്ച് ബോധവാനായിരിക്കാനുള്ള സ്വാതന്ത്ര്യമുണ്ട്. ആ ബോധം സൃഷ്ടിയുടെ നിമിഷങ്ങളിൽ അയാൾ അനുഭവിക്കുന്ന സ്വാതന്ത്ര്യത്തെ നശിപ്പിക്കുന്ന മർദനയന്ത്രമല്ല, മറിച്ച് തന്റെതന്നെ പ്രജ്ഞയെ കീഴ്പ്പെടുത്തിയേക്കാവുന്ന സൃഷ്ടിയുടെ അന്ധനിയമങ്ങളെ തന്റെ ലക്ഷ്യത്തിനുവേണ്ടി കീഴ്പ്പെടുത്താനുള്ള സമരായുധമാണ്. തന്റെ ലക്ഷ്യത്തിനുവേണ്ടി സൃഷ്ടിയുടെ നിയമങ്ങളെ നശിപ്പിക്കുകയല്ല, അവയെ അംഗീകരിക്കുകയാണ് അയാൾ ചെയ്യുന്നത്. സ്വന്തം അനൈച്ഛികസിദ്ധികളെ ബോധംകൊണ്ടു നശിപ്പിക്കുകയല്ല, ബോധത്തിന്റെ വിടർന്ന കണ്ണിനു കീഴിൽ മെരുക്കിയെടുക്കുകയാണയാൾ.

സൃഷ്ടിയുടെ നിമിഷങ്ങളിലെ സ്വാതന്ത്ര്യത്തെ ബോധത്തിന്റെ ആകാശത്തിനുകീഴിൽ കൊണ്ടുവരുന്ന എഴുത്തുകാരൻ ആ സ്വാതന്ത്ര്യാനുഭൂതി നഷ്ടമാക്കുകയല്ല, മറിച്ച്, ആ സ്വാതന്ത്ര്യത്തിന്റെ അസ്തിത്വത്തെക്കുറിച്ച് അഗാധമായ ആത്മബോധമുള്ളവനായി ഉയരുകയാണ് ചെയ്യുന്നത്. അവൻ അവന്റെ നിലനിൽപ്പിന്റെ ഒരഗാധതലത്തെക്കൂടി സ്വന്തമാക്കുകയാണ് ചെയ്യുന്നത്. ഇണചേരലിന്റെ അർഥമറിഞ്ഞു

കൊണ്ട് ഇണചേരുന്ന മനുഷ്യന് ലൈംഗികസുഖം നഷ്ടമാവുന്നില്ല. ബോധത്തിന്റെ കലർപ്പേറ്റ് അവന്റെ സുഖം തരംതാണുപോകുന്നുമില്ല. മറിച്ച്, ബോധമുള്ള മനുഷ്യന് അനുഭവത്തിന്റെ മൃഗീയശുദ്ധിയിലേക്ക് അവനെത്തന്നെ എടുത്തെറിയാൻ കഴിയും.

തന്റെ ലക്ഷ്യത്തിനുവേണ്ടി പ്രജ്ഞകൊണ്ട് കലയുടെ അനിവാര്യതകളെ അന്ധമായി തകർക്കുന്നവൻ അന്ധനായ കലാകാരനേക്കാൾ ദുഷ്ടനാണ്. ബാഹ്യപ്രകൃതിയെ എന്നപോലെ ആന്തരികപ്രകൃതിയെയും മനുഷ്യൻ ഒരിക്കലും പൂർണമായി കീഴടക്കുന്നില്ല. ആന്തരികപ്രകൃതിയുടെയും അനിവാര്യതകൾ അനന്തമാണ്. അതിനാൽ തന്റെ സൃഷ്ടിയുടെ അന്തിമരൂപത്തെ കലാകാരന് മുൻകൂട്ടി നിർണയിക്കാനാവില്ല. മേശയോ കസേരയോ നിർമിക്കുന്നതുപോലെ നേരത്തെ രൂപം നിർണയിക്കപ്പെട്ട ഒരു മാതൃകയെ ആവർത്തിക്കുന്ന അടിമയല്ല അയാൾ. തികച്ചും പുതിയ ഒന്നിന്റെ സ്രഷ്ടാവാണ്.

കലാകാരന്റെ ബോധവും ആന്തരികാവസ്ഥകളും തമ്മിൽ ഏറ്റുമുട്ടി അയാളുടെ മുൻവിധികളെ തെറ്റിച്ചുകൊണ്ട് അയാളുടെ ഇച്ഛതന്നെ അനൈച്ഛികമായി അവതരിപ്പിക്കുന്നതാണ് പുതിയ കല.

(1979)

7

ശബ്ദാർഥങ്ങൾക്കിടയിൽ

[ഒരു സവിശേഷ സൈദ്ധാന്തിക വ്യവഹാരത്തിന്റെ മണ്ഡലത്തിൽ മാത്രം ചില സവിശേഷാർഥങ്ങൾ ഉൽപ്പാദിപ്പിക്കുന്ന ശബ്ദങ്ങൾ ഈ ലേഖനത്തിൽ ആവർത്തിക്കുന്നുണ്ട്. അതിനുപുറത്ത്, പത്രത്തിന്റെയോ പ്രസംഗത്തിന്റെയോ അതുപോലെ മറ്റേതെങ്കിലും വ്യവഹാരത്തിന്റെയോ മണ്ഡലത്തിലേക്ക് ആ ശബ്ദങ്ങളെ മാറ്റിവച്ച്, ഒരു സാമാന്യവ്യവഹാരം എന്ന നിലയിൽ ഈ ലേഖനം വായിക്കുകയാണെങ്കിൽ, അവ ഇതിലുൽപ്പാദിപ്പിക്കുന്ന സവിശേഷാർഥങ്ങൾ നഷ്ടമായിത്തീരുകയും, നിഷ്കൃഷ്ടമായ അറിവ് അസാധ്യമായിത്തീരുകയും ചെയ്യും. ഉപാധി, ഉൽപ്പാദനം, കർത്താവ്, ഘടന, പ്രയോഗം, പ്രത്യയശാസ്ത്രം, വ്യവസ്ഥ, വ്യവഹാരം, സവിശേഷം തുടങ്ങിയവയാണ് ആ ശബ്ദങ്ങൾ. അവ ഈ ലേഖനത്തിൽ അർഥം ഉൽപ്പാദിപ്പിക്കുന്ന സവിശേഷ വ്യവഹാരമണ്ഡലം, ഘടനാവാദത്തെയും ചിഹ്നശാസ്ത്രത്തെയും ഭാഷാപരമായ മാനസികാപഗ്രഥനത്തെയും ഉപയോഗപ്പെടുത്തിക്കൊണ്ട് അൽത്തൂസറിനുശേഷം നിലവിൽ വന്നിട്ടുള്ള മാർക്സിസ്റ്റ് സിദ്ധാന്തത്തിന്റേതാണ്.]

'വൃക്ഷം' എന്ന ശബ്ദം വൃക്ഷത്തിൽനിന്ന് മുളച്ചുവന്നതല്ല. വൃക്ഷശരീരത്തിന്റെ ജൈവഘടനയോട് അതിന് യാതൊരു ബന്ധവുമില്ല. സസ്യജാലങ്ങളോട് യാതൊരു ബന്ധവുമില്ലാത്ത മറ്റൊരു മേഖലയിലാണ് 'വൃക്ഷം' എന്ന ശബ്ദം പ്രവർത്തനക്ഷമമാകുന്നത്. ശബ്ദങ്ങൾ തമ്മിലുള്ള ഭിന്നതകളിലൂടെ ഘടിപ്പിക്കപ്പെട്ട ശബ്ദഘടനയുടെ ഒരു ലോകത്തിൽ മാത്രമാണ് 'വൃക്ഷം' എന്ന ശബ്ദം അർഥമുള്ളതാകുന്നത്. അതുകൊണ്ടുതന്നെ മറ്റൊരു ഭാഷയുടെ ഘടനയിൽ 'വൃക്ഷം' എന്ന ശബ്ദം മാറി മറ്റൊരു ശബ്ദം വരുന്നു. പട്ടിക്ക് പൂച്ചയെന്നോ പൂച്ചയ്ക്ക് പട്ടിയെന്നോ ആണ് നാം പറഞ്ഞിരുന്നതെങ്കിൽ അതുകൊണ്ട് ആ ജന്തുക്കൾ

ക്കോ നമുക്കോ പ്രത്യേകിച്ച് എന്തെങ്കിലും സംഭവിക്കുമായിരുന്നോ? ഒരു സാധ്യതയുമില്ല. അതിനാൽ പട്ടിക്ക് 'പട്ടി'യോടും പൂച്ചയ്ക്ക് 'പൂച്ച'യോടും ഒരു ബന്ധവും നിലനിൽക്കുന്നില്ല എന്ന് വ്യക്തം.

ശബ്ദാർഥവിഛേദം

സ്വയം വ്യക്തമായ ഈ വസ്തുത, കുറെക്കൂടി ഉയർന്ന മറ്റൊരു നിഗമനത്തിലേക്കാണ് നമ്മെ എത്തിക്കുന്നത്. അതിങ്ങനെയാണ്: ഭൂമിയിലെ വൃക്ഷങ്ങളെ സാമാന്യവൽക്കരിച്ച് നാം ഉണ്ടാക്കുന്നതെന്നു കരുതുന്ന അർഥപരികൽപ്പനയും വൃക്ഷം എന്ന ശബ്ദവും തമ്മിൽ അല്ലെങ്കിൽ അതിന് സമാനമായി ഓരോ ഭാഷയിലുമുള്ള ശബ്ദവും തമ്മിൽ, അവയുടെ ഉൽപ്പത്തിയിൽത്തന്നെ രൂപപ്പെടുന്ന ഒരു ഐക്യം നിലനിൽക്കുന്നില്ല. അതായത്, 'പട്ടി' 'പൂച്ച' എന്നീ പേരുകൾക്ക് ജീവനുള്ള ഏതെങ്കിലും പട്ടിയോടോ പൂച്ചയോടോ മാത്രമല്ല ബന്ധമില്ലാത്തത്. ജീവനുള്ള ആ ജന്തുക്കളെക്കുറിച്ചുള്ള വ്യവഹാരത്തിൽനിന്ന് രൂപപ്പെട്ട അർഥപരികൽപ്പനകളോടും ബന്ധമില്ല എന്നർഥം.

ശബ്ദം കൂടാതെ അർഥം അമൂർത്തമായി നിലനിൽക്കുന്നു എന്നോ, അർഥം കൂടാതെ ശബ്ദം ശൂന്യമായി നിലനിൽക്കുന്നു എന്നോ അല്ല പറയുന്നത്. ഒന്ന് മറ്റൊന്നിന്റെതന്നെ സത്തയുടെ സാക്ഷാൽക്കാരമല്ലെന്നാണ് പറയുന്നത്. അതായത്, വിത്തിനുള്ളിൽ മരമെന്നപോലെ ശബ്ദത്തിനുള്ളിൽ അർഥം ഉൽപ്പത്തിയിൽ തന്നെ സഹജവും അലംഘനീയവുമായ ഐക്യമായി നിലനിൽക്കുന്നില്ല എന്നർഥം. എന്നാൽ ശബ്ദവും അർഥവും ഐക്യപ്പെട്ട് ഒരു ചിഹ്നവ്യവസ്ഥയിൽ പ്രവർത്തിക്കുമ്പോൾ മാത്രമേ ഭാഷ അർഥമുള്ളതായിത്തീരുകയുള്ളൂ. അതിനാൽ പരസ്പരം വേർപെടുമ്പോൾ നിലനിൽപ്പില്ലാതാവുന്നതും പരസ്പരം ഐക്യപ്പെടുന്നതിലൂടെ മാത്രം വ്യത്യസ്തസത്തകളെന്ന നിലയിൽ നിലനിൽപ്പു കൈവരുന്നതും, അങ്ങനെ ഐക്യവും വിഛേദവും ഒരൊറ്റ മുഹൂർത്തത്തിൽത്തന്നെ നിലനിർത്തുന്നതുമായ ഒരു ബന്ധമാണ് ശബ്ദവും അർഥപരികൽപ്പനയും തമ്മിലുള്ളത്.

ശബ്ദങ്ങളുടെ ഭിന്നസംവിധാനങ്ങളിലൂടെ നിലവിൽ വരുന്ന ഭാഷാപ്രയോഗത്തിന്റെ അനന്തമായ സാധ്യതകളുടെ രഹസ്യം തിരയുമ്പോൾ ശബ്ദവും അർഥവും തമ്മിലുള്ള ഐക്യത്തിലല്ല അവയുടെ വിഛേദത്തിലാണ് നാം വ്യാപരിക്കുന്നത് എന്നു കാണാം.

സംഭാഷണത്തിലും പത്രത്തിലും ചരിത്രപുസ്തകത്തിലും നോവലിലും കവിതയിലും ഒരേ ശബ്ദഘടകങ്ങളുടെതന്നെ ഭിന്നസംവിധാനങ്ങളാണുള്ളത്. മുൻകൂർ നിലനിൽക്കുന്ന കുറെ നിശ്ചിതമായ അർഥങ്ങളെയാണ് നാം പലതരത്തിൽ അടുക്കുന്നതെങ്കിൽ, നിശ്ചയമായും അതൊരു പരിമിതിയുള്ള പ്രവർത്തനമാണ്. നിലവിലുള്ള അർഥഖണ്ഡങ്ങളെയാണ് നാം സന്ദർഭത്തിന് ചേരുംപടി എടുത്ത് കൂട്ടിച്ചേർക്കുന്നതെങ്കിൽ, അർഥഖണ്ഡങ്ങളുടെ ഉടയാത്ത ഇഷ്ടികകളാണ് പദ

മെങ്കിൽ; ഓരോ സന്ദർഭത്തിലുമുള്ള ഭിന്നവ്യവഹാരങ്ങൾ തമ്മിലോ ഒരേ വ്യവഹാരത്തിന്റെതന്നെ ഭിന്നരൂപങ്ങൾ തമ്മിലോ ഇന്നു നിലനിൽക്കുന്ന സ്ഥൂലവും സൂക്ഷ്മവുമായ അനവധി ഭേദങ്ങൾ സാധ്യമല്ലാതെ വരും. ഭാഷയുടെ പ്രയോഗം ചിഹ്നങ്ങൾകൊണ്ടുള്ള ഇഷ്ടികപ്പണിയായി ത്തീരും. അതിനാൽ ഭാഷയുടെ വ്യവഹാരം മുൻകൂർ നിലനിൽക്കുന്ന അർഥത്തിനു വന്നു നിറയാനുള്ള പാത്രമാവുകയല്ല, മറിച്ച് ഓരോ വ്യവഹാരവും അതിന്റെ അർഥത്തെ ഉൽപ്പാദിപ്പിക്കുകയാണ് ചെയ്യുന്നത്. ഈ ഉൽപ്പാദനം സാധ്യമാകുന്നത് ഭാഷാശബ്ദങ്ങൾക്ക് അവയുടേതായ ഒരു സമാനവിതാനത്തിൽ സ്വയം കൂടിക്കലർന്ന് പ്രവർത്തിക്കുന്നതിനുള്ള ആപേക്ഷികമായ സ്വാതന്ത്ര്യം നിലനിൽക്കുന്നതുകൊണ്ടാണ്. ഒന്നിനു പകരം മറ്റൊന്നുനിന്നും, ഒന്ന് മറ്റൊന്നിനെ മറച്ചും, ഒന്നിനുപകരം അനേകം നിന്നും, അനേകത്തിനുപകരം ഒന്നു നിന്നും, ശബ്ദങ്ങൾക്ക് വ്യവഹാര ത്തിനനുസരിച്ച് പ്രവർത്തിക്കുന്നതിനുള്ള സ്വാതന്ത്ര്യം ആപേക്ഷികമെ ങ്കിലും സാധ്യത അനന്തമാണ്.

രണ്ടു നിലപാടുകൾ

എന്നാൽ ഒരു നിശ്ചിതവ്യവഹാരത്തിൽ ഉൽപ്പാദിപ്പിക്കപ്പെടുന്ന അർഥം ശബ്ദങ്ങളുടെ സ്വച്ഛന്ദസംയോഗഭേദങ്ങൾകൊണ്ടുമാത്രം നില വിൽ വരുന്ന ഒന്നല്ല. ശബ്ദങ്ങളുടെ ഏകപക്ഷീയമായ വ്യാപാരം അർഥത്തെ ഉൽപ്പാദിപ്പിക്കുന്നു എന്നു കരുതുന്നത് ഭാഷാഘടനയെ ഒരു യന്ത്രമായിക്കാണുന്നതിന് തുല്യമാണ്. ശബ്ദഘടനയെ ഏതെല്ലാം തര ത്തിൽ അപഗ്രഥിച്ചാലും ചിഹ്നവ്യവസ്ഥയെ എങ്ങനെയെല്ലാം വ്യവച്ഛേ ദിച്ചാലും ഭാഷാപ്രയോഗത്തെ പ്രയോക്താവിനു പുറത്തു നിൽക്കുന്ന ഒരു സ്വതന്ത്രഘടനയായിക്കാണുന്ന ഭാഷാശാസ്ത്രത്തിനോ ശൈലീ ശാസ്ത്രത്തിനോ, ഒരു സവിശേഷവ്യവഹാരത്തിൽ ഉൽപ്പന്നമാകുന്ന അർഥത്തിന്റെ സവിശേഷത കണ്ടെത്താനാവില്ല. ഊർജം യന്ത്രത്തിനു ള്ളിൽ മറഞ്ഞിരിക്കുന്നു എന്നു കരുതി യന്ത്രഭാഗങ്ങൾ അഴിച്ചുപ രതുംപോലെയാണത്. (ഇത്തരം ഭാഷാശാസ്ത്രവും ശൈലീശാസ്ത്രവും ചിഹ്നശാസ്ത്രവും ഇതിനകം അവയുടെ വ്യർഥപ്രയത്നങ്ങൾ വേണ്ടതി ലധികം ചെയ്തുകഴിഞ്ഞു.)

ഇതിന് വിപരീതമായി മുൻകൂർ നിലനിൽക്കുന്ന അർഥകൽപ്പനകൾ ചിഹ്നവ്യവസ്ഥയിലൂടെ ആവാഹിച്ചാവിഷ്കരിക്കപ്പെടുകയാണ് ചെയ്യുന്ന ത് എന്ന ഒരു ധാരണ നിലനിൽക്കുന്നുണ്ട്. അർഥം ഉൽപ്പാദിപ്പിക്കപ്പെ ടുന്ന ഒന്നല്ല, മുൻകൂർ നിലനിൽക്കുന്ന ഒന്നിന്റെ ആവിഷ്കരണം മാത്ര മാണ് എന്നു പറയുമ്പോൾ അത് ആവിഷ്ക്കരിക്കുന്നതിനു ഒരു കർത്താവ് ആവശ്യമായി വരുന്നു. വ്യവഹാരത്തിന് മുമ്പ് അതിൽനിന്ന് ഭിന്നമായി നിൽക്കുന്ന അർഥത്തെക്കുറിച്ചുള്ള ധാരണ, ആ അർഥത്തെ ഭാഷയി ലേക്ക് ആവാഹിച്ച് ആവിഷ്കരിക്കുന്ന ഒരു കർത്താവിന്റെ മുൻകൂർ നില നിൽപ്പിനെ അനിവാര്യമാക്കിത്തീർക്കുന്നു എന്നർഥം. കർത്താവ് എന്ന

തുകൊണ്ടർഥമാക്കുന്നത് ഭാഷ പ്രയോഗിക്കുന്ന വ്യക്തിയെ അല്ല. ഒരു വ്യവഹാരത്തിൽ വ്യക്തി കൈവരിക്കുന്ന കർത്തൃഭാവത്തെയാണ്. വ്യവഹാരത്തിനുമുമ്പ് നിലനിൽക്കുന്ന വ്യവഹാരത്തിന്റെ കർത്താവിനെക്കുറിച്ചുള്ള ധാരണ അമൂർത്തമായ ഒരു സങ്കൽപ്പമാണ്. കർത്താവിനെക്കുറിച്ചുള്ള ഈ അമൂർത്ത സങ്കൽപ്പത്തിനുള്ളിൽ സ്വയം പ്രതിഷ്ഠിക്കുന്ന ഒരുവൻ സൃഷ്ടിക്കുമുമ്പുള്ള ദൈവത്തിന്റെ അവസ്ഥയിലേക്ക് തന്നെത്തന്നെ ഉയർത്തുകയും ഒരു വ്യവഹാരത്തിലൂടെ മാത്രം നിലനിൽക്കുന്ന തന്റെ കർത്തൃത്വത്തെ ആ വ്യവഹാരത്തിന്റെ കർത്താവായി കാണുകയും ചെയ്യുന്നു.

ഇനി, ശബ്ദങ്ങളുടെ ഘടന തനിയേ അർഥത്തെ ഉൽപ്പാദിപ്പിക്കുന്നു എന്ന സങ്കൽപ്പത്തിൽ ഈ കർത്താവിനെന്തു സംഭവിക്കുന്നു എന്നു നോക്കാം. അവിടെ ഒരു കർത്താവുതന്നെ ആവശ്യമില്ല. അർഥം ഉൽപ്പാദിപ്പിക്കുന്നത് ഘടനയുടെ സ്വയം പ്രവർത്തനമാണ്. സവിശേഷമായ ഒരു അർഥത്തിന്റെ ഉൽപ്പാദനം, ഘടനയുടെ പ്രവർത്തനത്തിന്റെതന്നെ ഒരു സവിശേഷവിധമാണ് എന്ന നിലപോയി, അർഥം ഘടനയിൽനിന്ന് വേറിട്ടു പുറത്തു വരുന്നു; യന്ത്രത്തിൽനിന്ന് ഉൽപ്പന്നമെന്നപോലെ. അതുകൊണ്ടുതന്നെ, ഉൽപ്പന്നത്തിൽനിന്നു വിട്ടുനിൽക്കുന്ന യന്ത്രമെന്നപോലെ അർഥത്തിനു വെളിയിൽ നിൽക്കുന്ന ഒന്നിന്റെ പ്രവർത്തനമായി ഘടനയെ കാണേണ്ടതായും വരുന്നു. അർഥത്തിൽനിന്നു വിട്ടുനിൽക്കുകയാൽ അത് കർത്താവിൽനിന്നുകൂടി വിട്ടുനിൽക്കുന്നു. അങ്ങനെ ഘടന കർത്തൃബന്ധമില്ലാതെ കേവലമായി പുറത്തുനിൽക്കുന്ന പണിതീർന്ന സ്വയം പൂർണവസ്തുവായിത്തീരുന്നു. അനുഭവവാദത്തിന് ആധാരമായ ഈ കേവലവസ്തുഘടനാസങ്കൽപ്പത്തിൽ നിഷ്ക്രിയമായി എല്ലാം അറിയുക മാത്രം ചെയ്യുന്ന ഒരു സാങ്കൽപ്പിക കർത്താവ് അദൃശ്യനായി നിൽക്കുന്നുണ്ട്. അയാൾ സൃഷ്ടിക്കുമുമ്പുള്ള ദൈവത്തിന്റെ അവസ്ഥയിലല്ല; എല്ലാം സൃഷ്ടിച്ചുകഴിഞ്ഞതിനുശേഷം, പ്രപഞ്ചയന്ത്രം പ്രവർത്തിപ്പിച്ചുകഴിഞ്ഞതിനുശേഷം നിഷ്ക്രിയനായി എന്നാൽ, ദ്രഷ്ടാവായി നിൽക്കുന്ന ദൈവത്തിന്റെ അവസ്ഥയിലാണെന്നുമാത്രം. ആനുഭവിക ശാസ്ത്രവാദപരമായ പ്രപഞ്ചവ്യാഖ്യാനത്തിന് ഈ ജോലി കഴിഞ്ഞ ദൈവത്തിന്റെ ആവശ്യം തൽക്കാലം ഇല്ലാത്തതുപോലെ, അർഥബാഹ്യവും കർത്തൃബാഹ്യവുമായ ഭാഷാഘടനയുടെ വ്യാഖ്യാനത്തിന് ഒരു കർത്താവിന്റെ സാന്നിദ്ധ്യം ആവശ്യമായി വരുന്നില്ല. അങ്ങനെ അനുഭവവാദി സ്വന്തം കർത്തൃത്വത്തെ കേവലവും നിഷ്ക്രിയനുമായ ഒരു ദ്രഷ്ടാവിന്റെ അവസ്ഥയിൽ തിരുകി സൂക്ഷിക്കുകയും സ്വന്തം ഭാഷാപ്രയോഗത്തെ തനിക്കുപുറത്തുനിൽക്കുന്ന ഒരു യാഥാർഥ്യത്തോടുള്ള സാങ്കേതികബന്ധമായി കാണുകയും ചെയ്യുന്നു. അയാൾ ഭാഷാപ്രയോഗത്തെ ഒരു സാങ്കേതികപ്രയോഗമായി കാണുന്നു. കർത്തൃനിരപേക്ഷമായ ഈ സാങ്കേതിക ഭാഷ സഹജവും നിഷ്കളങ്കവുമായ ബാഹ്യപ്രകൃതി എന്ന ഭാവത്തോടെ കർത്തൃത്വത്തെ പൂർണ

മായി ഗ്രസിക്കുകയും കർത്തൃരഹിതമായ ഒരതീത യാഥാർഥ്യമായി നിലനിൽക്കുകയും ചെയ്യുന്നു.

ഭാഷയോട്, സൃഷ്ടിക്ക് മുമ്പുള്ള കർത്താവിന്റെയും സൃഷ്ടിക്ക് ശേഷമുള്ള കർത്താവിന്റെയും നിലപാടുകളിൽനിന്നുള്ള സമീപനങ്ങൾ ഭാഷയെക്കുറിച്ചുള്ള വെറും സാങ്കൽപ്പികാശയങ്ങളുടെ പ്രകാശനമല്ല; ഭാഷയോടുള്ള രണ്ട് പ്രായോഗികനിലപാടുകളാണ്. ഭാഷയുടെ വ്യവഹാരത്തിൽ കർത്താവ് കൈവരിക്കുന്ന പ്രത്യയശാസ്ത്രപരമായ രണ്ട് പ്രായോഗികനിലപാടുകളാണവ.

പ്രത്യയശാസ്ത്രം

പ്രത്യയശാസ്ത്രം എന്നതുകൊണ്ട് അർഥമാക്കുന്നത് ഒരുകൂട്ടം ആശയങ്ങളെയോ സിദ്ധാന്തങ്ങളെയോ അല്ല. പ്രത്യയശാസ്ത്രം, സിദ്ധാന്തം എന്നീ പദങ്ങൾ ഒരേ അർഥത്തിൽ പ്രയോഗിച്ചുള്ള ഈ ശീലം കൊണ്ട് അങ്ങനെയൊരു തോന്നലുണ്ടാകാം. പ്രത്യയശാസ്ത്രം എന്നത്, ഒരു നിശ്ചിത സമൂഹത്തിൽ ജീവിക്കുന്ന മനുഷ്യർ, പ്രകൃതിയോടും, പരസ്പരവും പുലർത്തുന്ന ബന്ധത്തെക്കുറിച്ച് അവർതന്നെ രൂപീകരിക്കുന്ന ആശയങ്ങളുടെയും, ആ ആശയങ്ങൾക്കുള്ളിൽ നിന്നുകൊണ്ടുള്ള അവരുടെ പ്രതികരണങ്ങളുടെയും ഒരു സമഗ്രവ്യവസ്ഥയാണ് എന്ന് സാമാന്യമായി പറയാം. കുറെക്കൂടി ചുരുക്കിപ്പറഞ്ഞാൽ മനുഷ്യരുടെ ജീവിതവ്യാപാരത്തിന്റെ ഒരു പ്രത്യേകരീതിയും അതിനുള്ളിലുള്ള അവരുടെ ജീവിതവുമാണത്. മനുഷ്യരുടെ ജീവിതവ്യാപാരങ്ങൾക്ക് അവർതന്നെ കൽപ്പിക്കുന്ന അർഥവും, ആ അർഥത്താൽത്തന്നെ നിയന്ത്രിതമായ അവരുടെ ജീവിതവ്യാപാരങ്ങളും ചേർന്ന് രൂപപ്പെടുന്ന ഒരു അടഞ്ഞ വ്യവസ്ഥയാണത്.

സ്വയം ഉൽപ്പാദിപ്പിക്കുന്ന ഒരർഥമണ്ഡലത്തിൽ സ്വയം തളഞ്ഞുനിൽക്കാനല്ലാതെ പുതിയ അർഥങ്ങളെയും പുതിയ അർഥങ്ങളുടെ പ്രകടനസ്ഥാനമായ പുതിയ കർത്താവിനെയും ഉൽപ്പാദിപ്പിക്കാൻ കഴിയാത്ത ഒന്നാണ് ഒരു അടഞ്ഞ ഘടന. അതിൽ ഉൽപ്പാദിപ്പിക്കപ്പെടുന്ന അർഥങ്ങൾ ആദിമധ്യാന്തപ്പൊരുത്തമൊത്ത പണിക്കുറ്റം തീർന്ന ആശയങ്ങളായിരിക്കും. അവ രൂപാന്തരപ്പെടുന്നതല്ലാതെ ഒരിക്കലും നവീകരിക്കപ്പെടുന്നില്ല. അവയുടെ മൗലികസ്വഭാവം, അവ ശാശ്വതസത്യങ്ങളോ, ഏതെങ്കിലും ശാശ്വതസത്യത്തിന്റെ ഖണ്ഡങ്ങളോ ആയിരിക്കുമെന്നുള്ളതാണ്. ഇങ്ങനെ ശാശ്വതസത്യങ്ങളിലൂടെ സ്വയം നിർവചിക്കുന്ന ഒരു പ്രത്യയശാസ്ത്രപ്രയോഗമണ്ഡലത്തിൽ, ആ സത്യങ്ങളുടെ പ്രകടനസ്ഥാനം എന്ന നിലയിൽ രൂപം കൊള്ളുന്ന കർത്താവ് ഒരു ശാശ്വതപുരുഷനോ അവന്റെ ചെറുപതിപ്പുകളോ മാത്രമായിരിക്കും. പലപ്പോഴും അവൻ ഈശ്വരനാണ്; ഈശ്വരനില്ലാത്തപ്പോൾ ഈശ്വരന്റെ സ്ഥാനം ചെറിയതോതിൽ ഏറ്റെടുക്കുന്ന 'മഹാനായ മനുഷ്യ'നാണ്. ജീവിതത്തിന്റെ ഓരോ സവിശേഷ വ്യവഹാരമണ്ഡലത്തിലും ഓരോ സവിശേഷ

കർത്താവായി നിരന്തരം ജന്മം കൊള്ളുന്നതിന്റെ പരമ്പരയായി നില നിൽക്കുന്ന മനുഷ്യവ്യക്തി, ആദ്യന്തം മാറ്റമില്ലാതെ, നിൽക്കുന്ന ഒരു സ്ഥിരം കർത്താവായി സ്വയം സങ്കൽപ്പിക്കുന്നതിലൂടെ, ശാശ്വതമായ സ്നേഹത്തിന്റെയും അദമ്യമായ ഇച്ഛാശക്തിയുടെയും അക്ഷയമായ സർഗശക്തിയുടെയും ഉറവിടമായ 'മനുഷ്യത്വ'ത്തിന്റെ മൂർത്തിഭേദങ്ങളിലൊന്നായി മാറുന്നു. ഈ മനുഷ്യത്വമൂർത്തിയാണ് പ്രത്യയശാസ്ത്രപരമായ എല്ലാ ദർശനങ്ങളുടെയും ആധാരശില. ഇങ്ങനെ, തന്റെ എല്ലാ പ്രവർത്തനങ്ങളുടേയും ഉറവിടമായി തന്നെത്തന്നെ കാണുകയോ, അല്ലെങ്കിൽ എല്ലാം പ്രവർത്തിച്ചു കഴിഞ്ഞവനെപ്പോലെ സ്വയം മറഞ്ഞുനിന്ന് ഭൗതികലോകത്തെ പരീക്ഷിച്ചും നിരീക്ഷിച്ചും കഴിയുകയോ ചെയ്യുന്ന, ഏകീകൃതനും സുസ്ഥിരനുമായ ഒരു കർത്താവിനെക്കുറിച്ചുള്ള സങ്കൽപ്പത്തെയാണ് പ്രത്യയശാസ്ത്രപരമായ കർത്തൃത്വം എന്ന് നേരത്തെ പറഞ്ഞപ്പോൾ ഉദ്ദേശിച്ചത്.

ഇതുവരെ ഓരോ പ്രത്യേക വസ്തുതകളെന്നനിലയിൽ ഒന്നൊന്നായി വിശദീകരിച്ചുകൊണ്ടുവന്ന കാര്യങ്ങളെ ഇനി നമുക്ക് ഒന്നിച്ചു ചേർക്കാം.

പൊരുത്തക്കേട്

ശബ്ദവും അർഥപരികൽപ്പനയും തമ്മിൽ പ്രതിഭാസവും സത്തയും എന്ന നിലയിൽ ഒരു ജൈവ ഐക്യം നിലനിൽക്കുന്നില്ല; എന്നാൽ ശബ്ദങ്ങൾക്ക് സ്വന്തം വിതാനത്തിൽ അർഥപരികൽപ്പനയെ ആശ്രയിക്കാതെതന്നെ ക്രിയാത്മകമായി വ്യാപരിക്കാനുള്ള സ്വാതന്ത്ര്യം നില നിൽക്കുന്നുണ്ട്. അതിലൂടെ ഓരോ വ്യവഹാരവും അതിന്റേതായ പുതിയ അർഥങ്ങൾ ഉൽപ്പാദിപ്പിക്കുകയാണ് ചെയ്യുന്നത്. എന്നാൽ ഒരു വ്യവഹാരവും കർത്തൃരഹിതമായ നിരാലംബവും സാമാന്യവുമായ അർഥത്തെ ഉൽപ്പാദിപ്പിക്കുന്ന യാന്ത്രികഘടനയോ, മുൻകൂർ നില നിൽക്കുന്ന ഒരു കർത്താവിന്റെ അർഥത്തെ ആവിഷ്കരിക്കുകമാത്രം ചെയ്യുന്ന ഉപകരണമോ അല്ല. ഭാഷാപ്രയോഗത്തെക്കുറിച്ചുള്ള ഈ രണ്ടു ധാരണകളും പ്രത്യയശാസ്ത്രപരമായ കർത്തൃത്വസങ്കൽപ്പത്തിൽ അധിഷ്ഠിതമാണ്.

ഇവിടെ എന്തു സംഭവിക്കുന്നു? ഓരോ സവിശേഷവ്യവഹാരത്തിലും സവിശേഷമായ അർഥം ഉൽപ്പാദിപ്പിക്കാൻ കഴിയുന്ന ശബ്ദങ്ങളുടെ സ്വതന്ത്രപ്രവർത്തനവും, ആ അർഥത്തെ അർഥമാക്കി മാറ്റുന്ന കർത്താവിന്റെ നിശ്ചലമായ നിലയും തമ്മിൽ ഒരു കൊടിയ പൊരുത്തക്കേടുണ്ടാകുന്നു. അതായത് വ്യവഹാരഭേദങ്ങൾക്കനുസരിച്ച് അനുക്ഷണം നവീകരിക്കാൻ കഴിയുംവിധം ചലനാത്മകമായ ശബ്ദങ്ങൾക്ക് മാറ്റമില്ലാത്ത പ്രത്യയശാസ്ത്രപരമായ കർത്തൃത്വസങ്കൽപ്പത്തോട് പൊരുത്തപ്പെടാൻ കഴിയുന്നില്ല. പ്രത്യയശാസ്ത്രപരമായ കർത്തൃത്വം, ഭാഷയെ ആ കേവലകർത്താവിനു പുറത്തുനിൽക്കുന്ന പ്രകൃതിസഹജമായ

വസ്തുവായോ, യഥേഷ്ടം എന്തും കോരി നിറയ്ക്കാൻ പാകത്തിലുള്ള പാത്രമായോ കണക്കാക്കുന്നു. മാത്രമല്ല, മാറ്റമില്ലാത്ത ഒരു കർത്തൃത്വത്തെ നിരന്തരം ഉൽപ്പാദിപ്പിക്കാൻ പാകത്തിൽ ഭാഷയുടെ പ്രത്യയശാസ്ത്രപരമായ വ്യവഹാരങ്ങൾ ഇതുമൂലം മാറ്റമില്ലാതെ നിലനിൽക്കുകയും ചെയ്യുന്നു.

സാമാന്യബുദ്ധിയുടെ ഭാഷ

അങ്ങനെ നിശ്ചലമായിത്തീരുന്ന ഭാഷ നിശ്ചലനായ അതിന്റെ കർത്താവിനെയും നിശ്ചലനായ കർത്താവ് വീണ്ടും നിശ്ചലമായ ഭാഷയെയും അന്യോന്യം ഉൽപ്പാദിപ്പിക്കുന്നതിലൂടെ പ്രത്യയശാസ്ത്രപരമായ വ്യവഹാരലോകത്തിന്റെ ഒരു വിഷമവൃത്തം രൂപം കൊള്ളുന്നു. ഇങ്ങനെ ഒരു അടഞ്ഞവ്യവസ്ഥ, അതിനെത്തന്നെ ഒരു ശാശ്വതവ്യവസ്ഥയായും ആ വ്യവസ്ഥയെ നിലനിർത്തുന്ന ഉപാധികളെ പ്രകൃതിസഹജമായ അവ്യയങ്ങളായും സ്വയം ഉൽപ്പാദിപ്പിക്കുന്ന ഒരു പ്രക്രിയയാണ്. ഇതിനുള്ളിൽ മാറ്റമില്ലാതെ നിലനിൽക്കുന്ന കർത്താവിനെക്കുറിച്ചുള്ള സങ്കൽപ്പം എടുത്തുപറയേണ്ടാത്തവിധം പ്രകടമായ ഒരു പ്രകൃതിസത്യമായി എല്ലാവരും അംഗീകരിക്കുന്നു. പ്രകൃതിദത്തമെന്നു കരുതപ്പെടുന്ന ഈ കർത്തൃത്വം പ്രകൃതിദത്തമെന്നു തോന്നുന്ന ഒരു വ്യവഹാരത്തിനുള്ളിൽ നിലനിൽക്കുന്ന കർത്തൃത്വമാണെന്നർഥം. അങ്ങനെ പ്രകൃതി സഹജനായ ഈ സാമാന്യകർത്താവിനെ ഉൽപ്പാദിപ്പിക്കുന്ന ഒരു സാങ്കൽപ്പിക സാമാന്യവ്യവഹാരത്തിന്റെ ശബ്ദഘടനയായിത്തീരുന്നു ഭാഷ. ഇതാണ് പ്രകൃതിദത്തവും നിഷ്കളങ്കവുമായ സാമാന്യബുദ്ധിയുടെ ഭാഷ. പ്രത്യയശാസ്ത്രപരമായ അസ്തിത്വത്തിന്റെ ഭാഷയാണിത്. അഥവാ ഭാഷയുടെ പ്രത്യയശാസ്ത്രപരമായ അസ്തിത്വമാണത്.

പത്രങ്ങളുടെയും പരസ്യങ്ങളുടെയും 'ഫീച്ചറു'കളുടെയും ആർക്കും വിളിക്കാവുന്ന മുദ്രാവാക്യങ്ങളുടെയും 'ജാർഗണു'കൾ ഉൽപ്പാദിപ്പിക്കുന്ന സാമാന്യാർഥങ്ങളുടെ പ്രകടനസ്ഥാനമായി, സാമാന്യകർത്താവായിത്തീരുന്നതിലൂടെ, ഓരോ വ്യക്തിയും ഒരു സാമാന്യബുദ്ധിയുടെ ഉടമയ്ക്കാവശ്യമായ സ്ഥിരതയുടെ ചട്ടക്കൂടിനുള്ളിൽ സ്വയം മരവിപ്പിച്ചു നിർത്തുന്നു. കർത്തൃത്വത്തെ മരവിപ്പിക്കുന്ന ഈ വ്യവഹാരങ്ങളിലെ ഭാഷ അതിസാധാരണമെന്ന് തോന്നിപ്പിക്കുന്ന അതികൃത്രിമഭാഷയാണ്.

അതിഭാഷ

ഒരു നിശ്ചിതവ്യവഹാരത്തിൽ ശബ്ദങ്ങളും അവ ഉൽപ്പാദിപ്പിക്കുന്ന അർഥപരികൽപ്പനകളും ചേരുന്ന ചിഹ്നവ്യവസ്ഥയല്ല ഈ ഭാഷ. ശബ്ദങ്ങളും അവ ഉൽപ്പാദിപ്പിക്കുന്ന അർഥങ്ങളും ചേർന്നുണ്ടാകുന്ന വാക്കുകളെത്തന്നെ വീണ്ടും ഒരിക്കൽക്കൂടി മറ്റൊരർഥം ഉൽപ്പാദിപ്പിക്കുന്ന ശബ്ദങ്ങളായി പ്രയോഗിക്കുകയും അങ്ങനെ അർഥം മാറിപ്പോയിട്ടും

ഒന്നും സംഭവിച്ചിട്ടില്ലാത്ത മട്ടിൽ അതേ വാക്കുകളെത്തന്നെ നിലനിർത്തുകയും ചെയ്യുന്ന ഭാഷയാണത്. 'ജാതിക്കെതിരെ പടയണി ചേരു' എന്ന് ഒരു ജാതി സംഘടന ഉയർത്തുന്ന മുദ്രാവാക്യത്തിൽ 'ജാതി' 'പടയണി' 'എതിരേ' എന്നീ വാക്കുകൾ "ജാതിസംവരണത്തിനെതിരെ സവർണ ജാതികൾ അണിനിരക്കുക" എന്ന ഒരർഥം ഉൽപ്പാദിപ്പിക്കുന്ന ശബ്ദങ്ങളായി വീണ്ടും മാറുകയും പുരോഗമനഛായയുള്ള പഴയ ചിഹ്നമായിത്തന്നെ നിലനിൽക്കുന്നതും നോക്കുക.

ഭാഷകൊണ്ടുണ്ടാക്കുന്ന ഈ അതിഭാഷാവ്യവഹാരം ഉൽപ്പാദിപ്പിക്കുന്ന കൃത്രിമാർഥങ്ങളെ അതുതന്നെ മറച്ചുപിടിക്കുകകൂടി ചെയ്യുന്നു. അങ്ങനെ കൃത്രിമമായത് അകൃത്രിമവും സാധാരണവുമായി മാറുന്നു.

ഇത്തരം വ്യവഹാരങ്ങൾക്ക് ഒരായിരം ഉദാഹരണങ്ങൾ എടുത്തുകാണിക്കാൻ കഴിയും. കവിതയുടെ ഭാഷ 'ഫീച്ചറി'ന്റെ ഭാഷയായി മാറുമ്പോഴും, വിപ്ലവത്തിന്റെ ഭാഷ പരസ്യത്തിന്റെ ഭാഷയായി മാറുമ്പോഴും, മറിച്ച് ഫീച്ചറിന്റെ ഭാഷ കവിതയുടെ ഭാഷയായി മാറുമ്പോഴും പരസ്യത്തിന്റെ ഭാഷ വിപ്ലവത്തിന്റെ ഭാഷയായി മാറുമ്പോഴും ഈ അതിഭാഷാവ്യവഹാരമാണ് നടക്കുന്നത്.

ആവേശകരമായി വിശദീകരിക്കാൻ തോന്നുന്ന ഈ സന്ദർഭത്തിൽ സ്വയം നിയന്ത്രിച്ച് പറഞ്ഞുവന്ന കാര്യം തുടരാം.

സ്ഥിരം കർത്താവ്

പ്രത്യയശാസ്ത്രപരമായ ഭാഷയും അതിൽ ഉൽപ്പാദിപ്പിക്കപ്പെടുന്ന പ്രത്യയശാസ്ത്രപരമായ കർത്തൃത്വവും ചേർന്ന് പരസ്പരം പുനരുൽപ്പാദിപ്പിച്ചുകൊണ്ടിരിക്കുന്ന അടഞ്ഞ വ്യവസ്ഥയുടെ വിഷമവൃത്തം തകരണമെങ്കിൽ, ഓരോ വ്യവഹാരവും സവിശേഷമായ അർഥത്തെ ഉൽപ്പാദിപ്പിക്കുന്ന സവിശേഷവ്യവഹാരമായി മാറണം. അതിനുള്ളിൽ ഉൽപ്പാദിപ്പിക്കപ്പെടുന്ന കർത്താവ് സ്വന്തം സാങ്കൽപ്പിക സാമാന്യതയെ കൈവെടിഞ്ഞ് സവിശേഷകർത്താവെന്ന നിലയിലേക്ക് മോചനം നേടുകയും വേണം. അതായത് ഒരു സവിശേഷവ്യവഹാരത്തിനുള്ളിൽ മാത്രമേ ഒരു സവിശേഷകർത്തൃത്വം നിലനിൽക്കുന്നുള്ളൂ എന്നു വരണം. പ്രത്യയശാസ്ത്രപരമായ ദർശനങ്ങളും മനഃശാസ്ത്രസിദ്ധാന്തങ്ങളും ഒരിക്കലും തകരാതെ കാത്തുപോന്ന സ്ഥിരവും ഏകീകൃതവുമായ കർത്തൃത്വസങ്കൽപ്പം പരിപൂർണമായി തകരേണ്ടിയിരിക്കുന്നു എന്നർഥം.

തുടക്കത്തിൽ മുളപൊട്ടുന്ന ഒരു കർത്തൃസത്ത, സമൂഹത്തിൽനിന്നോ മറ്റെവിടെനിന്നെങ്കിലുമോ ഊർജം സംഭരിച്ച് ക്രമേണ വികസിച്ച് പരിണമിക്കുകയാണെന്നോ, അല്ലെങ്കിൽ ഏതെങ്കിലും ബാഹ്യശക്തികളാൽ മുൻകൂട്ടി നിർണയിക്കപ്പെട്ട പടി ഓരോ കർത്തൃസത്തയും വികസിക്കുകയാണെന്നോ ധരിക്കുന്ന ചിന്താഗതികളെല്ലാം പ്രപഞ്ചപ്രതിഭാസങ്ങളെ ഒരു കേന്ദ്രസത്തയുടെ വികാസപരിണാമരൂപങ്ങളായി കാണുന്ന ദർശനങ്ങളുടെ വകഭേദങ്ങളാണ്. ഇവ: ഒന്ന് മറ്റൊന്നിന്റെ പ്രതി

ഭാസമെന്ന നിലയിലുള്ള, കാര്യകാരണബന്ധത്തിന്റെ ശൃംഖലകളാൽ ബന്ധിക്കപ്പെട്ടു വികസിക്കുന്ന ഒരു ഭീമ ജൈവഘടനയാണ് പ്രപഞ്ചമെന്ന് കരുതുന്നു. ഇവയുടെ രീതിശാസ്ത്രമാകട്ടെ, ഏതു വികാസത്തിനും പിന്നിടുന്ന ഘട്ടത്തോട് ജൈവബന്ധം പുലർത്തുന്ന അടുത്ത ഘട്ടം ആദ്യത്തേതിന്റെതന്നെ പരിണതരൂപമാണെന്നും വിശ്വസിക്കുന്നതിലൂടെ ഉദ്ദേശ്യവാദത്തെയും, പരിണാമവാദത്തെയും ചരിത്രവാദത്തെയും മനഃശാസ്ത്രവാദത്തെയും ഉൽപ്പാദിപ്പിക്കുന്നു.

ഇവയെല്ലാം പ്രപഞ്ചത്തെയും സമൂഹത്തെയും കുറിച്ച് പുറത്തുനിന്ന് വിധി പറയുന്നവയാണ്. കാരണം എല്ലാറ്റിന്റെയും ആദ്യബീജത്തിന്റെ പ്രകൃതമെന്തെന്ന് അവ അറിയാമെന്ന് നടിക്കുന്നു. ഒരു മുൻകൂർ സത്തയെയും സാങ്കൽപ്പികമായി പ്രതിഷ്ഠിക്കാത്ത ഒന്നിലും സത്താപ്രതിഭാസബന്ധം കാണാൻ ബാധ്യതയില്ലാത്ത, അതുകൊണ്ടുതന്നെ ഒന്നിനേയും പുറത്തുനിന്നു വിധിക്കാൻ തുനിയാത്ത ഒരു രീതിയിലൂടെ മാത്രമേ 'പ്രപഞ്ചം', 'സമൂഹം' തുടങ്ങിയ അമൂർത്ത പരികൽപ്പനകളെ നിരാകരിച്ച് പ്രപഞ്ചത്തിന്റെയും സമൂഹത്തിന്റെയും ഓരോ സവിശേഷ വ്യവഹാരത്തിലൂടെയും സ്വയം രൂപപ്പെടുന്ന കർത്തൃത്വത്തിലൂടെയും, അതിൽ ജീവിച്ചുകൊണ്ടുതന്നെ, മൂർത്തവും ആപേക്ഷികവുമായ സത്യമായി പ്രപഞ്ചത്തെയും സമൂഹത്തെയും ഗ്രഹിക്കാൻ കഴിയൂ.

കർത്തൃപരമ്പര

അമൂർത്തവും ബാഹ്യവുമായ എല്ലാ കർത്തൃത്വസങ്കൽപ്പങ്ങളെയും നിരാകരിക്കുന്ന ഒരു രീതിയെ സംബന്ധിച്ചിടത്തോളം കർത്താവ് എന്ന നിലയിലുള്ള ഒരു വ്യക്തിയുടെ നിലനിൽപ്പ് ആദിമധ്യാന്തപ്പൊരുത്തമുള്ള ഒരു സത്തയുടെ നിലനിൽപ്പല്ല; ജനനം മുതൽ മരണം വരെ തുടരുന്ന ഒരു കർത്തൃത്വമല്ല. ഒരു സവിശേഷ വ്യവഹാരഘടനയാണ് സവിശേഷമായ ഒരു കർത്തൃത്വത്തെ ഉൽപ്പാദിപ്പിക്കുന്നത്. തികച്ചും ഭിന്നങ്ങളായ അനവധി വ്യവഹാരഘടനകളിലൂടെയാണ് ഒരു വ്യക്തി ജീവിക്കുന്നത്. ഓരോ വ്യവഹാരഘടനയും ഉൽപ്പാദിപ്പിക്കുന്ന അതിന്റേതായ കർത്താവിന്റെ സ്ഥാനത്ത് നിന്നുകൊണ്ട്, അഥവാ ഓരോ സവിശേഷവ്യവഹാരത്തിന്റെയും കർത്താവായി സ്വയം രൂപാന്തരപ്പെട്ടുകൊണ്ടുമാത്രമേ അയാൾക്ക് ജീവിതം നയിക്കാൻ കഴിയൂ. അതിനാൽ, ജീവിതത്തിലെ ഓരോ സവിശേഷവ്യവഹാരത്തിന്റേയും ഘടനയ്ക്കുള്ളിൽ, ആ സവിശേഷവ്യവഹാരത്തിന്റെ സവിശേഷനായ കർത്താവെന്ന നിലയിൽ മാത്രമല്ലാതെ, എല്ലാ വ്യവഹാരങ്ങളിലും മാറ്റമില്ലാതെ തുടരുന്ന ഒരു കർത്താവ് നിലനിൽക്കുന്നില്ല.

കർത്തൃയാഥാർഥ്യം

ഇവിടെ ഒരു വസ്തുത എടുത്തുപറയേണ്ടതുണ്ട്. പ്രത്യയശാസ്ത്രപരമായ കർത്തൃത്വസങ്കൽപ്പം പൂർണമായി തകരേണ്ടതുണ്ട് എന്നു പറ

യുമ്പോൾ, കർത്തൃത്വംതന്നെ ഒരു മിഥ്യയാണെന്നറിഞ്ഞ് കർത്തൃരഹിതമായ യാഥാർഥ്യത്തിലേക്ക് ഉണരണമെന്നല്ല പറയുന്നത്. പ്രത്യയശാസ്ത്രം തികച്ചും ശൂന്യമായ സങ്കൽപ്പമാണെന്നും ആ സങ്കൽപ്പങ്ങളുടെ യാഥാർഥ്യം അതിനുപുറത്ത് നിൽക്കുകയാണെന്നും ധരിക്കുന്നതുകൊണ്ടാണ് പ്രത്യയശാസ്ത്രത്തിന്റെ മിഥ്യാസങ്കൽപ്പങ്ങളെ തകർത്ത്, അതിനുവെളിയിൽ നിൽക്കുന്ന സാമ്പത്തികമോ രാഷ്ട്രീയമോ ആയ യാഥാർഥ്യത്തിലേക്കു വരണം എന്നു ചിലർ പറയുന്നത്. സാമ്പത്തിക പ്രയോഗത്തിന്റെയും (ശാസ്ത്രീയ) രാഷ്ട്രീയ പ്രയോഗത്തിന്റെയും മേഖലകളെപ്പോലെതന്നെ മൂർത്തമായ ഒന്നുതന്നെയാണ് പ്രത്യയശാസ്ത്രപരമായ പ്രയോഗത്തിന്റെയും മേഖല. അതിന് അതിന്റേതായ ഒരു യാഥാർഥ്യമുണ്ട്. എന്നാൽ ആ യാഥാർഥ്യം അതിനെത്തന്നെ തെറ്റായി ഗ്രഹിക്കുകയാണ് ചെയ്യുന്നത്.

സാമ്പത്തികഘടനയുടെ സത്തയിൽനിന്ന് രൂപം കൊള്ളുന്നതും സ്വപ്നദൃശ്യംപോലെ മാഞ്ഞുപോകുന്നതുമായ ഒരു മിഥ്യാബോധം മാത്രമാണ് പ്രത്യയശാസ്ത്രം എന്നു പറയുന്നവർക്ക്, ആ മേഖലയുടെ മൂർത്തതയും പ്രസക്തിയും കാണാൻ കഴിയില്ല. സാമൂഹികപ്രയോഗത്തിന്റെ മറ്റു ഘടനകളാൽ, ഒരു അടഞ്ഞ വ്യവസ്ഥയായി നിർണയിക്കപ്പെടുകയാൽ മിഥ്യകളിലൂടെ മാത്രം പ്രവർത്തിക്കാൻ കഴിയുന്ന, യാഥാർഥ്യത്തിന്റെ മേഖലയാണത്. സാമ്പത്തികാടിത്തറയിലേക്ക് ഉണർന്നെഴുന്നേൽക്കുമ്പോൾ മാഞ്ഞുപോകുന്ന ഒരു സ്വപ്നമല്ല അത്. സാമ്പത്തികഘടന നിർണായകമാകുന്നത് മറ്റെല്ലാ ഘടനകളേയും അതിന്റെ മിഥ്യാപ്രതിഭാസങ്ങളെന്ന നിലയിൽ അതിലേക്ക് അന്തിമമായി വെട്ടിച്ചുരുക്കുന്നതിലൂടെ അല്ല; മറ്റെല്ലാ ഘടനകളുടെയും മൂർത്തമായ സ്വയം പ്രവർത്തനത്തിന് തികച്ചും അനിവാര്യമായ ഒരുപാധി എന്ന നിലയ്ക്ക് പ്രവർത്തിക്കുന്നതിലൂടെയാണ്. അല്ലാതെ സാമ്പത്തികഘടന മാത്രം യാഥാർഥ്യവും മറ്റെല്ലാം മിഥ്യയുമെന്ന നിലയ്ക്കല്ല. സാമ്പത്തികഘടന അന്തിമമായി മറ്റെല്ലാ ഘടനകളെയും നിർണയിക്കുന്നു എന്നു പറയുന്നത്, സ്ഥലകാലപരമായ നിർദേശമല്ല. അതായത്, അന്തിമനിർണയത്തിന്റേതായ അവസാന മണിക്കൂറോ, അവസാന സ്ഥാനമോ, ചരിത്രത്തിലൊരിക്കലും സംഭവിക്കുന്നതേയില്ല.

അതിനാൽ പ്രത്യയശാസ്ത്രപരമായ കർത്തൃത്വസങ്കൽപ്പത്തെ തകർക്കുക എന്നു പറഞ്ഞാൽ, കർത്തൃത്വത്തെ ഇല്ലാതാക്കുക എന്നല്ല, മാറ്റമില്ലാത്ത കർത്തൃസത്തയെക്കുറിച്ചുള്ള മിഥ്യയായ സങ്കൽപ്പത്തിനുള്ളിൽത്തന്നെ നിലനിൽക്കുന്ന സവിശേഷനായ കർത്താവിനെ വീണ്ടെടുക്കുക എന്നാണ്.

ഇങ്ങനെ പറയുമ്പോൾ സവിശേഷമായ ഈ കർത്തൃത്വം സാമാന്യമായ കർത്തൃത്വസങ്കൽപ്പത്തിന്റെ നേർവിപരീതം മാത്രമാണെന്ന് ധരിക്കാനിടയുണ്ട്. കർത്തൃത്വത്തെ സാമാന്യമിഥ്യയിൽനിന്ന് മോചിപ്പിച്ച് ഒരു സവിശേഷമിഥ്യയിൽ പ്രതിഷ്ഠിക്കുമ്പോഴല്ല, കർത്തൃത്വസങ്കൽപ്പത്തിന്റെ

അമൂർത്തതയിൽനിന്ന് ഒരു മൂർത്തയാഥാർഥ്യമായി കർത്താവിനെ കണ്ടെത്തുമ്പോഴാണ് അത് യഥാർഥത്തിൽ വിമോചിപ്പിക്കപ്പെടുക.

ഒരു വ്യവഹാരഘടനയിലെ കർത്താവിൽനിന്ന് തികച്ചും ഭിന്നമാണ് മറ്റൊരു ഘടനയിലെ കർത്താവ് എന്ന അർഥത്തിൽ ഒരു വിച്ഛിന്ന പരമ്പരയാണ്, കർത്താവെന്ന നിലയിൽ ഒരു വ്യക്തിയുടെ ജീവിതം എന്നു പറയാം. എന്നാൽ, ജീവിതത്തിലെ ഒരു വ്യവഹാരത്തിനുള്ളിൽ ആ വ്യവഹാരഘടന ഉൽപ്പാദിപ്പിക്കുന്ന കർത്താവ്, അതിനുശേഷം മറ്റൊന്നിന്റെ കർത്താവ്–എന്നിങ്ങനെ ഭിന്ന കർത്തൃത്വങ്ങളുടെ ഒരു 'ക്യൂ' ആണ് ഒരാളുടെ ജീവിതം എന്നു ധരിക്കരുത്. വ്യക്തി, ജീവിതത്തിന്റെ ഓരോ വർത്തമാന നിമിഷത്തിലും, ബോധപൂർവവും അല്ലാതെയും നിരവധി വ്യവഹാരഘടനകളുൽപ്പാദിപ്പിക്കുന്ന നിരവധി കർത്താക്കന്മാരായി നിലനിൽക്കുകയും മറ്റെല്ലാ ഘടനകളാലും അതിനിർണയിക്കപ്പെടുന്ന ഒരു വ്യവഹാരഘടനയിലെ കർത്താവായി പ്രവർത്തിക്കുകയുമാണ് ചെയ്യുന്നത്. സാമ്പത്തിക വ്യവഹാരം മുതൽ ലൈംഗിക വ്യവഹാരംവരെയുള്ള വലുതും ചെറുതുമായ എത്രയെത്ര ഭിന്നവ്യവഹാരഘടനകളിലൂടെയാണ്, ഒരാളുടെ കർത്തൃത്വം നിരന്തരം ഭിന്നമായി ഉൽപ്പാദിപ്പിക്കപ്പെടുകയും അതിനിർണയിക്കപ്പെടുകയും ചെയ്യുന്നത്. ആ ഭിന്ന കർത്താക്കന്മാരുടെ വിച്ഛിന്ന പരമ്പരയാണ് ഒരാളുടെ ജീവിതം. അല്ലാതെ കലണ്ടറിന്റെ താളുകൾ മറിയുന്നതോടൊപ്പം വളർന്നുവളർന്നു മുറ്റുന്ന ഒരു പ്രതിഭാസമല്ല.

കർത്തൃഘടനായോഗം

ഇങ്ങനെ, ഒരേ സവിശേഷവ്യവഹാരത്തിലൂടെയും നിരന്തരം ഉൽപ്പാദിപ്പിക്കപ്പെടുന്ന നിരവധി കർത്തൃത്വങ്ങളുടെ വിച്ഛിന്ന പരമ്പരയായി കർത്താവിന്റെ നിലനിൽപ്പിനെ നാം കണ്ടെത്തുമ്പോൾ, അമൂർത്തമായ കർത്തൃത്വസങ്കൽപ്പത്തെ തകർത്ത്, മൂർത്ത യാഥാർഥ്യമായി കർത്തൃത്വത്തെ മോചിപ്പിക്കുമ്പോൾ; ഓരോ സവിശേഷ ഭാഷാവ്യവഹാരത്തിലും ശബ്ദങ്ങളുടെ സ്വതന്ത്ര വ്യാപാരത്തിൽ നിരന്തരം ഉൽപ്പാദിപ്പിക്കപ്പെടുന്ന, ചലനാത്മകമായ ഒരു കർത്തൃത്വം സാധ്യമാണെന്ന് വരുന്നു. അങ്ങനെ ഓരോ ഭാഷാവ്യവഹാരവും മൂർത്തമായ സവിശേഷമായ കർത്തൃത്വത്തെ ഉൽപ്പാദിപ്പിക്കുന്ന മൂർത്തവ്യാപാരമാണെന്നു വരുന്നു.

വ്യവഹാരത്തിനുള്ളിൽ രൂപം കൊള്ളുന്ന ആ കർത്താവാണ് ശബ്ദങ്ങളുടെ പ്രവർത്തനം ഉൽപ്പാദിപ്പിക്കുന്ന അർഥത്തെ അർഥമാക്കി മാറ്റുന്ന ഘടകം. ശബ്ദവും അർഥപരികൽപ്പനയും തമ്മിലുള്ള വിഛേദത്തിനു നടുവിൽ നിരന്തരം ഉൽപ്പാദിപ്പിക്കപ്പെടുന്ന ഈ കർത്തൃത്വത്തിന്റെ നൂതനത്വമാണ് ഓരോ ഭാഷാവ്യവഹാരത്തെയും നൂതനമായ വിശേഷാർഥമുള്ള ഘടനയാക്കി മാറ്റുന്നത്.

ഭാഷാ വ്യവഹാരത്തിൽ, ശബ്ദങ്ങളുടെ ഘടനയാൽ നിർണയിക്കപ്പെടുന്ന കർത്തൃത്വം സമൂഹത്തിലെ മറ്റൊരായിരം ഘടനകൾക്കുള്ളിൽ ഉൽപ്പാദിപ്പിക്കപ്പെടുന്ന കർത്തൃത്വങ്ങളാൽ അതിനിർണയിക്കപ്പെടുന്നു.

അതിനാൽ ഒരു ഭാഷയിലെ ശബ്ദങ്ങളുടെ പരിമിത ഘടന അനന്തരൂപങ്ങളിൽ അടിഞ്ഞുകൂടിച്ചേരുന്നതിലൂടെ മാത്രമേ ഇതരഘടനകളിൽ അതിനിർണയിക്കപ്പെടുന്ന, ഒരു കർത്തൃത്വത്തിന് ഒരു സവിശേഷ ഭാഷാ വ്യവഹാരത്തിന്റെ കർത്താവായി രൂപം കൊള്ളാൻ കഴിയൂ. ശബ്ദങ്ങളുടെ പരിമിതഘടനയ്ക്ക്, അപരിമിതമായ കർത്തൃത്വങ്ങളുടെ ഉടമകളായ മനുഷ്യരെ സ്വന്തം വ്യവഹാരഘടനയുടെ കർത്താവായി അർഥത്തിന്റെ പ്രകടസ്ഥാനമായി, നിലനിർത്തണമെങ്കിൽ, അപരിമിതമായ അർഥങ്ങളെ ഉൽപ്പാദിപ്പിക്കത്തക്കവിധം സ്വയം ചലിച്ചേ മതിയാവൂ. ശബ്ദങ്ങളുടെ ഈ സ്ഥാനചലനഭേദങ്ങൾ ഓരോ സവിശേഷ വ്യവഹാരത്തിലും പുതിയ പുതിയ അർഥങ്ങളെ ഉൽപ്പാദിപ്പിക്കുന്നു. അങ്ങനെ ശബ്ദത്തിനും അർഥത്തിനുമിടയിൽ ഇതര വ്യവഹാരങ്ങളാൽ അപരിമിതരായ മനുഷ്യരെ സ്വന്തം അർഥത്തിന്റെ പ്രകടനസ്ഥാനമാക്കി മാറ്റാൻ ശ്രമിക്കുന്ന ഭാഷയുടെ പരിമിതമായ ശബ്ദഘടന, ആ കർത്താവിനോടൊപ്പമുയരാൻ സ്വന്തം ശബ്ദപരിമിതികൾക്കെതിരെ, മൗനമേഖലകൾക്കെതിരെ സ്വയം നടത്തുന്ന സമരമാണ് ഭാഷയെ അർഥം ഉൽപ്പാദിപ്പിക്കുന്ന പ്രവർത്തനമാക്കി മാറ്റുന്നത്.

ഇവിടെ ഭാഷയും മനുഷ്യരും തമ്മിൽ നിലനിൽക്കുന്ന കർത്തൃകർമബന്ധം ശ്രദ്ധിക്കുക. ഭാഷയുടെ വ്യവഹാരത്തിന്റെ ഘടന അതിന്റെ കർത്താവിനെ ഉൽപ്പാദിപ്പിക്കുന്നു. എന്നാൽ ഇതര വ്യവഹാരങ്ങളാൽ അപരിമിതമായിരിക്കുന്ന ആ കർത്തൃസ്ഥാനത്തെ ഉൾക്കൊള്ളാൻ ഭാഷ അതിന്റെ ശബ്ദപരിമിതികളെ മറികടക്കാൻ ശ്രമിക്കുന്നു. പുറത്തുനിൽക്കുന്ന കർത്തൃനിരപേക്ഷമായ കേവലവസ്തുവും അതിനോടു ബന്ധപ്പെടുന്ന കേവലനായ കർത്താവും തമ്മിലുള്ള ബന്ധമല്ല ഇത്. കർത്താവ് ഭാഷയുടെ വ്യവഹാരഘടനയ്ക്കുള്ളിൽ ഉൽപ്പാദിപ്പിക്കപ്പെടുന്നവനാണ്. ആ വ്യവഹാരഘടനയാകട്ടെ, കർത്താവായി മാറുന്ന സ്ഥാനത്തിന്റെ (മനുഷ്യരുടെ) നിലനിൽപ്പിനെ നിർണയിക്കുന്ന മറ്റനേകം ഘടനകൾക്കുള്ളിലുമാണ്.

(1983)

8

ഗ്രന്ഥകാരന്റെ മരണം

റൊളാങ് ബാർത്ത് അവതരിപ്പിക്കുന്ന 'ഗ്രന്ഥകാരന്റെ മരണം' എന്ന ആശയത്തിന്റെ യുക്തിപരമായ വിമർശനം ഒഴിവാക്കിക്കൊണ്ട്, കെ പി അപ്പൻ അതിലടങ്ങിയിരിക്കുന്ന നീതികേടിനെ നേരിട്ടു ചോദ്യം ചെയ്യുന്നു. (*കലാകൗമുദി* ഓണപ്പതിപ്പ്) സാഹിത്യലോകത്ത് ഗ്രന്ഥകാരൻ പുലർത്തിപ്പോരുന്ന സമഗ്രാധിപത്യം തുടർന്നും അനുവദിച്ചുകൊടുക്കണമെന്നൊന്നും അപ്പൻ പറയുന്നില്ല. ഗ്രന്ഥകാരൻ ഒരു കൃതിയുടെ രചനയിൽ വഹിക്കുന്ന പങ്ക് അതെത്ര ചെറുതായാൽപ്പോലും അംഗീകരിക്കപ്പെടണമെന്നു മാത്രമേ അപ്പൻ വാദിക്കുന്നുള്ളൂ. ആർക്കും എതിരുപറയാൻ തോന്നാത്തവിധം സാമാന്യയുക്തിക്ക് നിരക്കുന്ന സന്തുലിതമായ വാദം!

എന്നാൽ, 'പൂർണമായ നീതികേട് തികവുറ്റ യുക്തിയിൽ അവതരിപ്പിക്കുകയാണ് ബാർത്ത് ചെയ്യുന്നത്.' എന്നു പറയുന്ന കെ പി അപ്പൻ തന്റെ വാദങ്ങളുടെ യുക്തിയുക്തതയ്ക്കുവേണ്ടി ബാർത്തിന്റെ ആശയമണ്ഡലത്തോടു ചെയ്യുന്ന ചില അനീതികളെക്കുറിച്ച് പറയാതെ വയ്യാ.

ബാർത്ത് ചെയ്ത അനീതിയുടെ രൂപം അപ്പൻ അവതരിപ്പിക്കുന്നത് നോക്കുക:

> ഗ്രന്ഥകാരന്റെ മരണം ഇന്നു വിമർശനകലയിലെ ഒരു പ്രശ്നമാണ്. പ്രധാനപ്പെട്ട ചില വിമർശന പദ്ധതികൾ ഗ്രന്ഥകാരനെ പരിഗണിക്കുന്നില്ല. അവർ അപഗ്രഥിക്കുന്നത് പാഠമാണ്. വിമർശനത്തെ കലാസൃഷ്ടിയിൽ മാത്രം ഒതുക്കിനിർത്തുന്നു. ബോധപൂർവം അതിന്റെ സ്രഷ്ടാവിനെ ഒഴിവാക്കുന്നു. അതുകൊണ്ട് ഇപ്പോൾ വിമർശനത്തിൽ ഗ്രന്ഥകാരനില്ല. അയാൾ മരിച്ചിരിക്കുന്നു. ഗ്രന്ഥകാരന്റെ മരണത്തെക്കുറിച്ചുള്ള ഈ വാർത്ത പ്രച

രിപ്പിക്കുന്നത് പ്രസിദ്ധ വിമർശകനും ഘടനാവാദിയുമായ ബാർത്താണ്.

ഗ്രന്ഥകാരനെ കൊന്നു കുഴിച്ചുമൂടുന്ന ഈ ക്രൂരകൃത്യത്തിന്റെ അനന്തരഫലം എന്തെന്നുകൂടി അപ്പൻ വിശദമാക്കുന്നു.

"ഈ വാർത്ത അതിൽത്തന്നെ ഒതുങ്ങിക്കൂടുന്നില്ല. കാരണം, ഗ്രന്ഥകാരന്റെ മരണം മറ്റു രണ്ട് മരണങ്ങളുടെ ചിഹ്നംകൂടിയാണ്. ഗ്രന്ഥകാരന്റെ മരണത്തോടെ ജീവചരിത്രപരമായ നിരൂപണം മരിക്കുന്നു. അതിന്റെ സ്രഷ്ടാവായ സാങ്ബോ മരിക്കുന്നു."

തുടർന്ന് അദ്ദേഹം ജീവചരിത്രപരമായ വിമർശനത്തിൽ എന്താണ് സംഭവിച്ചതെന്നും അതെങ്ങനെ മറ്റൊരു വിപത്തായ പാഠവിമർശനത്തിന് വഴി തെളിച്ചുവെന്നും വ്യക്തമാക്കുന്നുണ്ട്. എന്നാൽ, ഇവിടെ മറ്റൊരു വസ്തുത എടുത്തുകാട്ടാൻവേണ്ടിയാണ് അപ്പന്റെ വാക്യങ്ങൾ ഉദ്ധരിച്ചത്.

ജീവചരിത്രപരമായ വിമർശനത്തിൽ എന്തും സംഭവിച്ചുകൊള്ളട്ടെ, ഗ്രന്ഥകാരന്റെ മരണത്തോടെ ജീവചരിത്രപരമായ വിമർശനംകൂടി മരിക്കുന്നു എന്നെടുത്തുപറയുന്നതിലൂടെ അപ്പൻ, ഗ്രന്ഥകാരൻ എന്ന വാക്കിന് താൻ കൽപ്പിക്കുന്ന അർഥമെന്തെന്ന് വെളിവാക്കുകകൂടി ചെയ്യുന്നു. അങ്ങനെ ഗ്രന്ഥകാരൻ മരിച്ചു എന്ന് ബാർത്ത് പറയുമ്പോൾ ജീവചരിത്രപരമായ വിമർശനംകൂടി മരിക്കുന്നുവെങ്കിൽ, ആ വിമർശനത്തിനാസ്പദമായി എഴുതുന്ന വ്യക്തിയുടെ ജീവിതത്തെക്കൂടി ഉൾക്കൊള്ളുന്ന ഒന്നാണെന്നു വരുന്നു ബാർത്തിന്റെ ഗ്രന്ഥകർത്തൃസങ്കൽപ്പം. എന്നാൽ, ഗ്രന്ഥകാരന്റെ മരണം എന്നു പറയുമ്പോൾ എഴുതുന്ന വ്യക്തിയുടെ മരണത്തെക്കൂടി ബാർത്ത് ഉദ്ദേശിക്കുന്നില്ല എന്ന് അപ്പനും, അപ്പൻ പറയാതെ നമുക്കും അറിയാം. എഴുതുന്ന ഒരാളില്ലാതെ ഗ്രന്ഥം സ്വയം മുളച്ചുപൊന്തുകയില്ലല്ലോ. എന്നാൽ ഗ്രന്ഥകാരന്റെ മരണം പ്രഖ്യാപിക്കുന്ന ബാർത്ത് എഴുതുന്ന വ്യക്തിയെക്കൂടി തട്ടിക്കളയുന്നു എന്നൊരു പ്രതീതി ഉണ്ടാക്കുന്നതിലൂടെ ബാർത്ത് ചെയ്യുന്ന ക്രൂരകൃത്യത്തിന്റെ ഭയങ്കരത പെരുപ്പിച്ചുകാട്ടി നീതിക്കുവേണ്ടിയുള്ള തന്റെ വാദത്തെ ബലപ്പെടുത്താൻ അപ്പനു കഴിയുന്നു. മാത്രമല്ല, ഗ്രന്ഥകാരൻ എന്നുപറയുമ്പോൾ അതിൽ എഴുതുന്ന വ്യക്തികൂടി ഉൾപ്പെടുന്നുവെങ്കിൽ, ഇനിമേൽ ഗ്രന്ഥകാരൻ ആവശ്യമില്ല എന്നു പറയുന്ന ബാർത്ത്, ഗ്രന്ഥകാരനില്ലാതെ ഗ്രന്ഥമുണ്ടാകുന്നു എന്ന മട്ടിലുള്ള പരിഹാസ്യമായ ഒരഭിപ്രായമാണ് പറഞ്ഞിരിക്കുന്നത് എന്ന തോന്നൽ ഉളവാക്കാനും കഴിയുന്നു.

അങ്ങനെ 'ഗ്രന്ഥകാരന്റെ മരണം' എന്ന് കേൾക്കുമ്പോൾതന്നെ അത് ക്രൂരനായ ഒരു കോമാളിയുടെ ജൽപ്പനം മാത്രമാണെന്ന് വായനക്കാർ ധരിക്കുന്നു. സാമാന്യബുദ്ധിക്കു നിരക്കാത്ത ഒരു പടിഞ്ഞാറൻ ജാഡയായി അവർക്കതു തള്ളിക്കളയാനും കഴിയും. ഗ്രന്ഥകാരന്റെ മരണം എന്നു പറയുന്നത്, ഗ്രന്ഥകാരനെ ഒരു തരത്തിലും ആശ്രയിക്കാതെ പാഠത്തെ മാത്രം ആശ്രയിക്കുന്ന വിമർശനത്തിന്റെ പ്രശ്നമാണെന്ന് അപ്പൻ തുടർന്നു വിശദീകരിക്കുന്നുണ്ടെങ്കിൽക്കൂടി, വായനക്കാ

രുടെ പ്രത്യക്ഷാനുഭവശീലങ്ങളെ പ്രകോപിപ്പിക്കുന്ന ഒന്നായി ബാർത്തിന്റെ ചിന്തയെ അവതരിപ്പിക്കുന്നതിൽ അപ്പൻ ആദ്യംതന്നെ വിജയം നേടുന്നു.

ജീവചരിത്രവിമർശകൻ കൃതിയുടെ കേന്ദ്രത്തിൽ പ്രതിഷ്ഠിക്കുന്ന എഴുതുന്ന വ്യക്തിയെയും, കൃതിയിലെ വക്താവായി നിൽകുന്ന കർത്തൃപാത്രത്തെയും ബാർത്ത് വ്യത്യസ്തതലങ്ങളിലായി വേർതിരിച്ചുതന്നെയാണ് നിർത്തിയിരിക്കുന്നത്. "Who speaks (In the narrative) is not who writes (In real life) and who writes is not who is" എന്നു പറയുന്ന ബാർത്ത് എഴുത്തുകാരനെയും ആഖ്യാതാവിനെയും കൂട്ടിക്കുഴയ്ക്കരുതെന്ന് പ്രത്യേകം ഓർമിപ്പിക്കുന്നുണ്ട്. "Narrator and characters, however atleast from our perspective, are essentially 'paper beings', the (Material) Author of a narrative is in no way to be confused with the narrator of that narrative" (structural analysis of narratives.)

ബാർത്ത് വിലക്കിയതെന്തോ അതുതന്നെ ചെയ്തിട്ടാണ് ബാർത്ത് ചെയ്തത് അന്യായമാണെന്നു സ്ഥാപിക്കാൻ അപ്പൻ ശ്രമിക്കുന്നത് (ഇത്തരം ഒരു കൂട്ടിക്കുഴയ്ക്കലിന്റെ അപകടത്തെക്കുറിച്ച് ആദ്യമായി സൂചിപ്പിച്ചത് നീഷേയാണ്. ഭാഷയിലെ ഉത്തമപുരുഷ ഏകവചനം എന്ന വ്യാകരണരൂപം സംസാരിക്കുന്ന വ്യക്തിസത്ത തന്നെയാണെന്നും ധരിക്കുക. അതായത് ഭാഷയിലെ 'ഞാൻ' എന്ന ശബ്ദത്തിന് വ്യാകരണപരമായി ഉള്ള ധർമമെന്തോ അത് സംസാരിക്കുന്ന വ്യക്തിക്ക് ജീവിതത്തിലും ഉണ്ടെന്നു ധരിക്കുക).

ഇതിനെക്കാൾ കടുത്ത ചില അനീതികൾ അപ്പന്റെ വാദങ്ങളിൽ ഒളിഞ്ഞിരിക്കുന്നുണ്ട്. ഇംഗ്ലീഷ് ന്യൂ ക്രിട്ടിസിസത്തോട് ബാർത്തിന്റെ സാഹിത്യചിന്തയെ ബന്ധിപ്പിച്ചു എന്നുള്ളതാണ് അവയിലൊന്ന്.

ഇംഗ്ളീഷ് ന്യൂ ക്രിട്ടിസിസം ഗ്രന്ഥകാരനെ അവഗണിക്കുന്നു. ജീവചരിത്രപരമായ വിമർശനം ഗ്രന്ഥകാരനെ എന്തിനും മീതേ വളർത്തിയെടുത്തതിന്റെ ഒരു തിരിച്ചടിയായിരുന്നു ഇതെന്ന് അപ്പൻ വിശദീകരിക്കുന്നു. ഘടനാവാദത്തിലും ഘടനാവാദാനന്തര സാഹിത്യചിന്തയിലും എത്തുമ്പോൾ ഈ തിരിച്ചടി ഗ്രന്ഥകാരനെ അവഗണിക്കുന്നതുപോയിട്ട് ഗ്രന്ഥകാരൻ മരിച്ചു എന്നു പ്രഖ്യാപിക്കുന്നിടത്തോളമെത്തുന്നു. 'ബാർത്തിൽ ഗ്രന്ഥകാരന്റെ മരണം വിശ്വാസപ്രമാണവും ലക്ഷ്യവുമായിത്തീരുന്നു.' (അപ്പൻ) ഈവിധം ഇംഗ്ളീഷ് ന്യൂ ക്രിട്ടിസിസത്തെയും ബാർത്തിന്റെ സാഹിത്യചിന്തയെയും ബന്ധിപ്പിക്കുന്നതുകൊണ്ട് തന്റെ വാദങ്ങൾക്ക് പാകമാകുംപടി ഘടനാവാദാനന്തര സാഹിത്യചിന്തയെ വെട്ടിച്ചുരുക്കിയെടുക്കുകമാത്രമാണ് അപ്പൻ ചെയ്യുന്നത്.

ഇംഗ്ളീഷ് ന്യൂ ക്രിട്ടിസിസവും ഘടനാവാദാനന്തര സാഹിത്യചിന്തയും പരസ്പരവിരുദ്ധം എന്ന നിലയിൽപ്പോലും ബന്ധപ്പെടാൻ കഴിയാത്തവിധം രണ്ടു വ്യത്യസ്ത ജ്ഞാനമണ്ഡലങ്ങളിലായി വേറിട്ടുനിൽക്കുന്നവയാണ്. (വസ്തുവാദവും മാർക്സിസ്റ്റ് ഭൗതികവാദവും തമ്മിലുള്ള

ഉപരിപ്ലവമായ ചില സമാനതകൾക്കപ്പുറം അവയ്ക്ക് തമ്മിലുള്ള അന്തരം എത്ര വലുതാണോ അതുപോലെയാണ് ന്യൂ ക്രിട്ടിസിസത്തിനും ബാർത്തിന്റെ സാഹിത്യചിന്തയ്ക്കും അപ്പനെപ്പോലുള്ളവർ കാണുന്ന ഐക്യത്തിനപ്പുറം നിൽകുന്ന ഭീമമായ അന്തരം.) രണ്ട് ഭിന്ന ഭാഷകളുടെ വ്യത്യസ്ത വ്യാകരണങ്ങൾക്ക് കൂടിക്കലരാനാവാത്തതുപോലെ, പരസ്പരം സംവദിക്കാനാവാത്ത രണ്ടു വ്യത്യസ്ത പ്രശ്നമണ്ഡലങ്ങളിലാണ് ന്യൂ ക്രിട്ടിസിസവും ഘടനാവാദാനന്തര സാഹിത്യസിദ്ധാന്തവും പ്രവർത്തിക്കുന്നതെന്നർഥം.

ഗ്രന്ഥകാരനോടുള്ള സമീപനം രണ്ടിലും ഒരുപോലെയാണെന്നുള്ളത് അവയ്ക്ക് തമ്മിലുള്ള ഉപരിപ്ലവമായ ഒരു സമാനതമാത്രമാണ്. മറ്റെല്ലാ വിമർശന സമ്പ്രദായങ്ങളും സർഗകേന്ദ്രമായിനിൽക്കുന്ന ഒരു ഗ്രന്ഥകർത്തൃസത്തയെ പിന്നിൽ മാന്യമായി പ്രതിഷ്ഠിക്കുമ്പോൾ, ഇംഗ്ലീഷ് ന്യൂ ക്രിട്ടിസിസം ഗ്രന്ഥകാരനെ ഗ്രന്ഥത്തിനുള്ളിൽ ഒളിച്ചുവച്ചിരിക്കുന്നു എന്നുമാത്രം. ഗ്രന്ഥത്തിൽ മറഞ്ഞിരിക്കുന്ന ഗ്രന്ഥകാരന്റെ ശബ്ദത്തിന്‌വേണ്ടിത്തന്നെയാണ് ന്യൂ ക്രിട്ടിക്കുകൾ പാഠത്തിൽ കാതുചേർത്തു പിടിക്കുന്നത്.

എന്നാൽ, ഗ്രന്ഥത്തിന് പിന്നിലോ ഗ്രന്ഥത്തിനുള്ളിലോ എന്നേക്കുമായി ഒരു സ്ഥിരം കർത്തൃസത്ത മറഞ്ഞിരുന്നു ശബ്ദിക്കുന്നില്ല എന്നും, ഓരോ കൃതിയും ഓരോ കാലത്തും പുതിയ പുതിയ ശബ്ദങ്ങളുൽപ്പാദിപ്പിക്കാൻ പോന്ന സവിശേഷോപകരണങ്ങൾ മാത്രമാണെന്നും ഘടനാവാദാനന്തര സാഹിത്യസിദ്ധാന്തം സ്ഥാപിക്കുന്നു. പഴയ വിമർശന സമ്പ്രദായങ്ങളിൽ പല പേരുകളിൽ (വ്യക്തിസത്ത, മനസ്സ്, ആദിരൂപസ്മൃതി, സാമൂഹികസത്ത, കാവ്യസത്ത, വിഷൻ) തെളിഞ്ഞും ഒളിഞ്ഞും നിൽക്കുന്ന ശാശ്വത കർത്തൃസത്താസങ്കൽപ്പത്തെ പൂർണമായി ഒഴിവാക്കിക്കൊണ്ടുതന്നെ ഈ പുതിയ സാഹിത്യസിദ്ധാന്തത്തിന് ഒരു കൃതി എങ്ങനെ സാഹിത്യഫലം ഉളവാക്കുന്നു എന്ന് വിശദീകരിക്കാനും കഴിയും.

കർത്തൃസത്താസങ്കൽപ്പത്തെ ഏതെങ്കിലും തരത്തിൽ ആശ്രയിക്കുന്ന പഴയ സുപ്രസിദ്ധ വിമർശനസമ്പ്രദായങ്ങളിൽ ഒന്നുമാത്രമാണ് ഇംഗ്ലീഷ് ന്യൂ ക്രിട്ടിസിസം. ന്യൂ ക്രിട്ടിസിസം കൃതിക്കുള്ളിൽ മറച്ചുവച്ചിരിക്കുന്ന കർത്തൃസത്തയ്ക്ക് 'Implied author'എന്ന ഒരു പുതിയ പേരും കിട്ടിയിട്ടുണ്ട്. ന്യൂ ക്രിട്ടിസിസം കർത്തൃസത്തയെ ഒഴിവാക്കുകയല്ല ചെയ്തത്. മറിച്ച് അതിനെ ദൃഢീകരിക്കുകയാണ് ചെയ്തതെന്ന് ബാർത്ത് 'ദി ഡെത്ത് ഓഫ് ഓതർ (The Death of the Author) എന്ന ഉപന്യാസത്തിൽത്തന്നെ വ്യക്തമാക്കിയിട്ടുണ്ട്. എന്നിട്ടും അപ്പൻ എന്തുകൊണ്ട് ഈ അന്തരം കണ്ടില്ല.

അതെന്തുകൊണ്ടായാലും, സൈദ്ധാന്തികപ്രശ്നങ്ങളെ തനിക്കനുകൂലമായ വിധത്തിൽ നിഷ്കരുണം ലളിതവൽക്കരിക്കുകയാണ് അപ്പൻ ചെയ്യുന്നത്.

ഇനി മറ്റൊന്ന് കാണുക.

"പ്രധാനപ്പെട്ട ചില വിമർശന പദ്ധതികൾ ഗ്രന്ഥകാരനെ പരിഗണിക്കുന്നില്ല. അവർ അപഗ്രഥിക്കുന്നത് പാഠ (text) മാണ്. വിമർശനത്തെ അവർ കലാസൃഷ്ടിയിൽ മാത്രം ഒതുക്കിനിർത്തുന്നു." (അപ്പൻ)

ഇവിടെ പാഠം (text) എന്ന പദത്തിന് ബാർത്തോ ഘടനാവാദാനന്തരസാഹിത്യചിന്തയോ കൽപ്പിക്കുന്ന അർഥം അപ്പൻ പൂർണമായി മറച്ചുപിടിക്കുന്നു. അതിനുവേണ്ടി പാഠം എന്ന പുതിയ പരികൽപ്പനയ്ക്ക് കൃതിയുടെ ലിഖിതരൂപം എന്ന സാമാന്യാർഥത്തിനപ്പുറം ഒരു പ്രസക്തിയുമില്ല എന്നു ഭാവിക്കുകയാണപ്പൻ ചെയ്യുന്നത്. അതായത് ന്യൂക്രിട്ടിസിസത്തിലും പഴയ സാഹിത്യപഠനങ്ങളിലും 'പാഠം' എന്ന ശബ്ദം എന്തർഥത്തിലാണോ പ്രയോഗിച്ചിട്ടുള്ളത് ആ അർഥം മാത്രമേ ബാർത്തും മറ്റും അതിനു കൽപ്പിച്ചിട്ടുള്ളു എന്നു വരുത്താനാണ് അപ്പന്റെ ശ്രമം. അങ്ങനെ വന്നാൽ, ഗ്രന്ഥകാരനെ മാറ്റിനിർത്തി കൃതിക്കുള്ളിലേക്കു കുനിഞ്ഞിരുന്ന് ചില അർഥങ്ങൾ കണ്ടെടുക്കാൻ ശ്രമിക്കുന്ന, സമഗ്രവീക്ഷണമില്ലാത്ത ഒരു വിമർശകനായി ബാർത്തിനെ അവതരിപ്പിക്കാൻ എളുപ്പമാണല്ലോ.

'പാഠം' എന്ന പദത്തിന് പഴയ സാഹിത്യപഠനമോ ന്യൂ ക്രിട്ടിസിസമോ കൽപ്പിക്കുന്ന അർഥത്തോട് യാതൊരു ബന്ധവുമില്ലാത്ത ഒരു പുതിയ അർഥമാണ് ബാർത്തിന്റെ സാഹിത്യചിന്തയിലുള്ളത്. 'പാഠം' എന്നു കേൾക്കുമ്പോൾ ഓർമയിലെത്തുന്ന കൃതിയുടെ ലിഖിതരൂപം എന്ന പഴയ സങ്കൽപ്പത്തിൽനിന്ന്, പുതിയ സാഹിത്യസിദ്ധാന്തത്തിലെ ഒരു പ്രബല പരികൽപ്പനയായ പാഠത്തെ ബാർത്ത് കൃത്യമായി അടർത്തി മാറ്റിവച്ചിട്ടുണ്ട്. ലിഖിതരൂപം, ഗ്രന്ഥം എന്നീ അർഥങ്ങളിൽ പാഠം എന്ന പദം ഈ പുതിയ സാഹിത്യസിദ്ധാന്തത്തിൽ ഇന്ന് ഉപയോഗിക്കാറില്ല. പഴയ അർഥവും പുതിയ പരികൽപ്പനയും തമ്മിൽ കൂടിക്കുഴയാതിരിക്കാൻവേണ്ടി ബാർത്ത്, കൃതി (Work) പാഠം (Text) എന്നു രണ്ട് പദങ്ങൾ അവയ്ക്കു വെവ്വേറെ കൽപ്പിക്കുന്നു.

ഫ്രം വർക്ക് ടു ടെക്സ്റ്റ് From work to text എന്ന ഉപന്യാസത്തിൽ കൃതിയും പാഠവും തമ്മിലുള്ള അന്തരം വ്യക്തമാക്കുന്നതോടൊപ്പം, പാഠം എന്ന പുതിയ പരികൽപ്പനയുടെ അർഥമെന്തെന്ന് ബാർത്ത് വ്യക്തമാക്കുന്നുണ്ട്. പാഠമെന്നത് സാഹിത്യചിന്തയുടെ മണ്ഡലത്തിൽ ഇന്നോളം നിലവിലില്ലാതിരുന്ന ഒരു പുതിയ ജ്ഞാനവിഷയത്തെ (Object) ക്കുറിക്കുന്ന ശബ്ദമാണെന്ന് ബാർത്ത് പറയുന്നു. പാഠമെന്ന ഈ പുതിയ ജ്ഞാനവിഷയം സാഹിത്യചിന്തയിൽ ആവിർഭവിച്ചതോടെ പഴയ സാഹിത്യചിന്താമണ്ഡലത്തിന്റെ ഘടനതന്നെ മാറിപ്പോയിരിക്കുന്നതായും ബാർത്ത് വ്യക്തമാക്കുന്നുണ്ട്.

എന്താണ് പാഠം?

തിരിയിൽനിന്ന് തീനാളം വേർപ്പെടുത്തി എടുക്കാനാവാത്തതുപോലെ കൃതിയിൽനിന്നു പാഠത്തെ വേർപ്പെടുത്താനാവില്ല. എന്നാൽ

തിരിയിൽനിന്നു തീനാളം ജനിക്കുന്നില്ല എന്നതുപോലെതന്നെ കൃതിയിൽനിന്നു പാഠം ഉണ്ടാകുന്നുമില്ല.

കൃതിയെ നമുക്കു കൈയിലെടുക്കുകയോ നശിപ്പിക്കുകയോ ചെയ്യാം. മ്യൂസിയത്തിലോ ലൈബ്രറിയിലോ അടുക്കിവയ്ക്കുകയും ചെയ്യാം. എന്നാൽ, പാഠത്തെ ഒരു വ്യക്തിക്കും കൈയിൽ എടുക്കാനോ നശിപ്പിക്കാനോ ആവില്ല. അതു ബുക്ക്ഷെൽഫുകളിൽ അടുങ്ങിയിരിക്കുന്നില്ല. പാഠം ഉൽപ്പന്നമാവുന്നതും നിലനിൽക്കുന്നതും വ്യവഹാരത്തിലാണ്; വ്യാവഹാരിക മണ്ഡലങ്ങളിലാണ്.

കൃതി പാഠോൽപ്പാദനത്തിനുള്ള ഒരു ക്ഷണം മാത്രമാണ്. ഒരു കൃതിയിലും സ്ഥിരമായ ഒരു പാഠം നിലനിൽക്കുന്നില്ല. വ്യവഹാരമണ്ഡലങ്ങൾ മാറുന്നതനുസരിച്ച് ഒരു കൃതിയുടെ പാഠങ്ങൾ മാറിക്കൊണ്ടിരിക്കും; പഴയ പാഠങ്ങൾ ഇല്ലാതാവുകയും പുതിയവ നിലവിൽ വരികയും ചെയ്യും. അതിനാൽ കൃതിയും പാഠവും തമ്മിൽ ഒരു ജൈവബന്ധം നിലനിൽക്കുന്നില്ല. ആ ബന്ധം യാദൃച്ഛികമാണ്.

ഒരു കൃതിയുടെ പാഠത്തിന്റെ ഉൽപ്പാദനത്തിൽ ആ കൃതിയെക്കാളേറെ മറ്റൊരു കൃതി വഹിക്കുന്ന പങ്ക് വലുതായി എന്നുവരാം. ഒരു ചരിത്രസംഭവമോ, ഒരു രാഷ്ട്രീയ കാലാവസ്ഥയോ ഒരു പുതിയ പാഠത്തിന്റെ ഉൽപ്പത്തിക്കു കാരണമാകാം. ഭാഷയിലുണ്ടാകുന്ന സൂക്ഷ്മപരിവർത്തനങ്ങൾ മുതൽ മഹായുദ്ധങ്ങൾ വരെയുള്ള സംഭവങ്ങൾ ഒരു കൃതിയിൽ ഭിന്നപാഠഫലങ്ങൾ (Text effects) ഉളവാക്കുന്നതിൽ മുഖ്യപങ്കു വഹിച്ചു എന്നുവരാം.

ഗ്രന്ഥകാരൻ കൃതിയിൽ നിറച്ചുവച്ചിരിക്കുന്നതിന്റെ ഉപഭോഗമാണ് വായന എന്ന ധാരണയ്ക്കാസ്പദമായ സങ്കൽപ്പങ്ങളെ മുഴവൻ തകർക്കുന്ന ഒന്നാണ് പാഠം എന്ന ഈ പുതിയ പരികൽപ്പന. കൃതിയെ ഉപാധിയാക്കിക്കൊണ്ടുള്ള ഒരു വ്യാവഹാരിക പ്രയോഗത്തിന്റെ ഉൽപ്പന്നമാണ് പാഠം, ഗ്രന്ഥത്തിൽ സിദ്ധമായിട്ടുള്ളതോ, ഗ്രന്ഥത്തിനുപിന്നിൽ നിൽക്കുന്ന ഗ്രന്ഥകാരനിൽനിന്നു കവിഞ്ഞൊഴുകി നിറയുന്നതോ ആയ ഒന്നല്ല. അതിനാൽ കൃതിക്കുള്ളിലേക്കോ കൃതിക്കു പിന്നിലേക്കോ അതിന്റെ പാഠോൽപ്പാദന സാധ്യതകളെ പിടിച്ച് തളച്ചിടുന്ന, ഗ്രന്ഥകർത്തൃസത്താസങ്കൽപ്പം പൂർണമായി തകരുന്നതോടെ സാഹിത്യചിന്തയിലെ ഒരു പരിവർത്തനഘട്ടം പൂർത്തിയാകുന്നു.

ഗ്രന്ഥകർത്തൃസത്തയുടെ മിഥ്യാസമഗ്രതയെ തകർത്തുകൊണ്ട് മാർക്സിസം ഈ പരിവർത്തനഘട്ടത്തിനു തുടക്കം കുറിച്ചു. ഗ്രന്ഥകാരന്റെ വ്യക്തിപരമായ ആത്മപ്രകാശനത്തിന്റെ രേഖയായി കൃതിയെ ഏകകേന്ദ്രത്തിലേക്കു വെട്ടിച്ചുരുക്കേണ്ടതില്ലെന്നും; സാമൂഹികജീവിതത്തിന്റെ സങ്കീർണ വൈപരീത്യങ്ങളെ കർത്തൃനിരപേക്ഷമായി അത് പ്രതിഫലിപ്പിക്കുകയാണ് ചെയ്യുന്നത് എന്നുമുള്ള മാർക്സിസ്റ്റ് നിലപാട് ഓർക്കുക.

പാഠം എന്ന നവീന പരികൽപ്പനയെ സംബന്ധിച്ചുള്ള ബാർത്തിന്റെ ഈ നിലപാട് മറച്ചുപിടിക്കുന്നതുകൊണ്ടാണ്, ബാർത്തും ഗ്രന്ഥകാരനെ

ഒഴിവാക്കിക്കൊണ്ട് കൃതിയെ ഒരടഞ്ഞ ലോകമാക്കുന്നു എന്ന ഏറ്റവും തെറ്റായ ഒരു ധാരണ ഉളവാക്കാൻ അപ്പനു കഴിയുന്നത്.

ഇതുപറയുമ്പോൾ ഘടനാവാദാനന്തര സാഹിത്യസിദ്ധാന്തം, കൃതിയുടെ ഗുണങ്ങൾക്ക് ഒരു സ്ഥാനവും കൽപ്പിക്കുന്നില്ലേ എന്ന് ചോദിക്കാം. കൃതിക്ക് പാഠോൽപ്പാദനത്തിനുതകുന്ന ഉപാധികളെന്ന നിലയിൽ നിശ്ചയമായും ചില സവിശേഷതകൾ കൂടിയേ കഴിയൂ.

കൃതിയുടെ സവിശേഷഗുണങ്ങളെ ആശ്രയിക്കാതെ ഒരു വ്യവഹാരമണ്ഡലത്തിനും അതിൽ സാഹിത്യപാഠഫലം ഉൽപ്പാദിപ്പിക്കാനാവില്ല എന്ന് ഉറപ്പിച്ചുപറയാം. എന്നാൽ അതുപോലെതന്നെ ഉറപ്പിച്ചുപറയാവുന്ന ഒരു കാര്യം കൃതിയുടെ ഗുണങ്ങളുടെ പ്രകാശനമല്ല പാരായണത്തിൽ ഉൽപ്പന്നമാകുന്ന സാഹിത്യഫലം എന്നുള്ളതാണ്. ഒരേ പൂവു തന്നെ അലങ്കാരവസ്തുവായും ആഭരണമായും പൂജാദ്രവ്യമായും പ്രേമസമ്മാനമായും ഉപയോഗിക്കുമ്പോൾ സംഭവിക്കുന്നതെന്താണ്? അത് വ്യത്യസ്ത വ്യവഹാരമണ്ഡലങ്ങളിൽ വ്യത്യസ്താർഥങ്ങളുൽപ്പാദിപ്പിക്കുന്ന വ്യത്യസ്ത ചിഹ്നങ്ങളായി മാറുന്നു. ഈ അർഥങ്ങൾ ഒന്നും തന്നെ പൂവിന്റെ ജൈവഗുണങ്ങളിൽനിന്ന് പുറത്തേക്ക് വന്നതല്ല. എന്നാൽ, സവിശേഷഗുണങ്ങളോടുകൂടിയ പൂവില്ലാതെ ഈ അർഥങ്ങളൊന്നും ഉൽപ്പന്നമാവുകയുമില്ല. വ്യത്യസ്ത വ്യവഹാരമണ്ഡലങ്ങളിൽ ഭിന്നാർഥങ്ങളുൽപ്പാദിപ്പിക്കാനുള്ള ഉപാധിയായിട്ടാണ് പൂവിന്റെ ജൈവഗുണങ്ങൾ നിൽക്കുന്നത്. ഏതാണ്ടിപ്രകാരമാണ് കൃതികൾ പാഠോൽപ്പാദനത്തിൽ പ്രവർത്തിക്കുന്നതെന്നു പറയാം (ഇവിടെ പൂവിൽ നിക്ഷിപ്തമായ ഒരു പരമാർഥസത്തയുടെ സാന്നിധ്യമോ പൂവ് കാണുന്നവന്റെ ആത്മസത്തയുടെ പ്രതീതിഭേദങ്ങളോ ആവശ്യമായി വരുന്നില്ല).

പാഠത്തെ അപഗ്രഥിക്കുന്നവർ 'വിമർശനത്തെ കലാസൃഷ്ടിയിൽ മാത്രം ഒതുക്കിനിർത്തുന്നു' എന്നും, 'ബോധപൂർവം അതിന്റെ സ്രഷ്ടാവിനെ ഒഴിവാക്കുന്നു' എന്നും പറയുന്ന അപ്പൻ, അതിനു മറുപടിയെന്നോണം, 'കൃതിയെ എഴുത്തുകാരൻ സ്വന്തം ഛായയിൽ അവതരിപ്പിക്കുന്നില്ല എന്നതു, ശരിതന്നെയാണ്. എന്നാൽ സൃഷ്ടി കലാകാരന് പുറത്തുള്ള ലോകത്തെ എന്നപോലെ ഗ്രന്ഥകാരനെയും ഉൾക്കൊള്ളുന്ന മാന്ത്രികക്രിയയാണ്' എന്നുകൂടി പ്രസ്താവിക്കുന്നു. ആർക്കാണ് ഇതു കേട്ടാൽ എതിരു പറയാൻ തോന്നുക. തീവ്രപക്ഷങ്ങളില്ലാത്ത മിതവും ശാന്തവുമായ വാദം. സാമാന്യബുദ്ധിയുടെ സൗമ്യപ്രകാശം!

അപ്പൻ പറയുന്നതുപോലെയുള്ള ചിന്താഗണങ്ങൾ എടുത്തു പ്രയോഗിക്കാനേ കഴിയാത്ത ഒരാശയ മണ്ഡലത്തിലാണ് ബാർത്തിന്റെ പരികൽപ്പനോപാധികൾ പ്രവർത്തിക്കുന്നത്. അടകല്ലും ചുറ്റികയും ചവണയും ഉപകരണങ്ങളായുള്ള ഒരു കൊല്ലന് അയാൾ എത്ര പ്രതിഭാശാലിയായാലും ഒരു ഇലക്ട്രോണിക് സൂക്ഷ്മോപകരണത്തിന്മേൽ പണിചെയ്യാനാവില്ലല്ലോ. ബാർത്തിന്റെ ആശയലോകത്തിൽ 'സ്രഷ്ടാവ്', 'സൃഷ്ടി' എന്നീ സങ്കൽപ്പങ്ങൾക്ക് യാതൊരർഥവുമില്ല. സ്രഷ്ടാവി

നെയും സൃഷ്ടിയെയും കൂട്ടിയിണക്കുന്ന സത്ത പ്രതിഭാസബന്ധത്തിന് നിൽക്കക്കള്ളിയില്ലാത്ത ഒന്നാണ് ബാർത്തിന്റെ ലോകം. സൃഷ്ടി എന്ന സങ്കൽപ്പത്തിന് ഒരു ശാസ്ത്രീയ വ്യാഖ്യാനമണിയിച്ചുകൊണ്ടു ചെന്നാൽ പ്പോലും പ്രവേശനം ലഭിക്കാത്ത അവിടെ 'സൃഷ്ടിയുടെ മാന്ത്രികത യുടെ കാര്യം പറയുകയും വേണ്ട. അതുപോലെതന്നെ അവിടെ എല്ലാ അർഥവിനിമയമൂല്യവും നഷ്ടപ്പെട്ട് കാലഹരണം വന്നുകഴിഞ്ഞ ഒരു പദമാണ് 'ആവിഷ്കരണം'. ഇങ്ങനെ പഴയ സാഹിത്യവിമർശനത്തിന്റെ സമസ്തപരികൽപ്പനകളും അർഥശൂന്യമായിത്തീരുന്ന ഒരു നവീന ജ്ഞാനമണ്ഡലത്തിൽ ബോധപൂർവം പ്രവർത്തിക്കുന്ന ചിന്തകനാണ് ബാർത്ത്. അൽത്തൂസർ മാർക്സിനെക്കുറിച്ചു നടത്തിയ പഠനത്തിൽ ജ്ഞാനസിദ്ധാന്തപരമായ വിച്ഛേദത്തോടാണ് സാഹിത്യചിന്താപരമായ ഈ പരിവർത്തനത്തെ ബാർത്ത് സാമ്യപ്പെടുത്തുന്നത്. (Change the object itself Bartnes)

മൗലികമായ ഈ അന്തരത്തെ അവഗണിക്കുക മാത്രമല്ല അപ്പൻ ചെയ്യുന്നത്. ബാർത്തെന്ന വ്യക്തിയെ അദ്ദേഹത്തിന്റെ സാഹിത്യസിദ്ധാന്തങ്ങളിൽനിന്നൂരിയെടുത്ത് തന്നോടു ചേർത്തുപിടിക്കാൻ ശ്രമിക്കുകയും ചെയ്യുന്നു. 'ബാർത്ത് എല്ലാ രീതിയിലും അദ്ദേഹത്തെ ഗ്രന്ഥത്തിന്റെ കേന്ദ്രത്തിൽ പ്രതിഷ്ഠിച്ചുകൊണ്ടാണ് എഴുതുന്നത്' എന്നുപറയുന്ന അപ്പൻ; ബാർത്ത് ആത്മകഥാരചനയെക്കുറിച്ചുപോലുമുള്ള പഴയ സങ്കൽപ്പങ്ങളെ തകിടം മറിക്കുന്ന ഒരാത്മകഥാകാരനാണെന്ന് മനസിലാക്കണം. ആത്മകഥകളെല്ലാം കഥകളാണ്; എന്നു പറയുമ്പോൾ യഥാർഥമായ ജീവിതത്തിൽനിന്നുറവെടുത്ത കഥകളാണ് എന്നർഥമില്ല. മറിച്ച് ആത്മകഥാരൂപത്തിൽ ഒരു കൃതി രചിക്കാനാസ്പദമായ മറ്റൊരു കഥയാണ് അതെഴുതുന്ന ആളിന്റെ ജീവിതം. ഇതാണ് ആത്മകഥയെക്കുറിച്ചുള്ള ബാർത്തിന്റെ ധാരണ. അതുകൊണ്ടാണ് അപ്പൻ ബാർത്തിന്റെ കൃതികളുടെ കേന്ദ്രസ്ഥാനത്തു കാണുന്ന ബാർത്തിനെക്കുറിച്ച് ബാർത്തുതന്നെ ഇങ്ങനെ പറഞ്ഞത്;

The 'I' which writes the text, is too, never more than a paper 'i'.

അപ്പൻ ഇപ്രകാരം ബാർത്തിന്റ ആശയങ്ങളെ ലളിതവൽക്കരിക്കുകയും, തെറ്റിച്ച് വ്യാഖ്യാനിക്കുകയും വികലമാക്കുകയും ചെയ്തതെന്തുകൊണ്ടെന്ന് ഇവിടെ വിശദീകരിക്കുന്നില്ല.

(1989)

9

വായനയുടെ കളങ്കങ്ങൾ

നാം ദൈനംദിന ജീവിതത്തിൽ ചെയ്തുപോരുന്ന പല കൃത്യങ്ങളും അവയിലേക്കൊന്നുകൂടി തിരിഞ്ഞുനോക്കുകപോലും വേണ്ടാത്ത വിധം അത്രമേൽ നൈസർഗികങ്ങളാണെന്ന് നാം ആത്മാർഥമായി വിശ്വസിക്കുന്നു. അങ്ങനെ നമ്മളെ വിശ്വസിപ്പിക്കുന്നതിൽ ഇന്ന് ആധിപത്യം പുലർത്തുന്ന ആശയമണ്ഡലങ്ങൾ വിജയിച്ചിരിക്കുന്നു.

ഈവിധം തിരിഞ്ഞുനിന്നു പരിശോധിക്കേണ്ടാത്ത വ്യാപാരങ്ങളിലൊന്നായിത്തീർന്നിരിക്കുന്നു വായന. അത്രയ്ക്ക് ചരിത്രത്തിന്റെ കളങ്കമേശാതെ മനുഷ്യർ വായിക്കാൻ തുടങ്ങിയ കാലംമുതൽ ഒരു മാറ്റവുമില്ലാതെ ആവർത്തിക്കപ്പെടുന്ന ഒരു കൃത്യമാണതെന്ന് നാം വിശ്വസിക്കുന്നു.

വായനയെക്കുറിച്ച് ഇങ്ങനെ പറയാൻ തുടങ്ങുമ്പോൾത്തന്നെ വായനക്കാരുടെ നെറ്റി ചുളിയാൻ തുടങ്ങുന്നതു ഞാൻ കാണുന്നു. അക്ഷരങ്ങൾ കൂട്ടി വായിച്ച് അർഥം ഗ്രഹിക്കണമെന്നല്ലാതെ വായനയിൽ എന്തു സംഭവിക്കുന്നു എന്ന് നാം എന്തിനന്വേഷിക്കണം? കണ്ണുകൊണ്ട് നാം നമുക്കു ചുറ്റുമുള്ള വസ്തുക്കൾ കാണുംപോലെ അത്രമേൽ പ്രകൃതിസഹജമായ ഒന്നാണ് വായന, എന്ന ധാരണതന്നെയാണ് ഈ ചോദ്യത്തിനു പിന്നിലുള്ളത്.

മനുഷ്യരുടെ കാഴ്ചകൾതന്നെ ഇങ്ങനെ പ്രകൃതിസഹജമെന്നു കരുതാവുന്ന ഒരു നിഷ്കളങ്ക വ്യാപാരമാണോ?എന്നിട്ടു വേണമല്ലോ ഒരു ചിഹ്നവ്യവസ്ഥയുടെ മാധ്യമത്വം കൂടിയുള്ള വായനയെക്കുറിച്ചു പറയാൻ.

ഉദിച്ചുയരുന്ന ചന്ദ്രനെ ഒരു പൂച്ച കാണുന്നതുപോലയാണോ മനുഷ്യൻ കാണുന്നത്? മനുഷ്യൻ ചന്ദ്രനെ കാണുന്നത് മാനുഷികമായ കണ്ണുകൾകൊണ്ടാണ്. ആയിരക്കണക്കായ വർഷങ്ങളിലെ മനുഷ്യ

സംസ്കാരത്തിന്റെ സ്മരണകൾ തിക്കിത്തിരക്കുന്ന ഒരാകാശത്തിലാണ് മനുഷ്യന്റെ ചന്ദ്രൻ ഉദിച്ചുപൊങ്ങുന്നത്. എക്കാലത്തെയും പൂച്ചകൾക്ക് ചന്ദ്രൻ ഒരുപോലെ നിരർഥകമായ ഒരു വെളിച്ചം മാത്രമാണ്. മനുഷ്യർക്കാകട്ടെ, ഓരോ കാലത്തെയും അനുഭവ-ജ്ഞാനമണ്ഡലത്തിൽ ഓരോ അർഥമുൽപ്പാദിപ്പിക്കുന്ന ഒരു പ്രതിഭാസവും.

നമ്മുടെ കാഴ്ചകൾതന്നെ ഇത്രമേൽ ചരിത്രപരമാണെന്നിരിക്കെ, നാം അതിലുൾച്ചേരുന്ന ചരിത്രപ്രക്രിയയെ മുഴുവൻ ജന്തുസഹജമായ പ്രാകൃതനൈസർഗികതയിൽ ആഴ്ത്തിവയ്ക്കുന്നു. ആധിപത്യം പുലർത്തുന്ന അധികാര-ജ്ഞാനബന്ധങ്ങൾ അങ്ങനെ ചെയ്യാൻ നമ്മെ പരിശീലിപ്പിക്കുന്നു. നാം ജീവിക്കുന്ന കാലത്തെ അധികാരബന്ധങ്ങളുടെ ഉപകരണങ്ങളായി പ്രവർത്തിക്കുന്നവയാണ് അന്തർജന്യമെന്നും ജന്മസഹജമെന്നും കരുതപ്പെടുന്ന നമ്മുടെ വികാരങ്ങൾ പോലും. നമ്മുടെ ഇന്ദ്രിയാനുഭവങ്ങൾക്കും വികാരങ്ങൾക്കും ചിന്തകൾക്കുംമേൽ, ആരോപിക്കപ്പെടുന്ന പ്രാകൃതനിഷ്കളങ്കത അവയെ രൂപപ്പെടുത്തുകയും നിയന്ത്രിക്കുകയും നയിക്കുകയും ഉപയോഗപ്പെടുത്തുകയും ചെയ്യുന്ന ശക്തികളുടെ സങ്കീർണസങ്കേതങ്ങളെ മുഴുവൻ മറച്ചുപിടിക്കാനുള്ള ഒരു തന്ത്രമാണ്. അറിവിന്റെ നിഷ്പക്ഷതയിലും അനുഭൂതിയുടെ നിഷ്കളങ്കതയിലും വികാരങ്ങളുടെ നൈസർഗികതയിലും നമുക്കുള്ള വിശ്വാസം അചഞ്ചലമാക്കപ്പെട്ടിരിക്കുന്നു.

നമ്മുടെ കാഴ്ചകളെയും കേൾവികളെയുംകുറിച്ചുള്ള ഈ വിശ്വാസത്തിൽ വായനയും കുടുങ്ങിയിരിക്കുന്നു. ചരിത്രം കളങ്കപ്പെടുത്തുന്നതെന്ന് കരുതപ്പെടുന്ന ഇന്ദ്രിയവ്യാപാരങ്ങളെപ്പോലെ വായനയെക്കുറിച്ചും നമുക്ക് സങ്കൽപ്പിക്കാമെന്നായിരിക്കുന്നു.

വായന ഒരു പ്രവർത്തനമാണ്; മനുഷ്യരുടെ മറ്റെല്ലാ പ്രായോഗിക പ്രവർത്തനങ്ങളെയുംപോലെ ചരിത്രപരമായി നിർണയിക്കപ്പെടുന്ന ഒരു പ്രവർത്തനം! അതിനും ഒരു ചരിത്രമുണ്ട്. എന്നാൽ, പുസ്തകത്താളിലെ കറുത്ത മഷിപ്പാടുകളെ കണ്ണിലേക്ക്, ഉള്ളിലേക്ക് കടത്തിവിടുന്ന ഒരു നിഷ്ക്രിയ വ്യാപാരമാണ് എന്ന് ധരിക്കുമ്പോൾ അത് ചരിത്രപര്യതയിൽ നിന്ന് പുറംതള്ളപ്പെടുന്നു. ചരിത്രബാഹ്യമെന്ന് കരുതപ്പെടുന്ന വായനയിൽ ഗ്രന്ഥങ്ങളും വായനക്കാരും എക്കാലവും നിലനിൽക്കുന്ന ചില കേവലസത്തകളുടെ മൂർത്തികളാണ്. ഗ്രന്ഥങ്ങൾ ഒരുകാലത്തും മാറാത്ത ചില അർഥങ്ങളുടെ നിക്ഷേപസ്ഥാനങ്ങളായി കരുതപ്പെടുമ്പോൾ വായന എക്കാലവും ആ അർഥങ്ങളെ മാറ്റമില്ലാതെ ഉൾക്കൊള്ളാൻ പോന്ന ഒരു ശാശ്വത മനുഷ്യസത്തയുടെ സംവേദനക്രിയ ആയിത്തീരുന്നു.

മനുഷ്യരുടെ വ്യക്തിത്വത്തെക്കുറിച്ചുള്ള കേവലസത്താപരമായ സങ്കൽപ്പത്തിൽ അധിഷ്ഠിതമായ മുതലാളിത്ത പൗരസമൂഹത്തിൽ മതാത്മകധാരണകൾ രൂപാന്തരപ്പെട്ട് പ്രവർത്തിക്കുന്നത് നോക്കുക.

വായന; ലോകത്ത് ജീവിക്കുന്ന യഥാർഥ മനുഷ്യരുടെ പ്രവർത്തനമാണെങ്കിൽ, അവരുടെ അസ്തിത്വം ചരിത്രപരമായി നിർണയിക്കപ്പെടുന്ന ഒന്നാണെങ്കിൽ വായനയ്ക്കും ഒരു ചരിത്രമുണ്ടാവാതെ വയ്യാ. വായ

നയ്ക്ക് ചരിത്രമുണ്ടെങ്കിൽ ഒരു കാലത്തെ വായന മറ്റൊരു കാലത്തെ വായനയിൽനിന്ന് ഭിന്നമാകാതെയും വയ്യാ.

വായന നിഷ്ക്രിയമായ ഒരു സംവേദനക്രിയ ആണെന്ന ധാരണയിൽ നിന്നുകൊണ്ട് ഒരിക്കലും ഈ വസ്തുത ഗ്രഹിക്കാനാവില്ല. ചരിത്രപരമായി നിർണയിക്കപ്പെടുന്ന മനുഷ്യന്റെ മറ്റെല്ലാ പ്രവർത്തന ങ്ങളെയുംപോലെ ക്രിയാത്മകമായ ഒരു പ്രായോഗിക പ്രവർത്തനമാണ് വായന എന്നറിയുമ്പോൾ മാത്രമാണ് ഒരു ഗ്രന്ഥത്തിലും എക്കാലത്തേക്കുമായി നിലനിൽക്കുന്ന ശാശ്വതമായ അർഥങ്ങളില്ലെന്ന സത്യം വെളിപ്പെടുന്നത്.

വായനയെ ലോകത്തു ജീവിക്കുന്ന യഥാർഥ മനുഷ്യരുടെ പ്രവർത്തനമായി കാണുമ്പോൾ മനുഷ്യരുടെ മറ്റെല്ലാ പ്രായോഗിക പ്രവർത്തനങ്ങളെയുംപോലെ അതിനും ചില ഉപാധികളെ ആശ്രയിച്ചേ ഒരു പ്രവൃത്തിയായി ഇരിക്കാനാവൂ എന്ന യഥാർഥ നിലപാടിലാണ് നാം ചെന്നുമുട്ടുക. ഓരോ കാലത്തും നിലവിൽ വരുന്ന പ്രവർത്തനസമ്പ്രദായങ്ങളെയും സങ്കേതങ്ങളെയും ആശ്രയിച്ചു മാത്രമേ മനുഷ്യരുടെ ഏതു പ്രവൃത്തിയും നിലനിൽക്കുന്നുള്ളൂ. മനുഷ്യരുടെ മറ്റെല്ലാ പ്രവർത്തനങ്ങളെയും പോലെ ചരിത്രപരമായ ഉപാധികളാൽ നിർണയിക്കപ്പെടുന്ന ഒരു പ്രവർത്തനമാണ് വായന എങ്കിൽ എക്കാലവും മാറ്റമില്ലാതെ നിലനിൽക്കുന്ന ഒരു ശാശ്വത 'വായന' ഉണ്ടാക്കുക സാധ്യമല്ല. എക്കാലവും ഓരേ ഫലമുളവാക്കുന്ന ഒരു ശാശ്വതവ്യാപാരമല്ല വായന എങ്കിൽ അത് എക്കാലത്തേക്കുമായി ഗ്രന്ഥങ്ങളിൽ നിക്ഷേപിക്കപ്പെടുന്ന അർഥങ്ങളെ പുറത്തെടുക്കുന്ന ഒരു കൃത്യമാകാനും വഴിയില്ല. അങ്ങനെ ചരിത്രപരമായ ഉപാധികളാൽ നിർണയിക്കപ്പെടുന്ന ഒരു പ്രവർത്തനമെന്ന നിലയിൽ ഓരോ കാലത്തും ഓരോ ഫലം ഉൽപ്പാദിപ്പിക്കുന്ന പ്രവർത്തനരൂപങ്ങളുടെ പരമ്പരയാണ് വായന എന്ന് തെളിയുന്നു.

എന്തൊക്കെയാണ് ഓരോ കാലത്തും ഓരോ ഫലം ഉൽപ്പാദിപ്പിക്കുന്ന ഈ വായനയുടെ പരമ്പരയെ നിർണയിക്കുന്ന ഉപാധികൾ. വായന മൂർത്തമായ ഒരു പ്രായോഗിക പ്രവർത്തനമാണ് എന്ന് പറഞ്ഞല്ലോ. അച്ചടിമഷിയിലൂടെ നമ്മുടെ കണ്ണുകൾ കടന്നുപോകുമ്പോൾ ചില അടയാളങ്ങളെ തലച്ചോറിനോട് ബന്ധിപ്പിക്കുക മാത്രമല്ല ശബ്ദാർഥങ്ങളുടെ ഘടനയിൽ പ്രവർത്തിച്ച് അർഥങ്ങളുൽപ്പാദിപ്പിക്കുകയാണ് നാം ചെയ്യുന്നത്. ഈ അർഥങ്ങൾതന്നെ ശബ്ദങ്ങൾക്കുള്ളിൽനിന്ന് പുറത്തു വരികയല്ല, ശബ്ദഘടനയിൽ ഉൽപ്പാദിക്കപ്പെടുകയാണ്. ഈ അർഥമാകട്ടെ നിസംഗമോ നിഷ്ക്രിയമോ നിഷ്പക്ഷമോ ആയ ഒരു കേവലജ്ഞാനവുമല്ല.

ഒരു നിശ്ചിത പ്രത്യയശാസ്ത്ര മണ്ഡലത്തിനുള്ളിൽ പ്രവർത്തിക്കുന്ന അധികാരജ്ഞാനബന്ധത്താൽ നിർണയിക്കപ്പെടുന്ന ഒരർഥമാണ്. (നൂറ്റാണ്ടുകളോളം മറച്ചുവെക്കപ്പെട്ടിരുന്ന അധികാരവും ജ്ഞാനവും തമ്മിലുള്ള ബന്ധത്തെ മാർക്സും നീഷേയും മറനീക്കി പുറത്ത് കൊണ്ടുവന്നത് ഓർക്കുക).

അതിനാൽ, വായനകളെ നിർണയിക്കുന്നത് ഓരോ കാലത്തെയും പ്രത്യയശാസ്ത്രമണ്ഡലവും അതിനുള്ളിൽ രൂപപ്പെടുന്ന ഭിന്നവ്യവഹാരങ്ങളും അവയുടെ പരികൽപ്പനകളും ആകുന്നു. ഓരോ കാലത്തെയും അർഥ ഉൽപ്പാദനപ്രക്രിയയുടെ ഈ ഘടകങ്ങളെ ആശ്രയിച്ചു നടത്തപ്പെടുന്ന ഒരു പ്രായോഗിക പ്രവർത്തനമാണ് വായന.

ഒരു കാലത്തെ വായനയുടെ ഉപാധികൾ മറ്റൊരു കാലത്തേതിൽ നിന്നും ഭിന്നമാകുമ്പോൾ വായനയുടെ സമ്പ്രദായങ്ങൾ മാത്രമല്ല, വായനയുടെ ഉൽപ്പന്നങ്ങളും മാറിപ്പോകുന്നു. പരന്ന് കിടക്കുന്ന ഭൂമിയിൽ വൃക്ഷങ്ങളെയും മൃഗങ്ങളെയും സൃഷ്ടിച്ച ഈശ്വരൻ ഒടുവിൽ സ്വന്തം ഛായയിൽ മനുഷ്യനെയും സൃഷ്ടിച്ചു എന്ന് കരുതപ്പെടുന്ന ഒരു പ്രത്യയശാസ്ത്രമണ്ഡലത്തിന്റെ പരികൽപ്പനോപാധികളാവില്ല സൂര്യനു ചുറ്റും കറങ്ങുന്ന ഭൂഗോളത്തിൽ എല്ലാ ജീവജാലങ്ങളും പരിണമിച്ചുണ്ടായി എന്നു കരുതപ്പെടുന്ന ഒരു പ്രത്യയശാസ്ത്രത്തിന്റേത്. ഭൂമി പ്രപഞ്ചത്തിന്റെ കേന്ദ്രസ്ഥാനമാണ് എന്ന സങ്കൽപ്പത്തെ ആധാരമാക്കിയ ഒരു ജ്ഞാനോൽപ്പാദനമണ്ഡലമാവില്ല കേന്ദ്രരഹിതമായ ഒരു പ്രപഞ്ചസങ്കൽപ്പത്തിന്റെ കാലത്ത് പ്രവർത്തിക്കുക. ഇങ്ങനെ പരസ്പരം മുറിഞ്ഞു മാറി നിൽക്കുന്ന, പരസ്പരം സംവദിക്കാനാവാത്ത ജ്ഞാനോൽപ്പാദന മണ്ഡലങ്ങളുടെയും, ഘടനാപരമായ ഭിന്നത ശാശ്വതമായ ഗ്രന്ഥസത്തകളെയും അവയെ ഉൾക്കൊള്ളാൻ പോന്ന ശാശ്വതമായ മനുഷ്യസത്തയേയും കുറിച്ചുള്ള സങ്കൽപ്പങ്ങളെ അസാധ്യമാക്കിത്തീർത്തിരിക്കുന്നു.

മതങ്ങളുടെ പ്രത്യയശാസ്ത്ര വ്യവഹാരത്തിനുള്ളിൽ മതഗ്രന്ഥങ്ങൾ വായിക്കപ്പെടുന്നതുപോലെയല്ല അവ ഭൗതികശാസ്ത്രത്തിന്റെ വ്യവഹാരത്തിനുള്ളിൽ വായിക്കപ്പെടുന്നത്.... ഗ്രന്ഥം ഒന്നുതന്നെയാണെങ്കിലും വായനയുടെ ഉപാധികളും ഉൽപ്പന്നങ്ങളും കണക്കിലെടുക്കുമ്പോൾ അവ രണ്ട് വ്യത്യസ്ത കൃതികളായി മാറുന്നു.

മതത്തിന്റെ ജ്ഞാന ഉൽപ്പാദന മണ്ഡലത്തിൽ ഒരു മതഗ്രന്ഥത്തിൽ പറയുന്നതെല്ലാം പരമസത്യങ്ങളാണ്, ഭൗതികലോകത്തിന്റെ പ്രത്യക്ഷയാഥാർഥ്യത്തെ മറികടക്കുന്ന പരമസത്യങ്ങൾ. മതഗ്രന്ഥം യഥാർഥലോകത്തിന്റെ പകർപ്പല്ല. മതഗ്രന്ഥത്തിന്റെ സത്യത്തെ സാക്ഷ്യപ്പെടുത്തുന്ന ഒന്നു മാത്രമാണ് ലോകയാഥാർഥ്യം. അങ്ങനെ ലോകം ഗ്രന്ഥത്തിന്റെ അസ്തിത്വത്തിന് കാരണമല്ല, മറിച്ച് ഗ്രന്ഥം ലോകത്തിന്റെ അസ്തിത്വത്തിന് കാരണമാണെന്ന് വരുന്നു. എന്നാൽ, ശാസ്ത്രവ്യവഹാരത്തിന്റെ മണ്ഡലത്തിൽ ഈ തലതിരിഞ്ഞ വായനയുടെ ഉപാധികളും അതുകൊണ്ടുതന്നെ ഉൽപ്പന്നങ്ങളും പാടെ മാറിപ്പോകുന്നത് കാണാം. ശാസ്ത്രം, മതഗ്രന്ഥത്തിൽ പറയുന്നവയെല്ലാം പരമസത്യങ്ങളാണെന്ന വിശ്വാസത്തെ തകർത്തുകളയുന്നു. അതിനാൽ മതഗ്രന്ഥങ്ങൾ ശാസ്ത്രവ്യവഹാരത്തിന്റെ മണ്ഡലങ്ങളിൽ കഥകളും കവിതകളുമായി മാറുന്നു. ഒരു തികഞ്ഞ മതവിശ്വാസി വായിക്കുന്ന *ബൈബിൾ* ഒരിക്കലും കഥയോ കവിതയോ അല്ല, അയാൾക്ക് അത് സത്യം മാത്രമാണ്. എന്നാൽ ഒരവി

ശ്വാസി വായിക്കുന്ന *ബൈബിൾ* ഒരു പൗരാണിക കഥയോ ആധുനിക കവിതയോ ആകാം!

ഇത് മതഗ്രന്ഥങ്ങളുടെ കാര്യത്തിൽമാത്രം ഒതുക്കിനിർത്തേണ്ട ഒരു വസ്തുതയല്ല. സാഹിത്യഗ്രന്ഥങ്ങളും ശാസ്ത്രഗ്രന്ഥങ്ങളും വ്യത്യസ്ത വ്യവഹാരമണ്ഡലങ്ങളിൽ ഇങ്ങനെ വ്യത്യസ്ത കൃതികളായി മാറിപ്പോകാറുണ്ട്. ഓറിയന്റലിസത്തിന്റെ വ്യവഹാരമണ്ഡലം പൗരാണിക ഭാരതീയ സാഹിത്യത്തിലും തത്വശാസ്ത്രത്തിലും കാവ്യശാസ്ത്രത്തിലും ഉൽപ്പാദിപ്പിച്ച അർഥങ്ങൾ മുഴുവൻ വ്യവസായവിപ്ലവത്തിന് ശേഷമുള്ള യൂറോപ്യൻ ജീവിത സങ്കൽപ്പങ്ങളുടെ പരോക്ഷസൃഷ്ടിയാണെന്നോർക്കുക.

ജർമൻ നവോത്ഥാനത്തിന്റെ ജീവിത സങ്കൽപ്പങ്ങൾകൊണ്ട് ഗോയ്ഥെ വായിച്ച *ശാകുന്തളം* ഗുപ്തകാലത്തെ ഒരു ഇന്ത്യൻ കവി എഴുതിയ *ശാകുന്തള*മല്ല. ഹാവ്ലോക് എല്ലിസിനെയും ഫ്രോയിഡിനെയും ഉൽപ്പാദിപ്പിച്ച ആധുനിക മുതലാളിത്ത സമൂഹത്തിലെ മനുഷ്യരാണ് കുട്ടികൃഷ്ണമാരാരുടെ *മഹാഭാരത* കഥാപാത്രങ്ങൾ. അവരെ വ്യാസന് മനസിലാക്കാനാവില്ല.

വിക്ടോറിയൻ ക്രൈസ്തവ 'ലൈംഗിക' സങ്കൽപ്പങ്ങളെ ഉപയോഗപ്പെടുത്തുന്ന മുതലാളിത്ത പൗരസമൂഹത്തിന്റെ ലൈംഗികതയിലൂടെ വ്യാസന്റേയോ കാളിദാസന്റേയോ ലൈംഗികസങ്കൽപ്പയാഥാർഥ്യം കാണാനാവില്ല. എന്നാൽ നാം നമ്മുടെ കണ്ണുകൾ, എക്കാലത്തെയും മനുഷ്യന്റെ കണ്ണുകളായിരുന്നു എന്നു കരുതി തപസുചെയ്യുന്ന പാർവതിയുടെ മുലകളിലേക്ക് ഒളിഞ്ഞുനോക്കുകയോ മാന്യതകൊണ്ട് നോക്കാതിരിക്കുകയോ ചെയ്യുന്നു. അങ്ങനെയുള്ള നമ്മൾ കാളിദാസ കവിതയെ വ്യാഖ്യാനിച്ചു കണ്ടെടുക്കുന്ന രഹസ്യങ്ങൾ ആരുടെ രഹസ്യങ്ങളാണ്, എന്തിന്റെ രഹസ്യങ്ങളാണ്!

നമ്മുടെ കണ്ണുകളും കാതുകളും കാമങ്ങളും ചരിത്രത്തിന്റെ കളങ്കമേശാത്തതാണെന്ന ധാരണ തകരുമ്പോൾ ഇത്തരം പുതിയ ചോദ്യങ്ങൾ ഉയരുകയും അവയ്ക്ക് പുതിയ ഉത്തരങ്ങൾ ലഭിക്കുകയും ചെയ്യും.

(1989)

10

തകഴിയുടെ കയർ: കലയും പ്രത്യയശാസ്ത്രവും

നിരന്തരം ചലിക്കുകയും മാറുകയും ചെയ്യുന്ന ജീവിതപ്രവാഹത്തിന്റെ കഥയാണ് *കയർ.* അതേസമയം മാറ്റങ്ങളിലെല്ലാം മാറാതെ നിൽക്കുന്നു എന്നു കരുതപ്പെടുന്ന ചില ജീവിത മൂല്യരൂപങ്ങളുടെ കഥയുമാണ്.

കയറിലെ ആഖ്യാനത്തിൽനിന്നുയർന്നുവരുന്ന ലോകം അനേകം തലമുറകൾ ജീവിച്ച് മണ്ണടിയുന്ന ഒരു കുട്ടനാടൻ കാർഷികഗ്രാമത്തിന്റേതാണ്. ആ ഗ്രാമജീവിതത്തിൽ സംഭവിക്കുന്ന പരിവർത്തനപരമ്പരകൾ *കയറിൽ* മൂർത്ത ജീവിതചിത്രങ്ങളായിത്തീരുന്നു. കഴിഞ്ഞ ഒരു നൂറ്റാണ്ടിനുള്ളിൽ കേരളീയജീവിതത്തിൽ സംഭവിച്ച പരിവർത്തനങ്ങളുടെ ചരിത്രമാണ് ഈ മൂർത്തജീവിതചിത്രങ്ങളുടെ പശ്ചാത്തലം.

തിരുവിതാംകൂറിൽ ഭൂമി ആധുനിക സ്വകാര്യസ്വത്തായി മാറുന്ന പ്രക്രിയയിലെ ഒരു നിർണായകഘട്ടമാണ് 1886–ലെ വിളംബരപ്രകാരം ആരംഭിക്കുന്ന കണ്ടെഴുത്തിന്റെ കാലം. കൃഷിഭൂമി അളന്നുതിരിച്ച് പേരിൽ പതിച്ച് നികുതി നിർണയിക്കാനായി ക്ലാസിപ്പേർ എന്ന റവന്യൂ ഉദ്യോഗസ്ഥൻ ഗ്രാമത്തിലെത്തുന്ന സന്ദർഭത്തിൽനിന്നാണ് കയറിന്റെ ആഖ്യാനം ആരംഭിക്കുന്നത്. നാടുവാഴിത്ത ഭൂവുടമാസമ്പ്രദായം പൂർണമായി അവസാനിപ്പിച്ചുകൊണ്ടുള്ള 1970–ലെ കേരള ഭൂപരിഷ്കരണനിയമം നടപ്പിൽ വരുന്ന കാലത്തോടെ ആഖ്യാനം അവസാനിക്കുന്നു. ആധുനിക കേരളത്തിന്റെ രൂപീകരണത്തിൽ പ്രവർത്തിച്ച വമ്പിച്ച പരിവർത്തനങ്ങളെ മുഴുവൻ ഉൾക്കൊള്ളുന്നതാണ് ഈ ചരിത്രകാലഘട്ടം. പഴയൊരു ലോകം മണ്ണടിയുന്നതിന്റെയും പുതിയൊരു ലോകം ഉയർന്നുവരുന്നതിന്റെയുമായ കൊടിയ സംഘർഷങ്ങൾ നിറഞ്ഞ കാലമാണത്. ദീർഘ

മായ ഈ ചരിത്രകാലത്തിന്റെ പശ്ചാത്തലത്തിലാണ് *കയറിൽ* ആഖ്യാനം ചെയ്യപ്പെടുന്ന ഗ്രാമജീവിതചരിത്രത്തിന്റെ കഥാകാലം നിലവിൽ വരുന്നത്.

*കയറി*ന്റെ ആഖ്യാനം തുടക്കംമുതലൊടുക്കംവരെ വർത്തമാനചരിത്രത്തെയും ഭൂതകാലസ്മരണയെയും ഇഴ പിരിച്ചു ചേർത്തുകൊണ്ടാണ് മുന്നോട്ടുനീങ്ങുന്നത്. ആഖ്യാനത്തിന്റെ ഓരോ വർത്തമാന സന്ദർഭവും ഒരു ഭൂതകാലസ്മരണയെക്കൂടി ഉൾക്കൊള്ളുന്നു. ആഖ്യാനം, ഒരേസമയം വർത്തമാനങ്ങളുടെ നൈരന്തര്യത്തിലൂടെ മുന്നോട്ടു പോകുമ്പോൾത്തന്നെ ഭൂതകാല സ്മരണകളിലൂടെ പിന്നോട്ടുപോവുകയും ചെയ്യുന്നു. ഭൂതവും വർത്തമാനവും തമ്മിലുള്ള അന്തരം, ആ അന്തരത്തിന്റെ ആവർത്തനം–ഇതാണ് *കയറി*നെ അർഥോൽപ്പാദനക്ഷമമാക്കുന്ന ആഖ്യാനതന്ത്രം.

എരുമത്രമഠം ആർക്കോ താമസത്തിനു കൊടുക്കാൻ പോകുന്നു എന്നുകേട്ട് കോടന്ത്ര മൂത്താശാൻ ധൃതിയിൽ അങ്ങോട്ടോടുന്ന പ്രസ്താവത്തോടെയാണ് നോവൽ തുടങ്ങുന്നത്. തൊട്ടടുത്ത വാക്യം എരുമത്രമഠത്തിന്റെ ഭൂതകാലത്തെക്കുറിച്ചുള്ള സ്മരണയാണ്.

"കീഴ്നടപ്പില്ല; എരുമത്ര എട്ടുകെട്ടിൽ അങ്ങനെയാരും താമസിച്ചിട്ടില്ല. തന്ത്രിയോ മുറജപകാലത്ത് തിരുവനന്തപുരത്തിനു പോകുംവഴി ക്ഷേത്രദർശനത്തിനെത്തുന്ന വൈദികരോ മാത്രമേ അവിടെ താമസിച്ചിട്ടുള്ളൂ. ബ്രാഹ്മണർക്കുവേണ്ടി ഉണ്ടാക്കിയ ആലയമാണ് എരുമത്ര മഠം".

കോടന്ത്ര ആശാന്റെ ഓട്ടം ഒരേസമയം ഭൂതവർത്തമാനങ്ങളിലൂടെയാണ്.

ക്ലാസിപ്പേർക്കു താമസിക്കാൻ എരുമത്ര മഠം മോടിപിടിപ്പിക്കുന്ന രംഗം. കോടന്ത്ര ആശാൻ, പഴങ്കഥകൾ പറഞ്ഞുനടന്നിരുന്ന ആച്ചോമക്കുറുപ്പെന്ന അമ്മാവന്റെ ആത്മാവ് ആവേശിച്ചാലെന്നപോലെ പഴയ കണ്ടെഴുത്തിന്റെ കാലത്തെ കഥകൾ പറഞ്ഞുതുടങ്ങുന്നു. കോടന്ത്ര ഇട്ടുണ്ണാമക്കുറുപ്പിന്റെ ഹനുമാൻസേവയുടെ കഥ, മുല്ലപ്പള്ളിക്കാർക്ക് മാറാ അധികാരി സ്ഥാനം കിട്ടിയ കഥ. ആശാന്റെ കഥാകഥനം പുതിയ കണ്ടെഴുത്തിന്, പഴയ കണ്ടെഴുത്തിന്റെ പശ്ചാത്തലത്തിൽ, മറ്റൊരർഥം നൽകുന്നു.

ക്ലാസിപ്പേരെ സ്വീകരിക്കാൻ ഒരുക്കങ്ങൾ നടത്തുന്ന ആ രംഗം അവസാനിക്കുന്നത് പാലത്തോൾ മുകുന്ദര എന്ന മഹാ ബ്രാഹ്മണന്റെ വരവോടെയാണ്. ജീവനുള്ള ആ ഭൂതകാലമൂർത്തി വർത്തമാനത്തിന് കുറുകേ വന്നുനിൽകുന്നു.

139 അധ്യായങ്ങളുള്ള *കയറി*ന്റെ ഒന്നാം അധ്യായമാണ് ഇവിടെ എടുത്തുകാട്ടിയത്. ഭൂതവർത്തമാനങ്ങൾ തമ്മിലുള്ള അന്തരം ആവർത്തിക്കുന്നതിന്റെ ഒരു തലം മാത്രമാണിത്.

ആഖ്യാനം മുന്നോട്ടുപോകുന്തോറും വർത്തമാനസംഭവങ്ങൾതന്നെ ഭൂതകാല സ്മരണകളായി മാറുന്നു. അവയൊന്നും വിട്ടുപോകുന്നില്ല. ഓരോ വർത്തമാനത്തിലും അവ വീണ്ടും വീണ്ടും സജീവമായി ആവർത്തിക്കപ്പെടുന്നു. ആഖ്യാനം അവസാനത്തോടടുക്കുന്തോറും ഭൂതകാല സ്മരണകൾ, കൂടുതൽ ചലനാത്മകമായിത്തീരുന്നു. വർത്തമാനത്തിന്റെ പശ്ചാത്തലമായിത്തീരാൻ പാകത്തിൽ വളർന്നുവലുതായിവരുന്നു. ഈ ഘട്ടമെത്തുമ്പോഴേക്കും ഭൂതവർത്തമാനങ്ങൾ തമ്മിലുള്ള അന്തരത്തിന്റെ ആവർത്തനം, അന്തഃസത്തയിൽ ഐക്യപ്പെട്ടു നിൽക്കുന്ന ഭിന്നകാലങ്ങളുടെ ആവർത്തനമായി മാറുന്നു. കാലരൂപങ്ങൾ തമ്മിലുള്ള അന്തരം ബാഹ്യപ്രതിഭാസവും, ആവർത്തനം മാറ്റമില്ലാത്ത കാലസത്തയുടെ ആന്തരിക നൈരന്തര്യവുമായിത്തീരുന്നു.

നോവലിലുടനീളം ഭൂതകാലസ്മരണകൾ കെട്ടഴിച്ചുവിടുന്ന ചിഹ്നങ്ങളിൽ പ്രധാനപ്പെട്ടവയാണ് കോടന്ത്ര മൂത്താശാനും കോന്നോത്തു വല്യച്ഛനും ചീരട്ട കൈമളും. പഴയ ലോകത്തിന്റെ പ്രതിനിധികളായ കരനാഥന്മാരാണവർ. ആഖ്യാനം ഏതാണ്ടവസാനിക്കാറാവുന്ന ഘട്ടത്തിൽ അവരെ നാം വീണ്ടും കണ്ടുമുട്ടുന്ന ഒരു സന്ദർഭമുണ്ട്. പരലോകത്തുനിന്ന് അവർ നാടുകാണാൻ വരുന്നു. അപ്പോഴേക്കും അവർക്കു കണ്ടാലറിയാത്തവിധം ലോകം മാറിക്കഴിഞ്ഞിരിക്കുന്നു. അവർ ഓരോ അത്ഭുതകാഴ്ചകൾ കണ്ടു നടക്കുകയാണ്. എന്നാൽ, ഭൂതവർത്തമാന ങ്ങൾ തമ്മിലുള്ള ഈ അന്തരങ്ങളെ മുഴുവൻ പൂജ്യത്തിലേക്ക് വെട്ടിച്ചുരുക്കാൻ പോന്നവിധം കേവലം ആവർത്തനം മാത്രമായ ഒരു ദൃശ്യം, ഇതിനിടയിൽ അവരുടെ കാഴ്ചയിൽപ്പെടുന്നു.

ഒരു പലകയിൽ പേര് എഴുതിവച്ചിരിക്കുന്ന ഒരു ആപ്പീസ്. കാര്യവിചാരണ നടത്തുന്ന സ്ഥലംപോലിരിക്കുന്നു. നാൽക്കാലിയല്ല കസേര യാണ്. പൊക്കമുള്ള മേശപ്പെട്ടി കസേരയ്ക്ക് മുൻവശമുണ്ട്. അതിൽ ഒരാൾ ഇരിക്കുന്നു.

ഒരാൾ കയറിച്ചെന്നു.

കോന്നോത്തു വല്യച്ഛൻ പറഞ്ഞു:

"അതു സങ്കടക്കാരനാ ആശാനേ."

"അതേ എന്നു തോന്നുന്നു."

ചീരട്ടക്കൈമൾ പറഞ്ഞു:

"അയാളാണ് കരക്കുനാഥനെന്നും തോന്നുന്നു."

കോടന്ത്ര ആശാൻ ചോദിച്ചു:

"അയാൾ എവിടത്തെയാണ്? കോന്നോത്തേം ചീരട്ടേലേം ഒന്നും അല്ല."

കോന്നോത്തു വല്യച്ഛന് മറ്റൊരു സംശയം. സങ്കടക്കാരൻ എന്താണ് കണ്ടുകാഴ്ചയുമായി ചെല്ലാത്തത്.

അത് നാടുഭരിക്കുന്ന പാർട്ടിയുടെ സ്ഥലത്തെ ആപ്പീസാണ്. അവിടെ ഇരിക്കുന്നത് സെക്രട്ടറിയാണ്. സങ്കടക്കാരൻതന്നെയാണ് ചെന്നിരിക്കുന്നത്. മംഗലശേരിയിലെ കന്നുകാരൻ ഇരവിയുടെ മകന്റെ മകന്റെ മകന്റെ മകനോ മറ്റോ ആണ് സെക്രട്ടറി. പേര് രാമനെന്നാണ്.

രാമൻ സങ്കടക്കാരന്റെ സങ്കടം കേട്ടു. സങ്കടക്കാരൻ മംഗലശേരി തറവാട്ടിൽപ്പെട്ട ഒരാൾ ആണ്. സെക്രട്ടറി പറഞ്ഞു:

"ഞാൻ അന്വേഷിക്കട്ടെ. കൃഷ്ണപിള്ള പോകൂ."

കോന്നോത്തു വല്യച്ഛൻ ചോദിച്ചു.

"അങ്ങനെ കരക്കുനാഥൻ പറഞ്ഞതെന്താ? കണ്ടുകാഴ്ചയില്ലാഞ്ഞാണോ?"

ചീരട്ടക്കൈമൾ പറഞ്ഞു

"നമ്മളും അങ്ങനെ പറഞ്ഞിട്ടില്ല്യോ."

"അതാണ് ഞാൻ ചോദിച്ചത്."

"അതുകൊണ്ടായിരിക്കും അങ്ങനെ കരക്കുനാഥൻ പറഞ്ഞത്. കണ്ടുകാഴ്ചവരട്ടെ എന്നിട്ടു സങ്കടം കേൾക്കാം."

കോടന്ത്ര ആശാൻ ആത്മഗതമായി പറഞ്ഞു.

"നമ്മളും ഇവരും തമ്മിൽ ഒരു വ്യത്യാസവുമില്ല."

"ഇല്ല".

ചീരട്ടക്കൈമളാണ് പറഞ്ഞത്.

മറ്റൊരു കാര്യമാണ് കോടന്ത്ര ആശാൻ ഓർത്തിരുന്നത്. മുല്ലശേരി അധികാരി പറഞ്ഞ കാര്യം. കണ്ടെഴുത്തോടെ മുല്ലശേരികുടുംബത്തിനുള്ള അധികാരിസ്ഥാനം നഷ്ടപ്പെട്ടു. മാറിമാറി അധികാരികൾ വന്നുകൊണ്ടിരിക്കും. അങ്ങനെ ഇന്നും കരക്കുനാഥന്മാർ മാറിക്കൊണ്ടിരിക്കുന്നു. ഇതിനുമുമ്പ് ആരായിരുന്നിരിക്കും കരക്കുനാഥൻ? അപ്പുറം മറ്റൊരാപ്പീസുണ്ട്. അവിടെയും ഒരാൾ ഇരിക്കുന്നുണ്ട്. ഒരു കാലത്ത് അയാളായിരുന്നിരിക്കാം കരക്കുനാഥൻ. ഇപ്പോൾ അയാൾ വെറുതെ ഇരിക്കുന്നു. ഇനിയും അയാൾക്കു നല്ലകാലം വന്നുവെന്നുവരാം.

സ്വത്തുടമാബന്ധം, ദായക്രമം, ഭരണസമ്പ്രദായം, സ്ത്രീപുരുഷബന്ധം, ജാതി-ഉപജാതിഘടന, എല്ലാം മാറിക്കഴിഞ്ഞിട്ടും ആ മാറ്റങ്ങളെയെല്ലാം കേവലം ബാഹ്യരൂപങ്ങളുടെ മാറ്റങ്ങളാക്കിക്കൊണ്ട് മാറ്റമില്ലാത്ത കാലസത്ത ശാശ്വത മനുഷ്യപ്രകൃതിയുടെയോ അധികാരബന്ധത്തിന്റെയോ ഛായയിൽ ആവർത്തിക്കുകയാണിവിടെ.

ഏത് വർത്തമാനത്തോടുമൊപ്പം ഭൂതകാലസ്മരണകളാവർത്തിക്കുന്ന ഭൂത-വർത്തമാനങ്ങളുടെ ഈ സമാന്തരഘടന *കയറി*ന്റെ കഥാകാലത്തെ ചലനാത്മകമെങ്കിലും ചാക്രികമായ ഒന്നാക്കി മാറ്റുന്നു. നോവലിന്റെ കഥാകാലം സുദീർഘമായ ഒരു പരിവർത്തനഘട്ടത്തിന്റെ ചരിത്രം മുഴുവൻ ഉൾക്കൊള്ളുമ്പോൾത്തന്നെ ഭൂതകാലത്തോട് സന്ധിച്ച് ഒരു പൂർണവൃത്തമായിത്തീരുന്നതു നോക്കുക.

*കയറി*ന്റെ തുടക്കം ഇങ്ങനെയാണ്.

"എരുമത്ര മഠം ആർക്കോ താമസത്തിന് കൊടുക്കാൻ പോകുന്നു." വാർത്ത കേട്ടപാതി കേൾക്കാത്തപാതി കോടന്ത്രമൂത്താശാൻ അങ്ങോട്ടോടി.

കീഴ്നടപ്പില്ല; എരുമത്ര എട്ടുകെട്ടിൽ അങ്ങനെയാരും താമസിച്ചിട്ടില്ല. തന്ത്രിയോ മുറജപകാലത്ത് തിരുവനന്തപുരത്തിനു പോകുംവഴി ക്ഷേത്രദർശനത്തിനെത്തുന്ന വൈദികരോ മാത്രമേ അവിടെ താമസിച്ചിട്ടുള്ളൂ. ബ്രാഹ്മണർക്കുവേണ്ടി ഉണ്ടാക്കിയ ആലയമാണ് എരുമത്ര മഠം.

ദേവസ്വം മുതൽപിടിക്കാരൻ നിന്ന് എരുമത്ര മഠം നന്നാക്കിക്കുകയാണ്. അമ്പലത്തിലെ പല വേലക്കാർ ചെത്തിവാരുന്നു. അച്ചിമാർ അടിച്ചുവാരുന്നു. കൊണ്ടുപിടിച്ച ജോലി.

മൂത്താശാൻ നടന്നടുക്കുംവഴി വിളിച്ചുചോദിച്ചു:

"എന്താ മുതൽപിടിക്കാരാ ഇത്. എരുമത്രമഠം ആർക്കാ പൊറുക്കാൻ കൊടുക്കാൻ പോന്നു."

"ക്ലാസിപ്പേർക്ക്."

മൂത്താശാന്റെ ഉദ്വേഗം മുതൽപിടിക്കാരന്റെ ശ്രദ്ധയിൽപ്പെട്ടില്ല. ചോദ്യത്തിന് ഉത്തരം പറഞ്ഞു. ഉത്തരം പറയണം. കരനാഥന്മാരിൽ ഒരാളാണ് കോടന്ത്ര ആശാൻ. ക്ഷേത്രത്തിന്റെ ഭരണാധികാരികളിൽ ഒരാളും. മൂത്താശാൻ ഒരു ക്ഷണം നിശ്ശബ്ദനായി നിന്നുപോയി. അന്തംവിട്ട്, ഒന്നും മനസ്സിലായില്ല. മുതൽപിടിക്കാരൻ ചുമ്മാതങ്ങുപറഞ്ഞു.

"ക്ലാസിപ്പേര്."

"എന്നുവച്ചാൽ എന്തു ജാതിയാ?"

"ഇങ്ങേ അറ്റം ശൂദ്രനായിരിക്കും."

മുതൽപിടിക്കാരൻ അതും അങ്ങനെയങ്ങു പറഞ്ഞതാണ്. നല്ല തിട്ടമില്ല. പൊന്നുതമ്പുരാന്റെ ഒരു ജീവനക്കാരനാണ്. ശൂദ്രനാകാനേ ഇടയുള്ളു. അല്ലെങ്കിൽ പട്ടര്. ശൂദ്രനിൽ താഴെയൊരു ജാതിക്കാരനായിരിക്കുകയില്ല എന്നു തോന്നി: പറഞ്ഞു.

കുറുപ്പാശാൻ ചോദിച്ചു.

"അപ്പോൾ വല്ല നമ്പൂതിരി തിരുമേനിമാരും എഴുന്നള്ളിവന്നാൽ എന്തു ചെയ്യും."

"അവർ തന്ത്രിമഠത്തിൽ എഴുന്നള്ളിയിരിക്കും."

കുറുപ്പാശാന്റെ രോഷം ഒന്നടങ്ങി. എന്നാലും ഇങ്ങനെയൊരു കീഴ്നടപ്പില്ല. കോടന്ത്രമൂത്താശാനും മുതൽപിടിക്കാരനും തമ്മിലുള്ള സംഭാഷണം ഇങ്ങനെ തുടരുന്നു.

കുറുപ്പാശാൻ ചോദിച്ചു: "ആരാ മുതൽപിടിക്കാരാ ഈ ക്ലാസിപ്പേര് എന്നാല്."

"എനിക്കറിയാമ്മേല. വരുന്ന ആൾ കിളിമാനൂർകാരനാ."

"പൊന്നുതമ്പുരാൻ തിരുമനസിലേക്ക് പര്യപ്പെട്ട ആളാണ്. തിരുമനസിനെ മുഖം കാണിക്കാൻ നേരം നോക്കേണ്ടാത്ത ആള്."

"ഇത്രേം പറഞ്ഞുകേട്ടു. മണ്ടപത്തുംവാതിൽക്കൽ നിന്നും പറഞ്ഞയച്ചു പൊറുക്കാൻ സ്ഥലം കൊടുക്കണമെന്ന്." കുറുപ്പാശാൻ അത്ഭുതപ്പെട്ടുപോയി. നിന്നനിൽപ്പിൽത്തന്നെ തന്നത്താൻ അറിയാതെ ഒന്നു ഞെളിഞ്ഞുപോയി.

"ങ്ഹാ"

"ആ!. അങ്ങനാ?"

"എന്നാല് ഇതുപോരാ, മഠം വെടിപ്പാക്കണം."

മാണിയും കുഞ്ഞുതേവിയും കുഞ്ഞിക്കയും നിലം ചാണം കൊണ്ട് മെഴുകുകയാണ്. അവരും അറിഞ്ഞിരിക്കുന്നു, ക്ലാസിപ്പേര് താമസിക്കാൻ വരുന്നു എന്ന്.

ക്ലാസിപ്പേരിന്റെ വരവിന് ഏതാണ്ട് ഒരു നൂറ്റാണ്ടോളം വരുന്ന ചരിത്രകാലത്തിനുശേഷം ഇതിന് സമാനമായ മറ്റൊരു രംഗം നോവലിന്റെ അന്ത്യത്തിൽ അരങ്ങേറുന്നുണ്ട്. ഭൂപരിഷ്കരണ നിയമം നടപ്പാക്കാനുള്ള ലാന്റ് ട്രിബ്യൂണലിന്റെ വരവ്. അതിന്റെ ഓഫീസിനുവേണ്ടി പഞ്ചായത്ത് സൗജന്യമായി സ്ഥലം ഒരുക്കിക്കൊടുക്കുന്നു. ക്ലാസിപ്പേർക്കുവേണ്ടി എരുമത്രമഠം ഒരുക്കുന്ന സമയത്ത് കോടന്ത്ര ആശാനും മുതൽപിടിക്കാരനും തമ്മിൽ നടന്ന സംഭാഷണം മറ്റൊരുതലത്തിൽ അതേപടി ആവർത്തിക്കുന്നതുപോലെ തോന്നും ലാന്റ് ട്രിബ്യൂണലിനു വേണ്ടി പഞ്ചായത്ത് ഹാൾ വെടിപ്പാക്കുന്ന പഞ്ചായത്ത് പ്രസിഡന്റും മെമ്പറും തമ്മിലുള്ള സംഭാഷണം.

"എന്താ പ്രസിഡന്റേ ഇത്? പഞ്ചായത്തുകൂടാനുള്ള ഹാൾ ആർക്കു കൊടുക്കാൻ പോകുന്നു?"

"ലാന്റ് ട്രിബ്യൂണലിന്."

നാരായണപ്പണിക്കരുടെ ഉദ്വേഗം പ്രസിഡന്റിന്റെ ശ്രദ്ധയിൽപ്പെട്ടില്ല. ചോദ്യത്തിന് ഉത്തരം പറഞ്ഞു. ഉത്തരം പറയണം. പഞ്ചായത്ത് കമ്മിറ്റിയിലേക്ക് ഒരു വാർഡിൽനിന്നും തിരഞ്ഞെടുക്കപ്പെട്ട ആളാണ് പണിക്കർ. പണിക്കർ ഒരു ക്ഷണം നിശ്ശബ്ദനായി നിന്നുപോയി. ഒന്നും മനസിലായില്ല. പ്രസിഡന്റ് വീണ്ടും ചുമ്മാതങ്ങു പറഞ്ഞു.

"ലാന്റ് ട്രിബ്യൂണലിന്."

"എന്നുവച്ചാൽ എന്താപ്പീസാ?"

"ഇങ്ങേയറ്റം ഒരു പഞ്ചായത്ത് കോടതിയായിരിക്കും." പ്രസിഡന്റ് അതും അങ്ങനെയങ്ങു പറഞ്ഞതാണ്.

അവരുടെ സംഭാഷണം ഇങ്ങനെ തുടരുന്നു:

"അപ്പഴേ പ്രസിഡന്റേ ഈ ആപ്പീസ് വന്നതുകൊണ്ടുള്ള ഗുണമെന്നതാ!"

പ്രസിഡന്റ് പറഞ്ഞു:

"ഭൂനയം നടപ്പിൽ വരുത്താനുള്ള ആപ്പീസാണ്."

ഹാൾ ചായം പൂശി വെടിപ്പാക്കാൻ ചുക്കിലിയും പൊടിയുമെല്ലാം തൂത്തുകളയുകയാണ്.

പണിക്കർ ചോദിച്ചു:

"എന്നുവച്ചാൽ?"

"കുടികിടപ്പ് രജിസ്റ്റർചെയ്ത് അവർക്ക് പത്ത് സെന്റു പതിച്ചുകൊടുക്കുക–മിച്ചഭൂമി ഏറ്റെടുത്ത് അത് ഭൂമിയില്ലാത്തവർക്ക് പതിച്ചുകൊടുക്കുക. ഇതൊക്കെയാണ്."

തെല്ലുനേരം ഓർത്തിരുന്നിട്ട് നാരായണപ്പണിക്കർ ചോദിച്ചു:

"അപ്പഴ് പ്രസിഡന്റേ, ഞാൻ ചോദിക്കുകയാണ്, എനിക്ക് എന്നും സംശയമുണ്ടായിരുന്ന കാര്യമാ. അതാ ചോദിക്കുന്നത്. ഒരാൾക്ക് അമ്പതേക്കർ നിലമുണ്ടെന്നുവക്കുക. പാടുപെട്ട് പിടിപ്പത് അർഥം കൊടുത്തു വാങ്ങിച്ചതുമാണ്. ഒരു അവകാശത്തർക്കവുമില്ല. കളങ്കമില്ലാത്ത വസ്തു. അപ്പഴ് പതിനഞ്ചേക്കർ നിലം കഴിച്ച് ബാക്കി അങ്ങെടുക്കുമോ?"

"എടുക്കും."

"അപ്പഴ് ആധാരം, തണ്ടപ്പേര്, സ്വന്തഭൂമി എന്നൊക്കെ പറയുന്നതിനൊരർഥവുമില്ല."

"ഇല്ല."

ഒരു ക്ഷണം കഴിഞ്ഞ് പണിക്കർ ചോദിച്ചു:

"പാലത്തോൾ ഇല്ലത്തെ അഞ്ഞൂറ് പറ, അതു തുമ്പേക്കുളവൻ കൃഷി ചെയ്യുകയാ, ഇല്ലത്തെ വകയാ. തണ്ടപ്പേരും കരമൊടുക്കുമെല്ലാം ഇല്ലത്തേക്കാണ്, അത് വെറുതേയങ്ങ് തുമ്പേക്കുളവന്റെ ആകും. അല്ല്യോ?"

"അതേ."

"അതക്രമമാണല്ലോ. പിടിച്ചുപറിയാണല്ലോ. അപ്പോൾ പാലത്തോൾ ഇല്ലത്തേക്ക് സൂചികുത്താൻ മണ്ണില്ല."

"ഇല്ല."

* * * * *

വിവരങ്ങൾ കേട്ടറിഞ്ഞ കൊച്ചൗത വന്നു...

"കുഞ്ഞോ, സുരേന്ദ്രൻ കുഞ്ഞോ, ഈ വരുന്ന ഉദ്യോഗസ്ഥൻ ആരാ?"

പ്രസിഡന്റ് പറഞ്ഞു:

"തിരുവനന്തപുരത്തുനിന്നാണ് വരുന്നത്."

"അല്ല എന്ത് ജാതിക്കാരനാ."

"അതറിയാൻ വയ്യാ."

"അല്ല നായരോ മാപ്പിളയോ ആണോ?"

"എന്തോ"

ഒരു രസത്തിനുവേണ്ടി പ്രസിഡന്റ് കൂട്ടിചേർത്തു:

"ഗവൺമെന്റിന് വിശ്വാസമുള്ള ആളായിരിക്കും."

തെല്ലിട കഴിഞ്ഞ് പരുത്തിക്കാട്ട് കൊച്ചൗസേപ്പ് ചോദിച്ചു:

"അപ്പഴേ ഈ ഭൂനിയമം നടപ്പിൽ വരുത്തുന്ന മന്ത്രി ആരായിരിക്കുമോ എന്തോ?"

"അത് റവന്യൂ മന്ത്രിയാ."

പെട്ടെന്ന് അന്ധാളിപ്പ് പുറത്തു കാട്ടാതെ കൊച്ചൗസേപ്പ് പറഞ്ഞു.

"അയ്യോ അത് പുലയനല്യോ:"

"ങാ അതിനെന്താ?"

"അല്ല ചേദിക്കുവാരുന്നു. അപ്പം ഈ വരുന്ന ഉദ്യോഗസ്ഥൻ പുലയനായിരിക്കുമല്ലോ." പ്രസിഡന്റ് നേരിട്ടതിനുത്തരം പറഞ്ഞില്ല.

– ഏതാണ്ട് പദാനുപദമുള്ള ഈ ആവർത്തനത്തിന്റെ രചന ബോധപൂർവം ചെയ്ത ഒന്നാണെങ്കിൽപ്പോലും അത് നോവലിനു പുറത്തു നിൽക്കുന്ന തകഴി ശിവശങ്കരപ്പിള്ളയുടെ മനഃപൂർവമായ കുത്തിത്തിരുകലല്ല. നോവലിന്റെ ഘടനയിൽനിന്ന് അനിവാര്യമായി ഉയർന്നുവന്ന ഒന്നാണത്.

ഇങ്ങനെ ഗ്രാമജീവിതത്തിന്റെ അനേകം തലമുറകളിലൂടെയുള്ള നിലയ്ക്കാത്ത ചരിത്രപ്രവാഹത്തിന്റെ കഥയായി നീണ്ടുപോകുന്ന *കയറി*ന്റെ ഒടുക്കം തുടക്കുവുമായി കൂട്ടിമുട്ടുന്നു.

ചലനത്തെയും നിശ്ചലതയെയും ഉൾക്കൊള്ളുന്ന ഈ ചരിത്രസങ്കൽപ്പം നോവലിലെ കഥാകാലത്തിന്റെ ആത്മബോധംപോലെ ആഖ്യാനത്തിന്റെ അനിവാര്യതയിൽനിന്ന് സ്വയം പൊന്തിവരുന്ന ചില സന്ദർഭങ്ങളുണ്ട്. 122–ാം അധ്യായം മുഴുവൻ ഇതിനുദാഹരണമാണ്. അതിൽ ദൈവം, സത്യം, സമ്പത്ത് എന്നിവയ്ക്ക് സ്ഥലകാലങ്ങൾക്കനുസരിച്ചു വരുന്ന മാറ്റങ്ങളെക്കുറിച്ച് പ്രസ്താവിക്കുന്നത് നോക്കുക:

നീതിയാണോ സത്യമാണോ ആദ്യമുണ്ടായത്?

> സത്യമായിരിക്കണം. അതിനെതുടർന്നാകണം നീതിയുണ്ടായത്. ഇനിയും ദൈവം രൂപവും ഭാവവും സ്വയം മാറ്റും:അല്ലെങ്കിൽ അറിയാതെതന്നെ മാറിപ്പോകും. സത്യവും നീതിയും എല്ലാം മാറും. ഒരു ലക്ഷം കൊല്ലങ്ങൾ കഴിയുമ്പോൾ ദൈവം എങ്ങനെയിരിക്കും! വൃദ്ധനായിപ്പോകുമോ? സത്യം മാറും; നീതിയും മാറും. ദൈവം വൃദ്ധനായി വടിയും കുത്തിപ്പിടിച്ച് ജരാനരബാധിച്ച് പഞ്ഞിപോലെ നരച്ചമുടിയും വളർത്തി സ്വർഗമെന്ന ഉദ്യാനത്തിൽ അങ്ങനെ ചുറ്റിത്തിരിയുമായിരിക്കും. ദൈവത്തിന് വാർധക്യത്തിൽ കോച്ചും കൊളുത്തും വന്നു നടക്കാൻ വിഷമം കാണുമായിരിക്കും.
>
> സത്യത്തിനു വാർധക്യം വരുമോ?

സ്വർഗം ഒരു വലിയ ഉദ്യാനമാണ്. സ്വർഗത്തിന്റെ വിസ്തീർണം എന്താണ്? എങ്ങനെയൊക്കെയാണ് സ്വർഗം സംവിധാനം ചെയ്തിരിക്കുന്നത്? സ്വർഗത്തുപോയിട്ടുള്ളവർ അതെങ്ങനെയിരിക്കുന്നു എന്ന് മടങ്ങിവന്ന് പറഞ്ഞിട്ടില്ല. ബുദ്ധനും ക്രിസ്തുവും ആരുംതന്നെ. അത് ഒരു വലിയ കൃഷിസ്ഥലമാണ്. എല്ലാം വിളയുന്ന കൃഷിസ്ഥലം; ഒരു പര്യടനം. ഇതുവരെ ഒരു ചെറുകിട വ്യവസായംപോലും അവിടെയുണ്ടായിട്ടില്ല. ലക്ഷോപലക്ഷം കൊല്ലങ്ങൾ കഴിയുമ്പോൾ സ്വർഗം വ്യവസായയുഗത്തിലേക്ക് കടക്കുമായിരിക്കും. എങ്ങും പുകക്കുഴലുകൾ കാണാം. സ്വർഗത്തെ കൽപ്പകവൃക്ഷമെല്ലാം ഫാക്ടറി ആവശ്യത്തിനു വെട്ടിക്കളഞ്ഞു. ഒരൊറ്റ തൈപോലുമില്ല. കൽപ്പകവൃക്ഷത്തിന്റെ വിത്തറുതി വന്നുപോയി. ഒരു കൊച്ചുകുരു മാതൃകയായി കാഴ്ചബംഗ്ലാവിൽ എവിടെയോ ഉണ്ട്. പാരിജാതമില്ല. പാരിജാത പുഷ്പത്തിന്റെ സൗരഭ്യം അനന്തര തലമുറകൾക്കറിയാൻവേണ്ടി ഒരു സംവിധാനത്തിന് ശ്രമിച്ചു. പക്ഷേ, അതു ഫലിച്ചില്ല.... പണ്ടുപണ്ടുണ്ടായിരുന്ന ദൈവം മരിച്ചുപോയി. ഒട്ടേറെ പ്രായം ചെന്നതിനാൽ അദ്ദേഹം നിഷ്കാസിതനായി. പിടിപ്പുകുറഞ്ഞു. കെടുകാര്യസ്ഥനായിത്തീർന്ന ദൈവത്തിന്റെസ്ഥാനത്ത് ഊർജസ്വലനായ മറ്റൊരു ദൈവം അവരോധിക്കപ്പെട്ടു. അദ്ദേഹവും സത്യത്തെക്കുറിച്ച് ഒരു വിളംബരം പുറപ്പെടുവിച്ചിട്ടുണ്ട്; നീതിശാസ്ത്രം, ധർമനീതി എല്ലാം പുനർനിർവചിക്കുകയും ചെയ്തു. ദൈവത്തിന്റെ വേഷവിധാനങ്ങൾ ദിവസംതോറും മാറുകയാണ്. പാളത്താറുപാടി നടന്ന ദൈവം; ശരീരത്തിനുചേർന്ന കോട്ടും ടൈയും കാലുറയും ധരിച്ച് നെറ്റിയിൽ ഭസ്മം പൂശി ചന്ദനപ്പൊട്ടും അതിനു മീതെ സിന്ദൂരവും തൊട്ട് ഫെൽടുഹാറ്റും വച്ചുനടക്കുന്ന ദൈവം. പിന്നെ?

ദൈവത്തിന്റെ വേഷം അങ്ങനെ മാറും. എന്തുവേഷം ധരിച്ചവനാണെങ്കിലും, മനുഷ്യന് എന്നും ദൈവത്തെ വേണം. അണുശക്തിയുടെ യുഗത്തിൽനിന്നും മറ്റേതോ യുഗത്തിലേക്ക് മാറിയതായാലും സ്വർഗവും വേണം. സത്യവും ധർമനീതിയും വേണം. അവയെല്ലാം മാറിമാറി വീണ്ടും വീണ്ടും പുനർനിർവചിക്കപ്പെടും. അങ്ങനെ മാറിമാറി നിയമമുണ്ടാകും.

ഇത് 'വൃഥാ മൃതിഭയം തോന്നുന്നു മാറ്റങ്ങളിൽ' എന്ന മട്ടിലുള്ള അദ്വൈതചിന്തയല്ല. മാറ്റങ്ങളെല്ലാം യഥാർഥമാണ്, എന്നാൽ അവയ്ക്കു പിന്നിൽ യാഥാർഥ്യങ്ങൾ മാറാതെ നിൽക്കുകയും ചെയ്യുന്നു. ചരിത്രഗതിയിൽ എല്ലാറ്റിന്റെയും ഭാവം മാറിക്കൊണ്ടിരിക്കുമ്പോഴും രൂപം ഭദ്ര

മായിത്തന്നെ തുടരുന്നുവെന്നോ, മറിച്ച് എല്ലാം ബാഹ്യരൂപങ്ങളിൽ മാറുമ്പോൾ അന്ത:സത്തയിൽ മാറ്റമില്ലാതെ തുടരുന്നുവെന്നോ പറയത്തക്ക ഒരു ദ്വൈത യാഥാർഥ്യബോധമാണിത്.

ചരിത്രപരതയും ചരിത്രരാഹിത്യവും, രേഖീയതയും ചാക്രികതയും ചലനവും നിശ്ചലതയും ഒരുമിച്ചുചേരുന്ന *കയറി*ന്റെ ഈ സൂക്ഷ്മസ്ഥൂലഘടന ഘടനാവാദികൾ കരുതുംപോലെ നോവലിനുള്ളിൽ കുടികൊള്ളുന്ന ഒന്നല്ല. ഒരു നിശ്ചിത പ്രത്യയശാസ്ത്രമണ്ഡലത്തിലെ ചില വ്യവഹാരങ്ങളിൽനിന്ന് ഒരു കൃതി ആർജിക്കുന്ന ഒന്നാണ് അതിന്റെ ഘടന. പ്രത്യയശാസ്ത്രവ്യവഹാരങ്ങളിൽനിന്ന് രൂപപ്പെട്ട് അതിനുള്ളിൽത്തന്നെ പ്രവർത്തനക്ഷമതയാർജിക്കുന്ന ഒരുപകരണത്തിന്റെ സംഘടനയാണത്. ഓരോ കാലത്തും മാറിവരുന്ന ധർമങ്ങൾക്കനുസരിച്ച് അത് രൂപീകരിക്കപ്പെടുകയും പുനർരൂപീകരിക്കപ്പെടുകയും ചെയ്യുന്നു.

ഒരു കേരളീയ കാർഷിക ഗ്രാമത്തിന്റെ ചരിത്രം വിവരിക്കുന്ന *കയറി*ന്റെ ഘടന രൂപപ്പെടുത്തുന്നത്, ലിബറൽ ചരിത്രബോധത്തിന്റെ കാലസങ്കൽപ്പത്തിനുള്ളിലാണ്. ഒരു മാറ്റവും കൂടാതെ കാലചക്രത്തിൽ ആവർത്തിക്കുക മാത്രം ചെയ്തിരുന്ന ചരാചരങ്ങളുടെ ലോകം, സമസ്തചരാചരങ്ങളോടും അവയുടെ മാറ്റമില്ലാത്ത ചലനക്രമങ്ങളോടുകൂടി ഈശ്വരൻ സൃഷ്ടിച്ച പഴയ ലോകം, അതിന്റെ കാലചക്രഭ്രമം വിട്ടുപുറത്തുവന്നത് ആധുനിക ലിബറൽ ചരിത്രസങ്കൽപ്പത്തിന്റെ ഉദയത്തോടുകൂടിയാണ്. ആർക്കും തടുത്തുനിർത്താനാവാത്തവിധം എല്ലാം നിരന്തരം ചലിക്കുകയും പരിണമിക്കുകയുമാണെന്നുവന്നതോടെ അന്നോളം ചാക്രികഗതിയിൽ തളഞ്ഞുനിന്ന കാലം പ്രവാഹരൂപിയായി മാറി; അവിഛിന്നമായി നീണ്ടുനീണ്ടുപോകുന്ന ഭൂതവർത്തമാനഭാവികളുടെ ഒരു ധാരയായി മാറി. കാലത്തിന്റെ ഘടനയിൽ വന്ന ഈ രൂപാന്തരം ഭൂതവർത്തമാനഭാവികളുടെ പരസ്പര ബന്ധത്തിലും മാറ്റം വരുത്തി. മാറിവന്ന കാലഘടനയിൽ ഓരോ വർത്തമാനത്തിനും അതിന്റെ അസ്തിത്വം സാധൂകരിക്കാൻ സ്വന്തം പകൽ വെളിച്ചത്തിനപ്പുറം നിൽക്കുന്ന ഭൂതഭാവികളുടെ അസ്തിത്വംകൂടി വേണമെന്നായി. ഓരോ വർത്തമാനത്തിനും സ്വന്തം ഛായയിൽ അതിന്റെ ഭൂതകാലത്തെ സൃഷ്ടിക്കാനുതകുന്ന ഈ കാലസത്താനൈരന്തര്യമാണ് ആധുനികചരിത്ര വ്യവഹാരത്തിനാസ്പദം.

കാലം എന്ന അവിഛിന്ന സത്തയിൽ കോർക്കപ്പെട്ടതോടെ ഭൂതവർത്തമാനഭാവികൾ അവയുടെ അന്ത:സത്തയിൽ ഐക്യപ്പെട്ടു. കാലത്തിന്റെ സത്ത ഭൂതത്തിലും ഭാവിയിലും വർത്തമാനത്തിലും ഒന്നുതന്നെ എന്ന നിലവന്നു.

മാറ്റമില്ലാത്ത കാലസങ്കൽപ്പത്തെയും ചലനാത്മകമായ ചരിത്രയാഥാർഥ്യങ്ങളെയും ഒരുമിപ്പിക്കുന്നതിന്റെ ചാക്രികതയെയും രേഖീയതയെയും ഐക്യപ്പെടുത്തുന്നതിന്റെ കൊടിയ വൈപരീത്യങ്ങൾ നിറഞ്ഞ

ഈ ചരിത്രപ്രത്യയശാസ്ത്ര മണ്ഡലത്തിലാണ് *കയറി*ന്റെ ആഖ്യാന ശിൽപ്പം സ്വരൂപമാർജിക്കുന്നത്. ഭൂതവർത്തമാനങ്ങളുടെ സമാന്തരതയിലൂടെ *കയർ* ഒരേ സമയം രേഖീയവും ചാക്രികവുമായ ഒരു ചരിത്ര കഥാശിൽപ്പമായിരിക്കുന്നത് അതുകൊണ്ടാണ്.

*കയറി*ന്റെ ആഖ്യാനഘടന ഗ്രന്ഥത്തിനുള്ളിൽ നിക്ഷിപ്തമായ ഒരു ശാശ്വത രൂപമല്ലെന്ന് പറഞ്ഞതുപോലെതന്നെ ഒരു നോവലെന്നനിലയിൽ *കയർ* ഉൽപ്പാദിപ്പിക്കുന്ന സാഹിത്യാനുഭവം അതിന്റെ ഘടനയ്ക്കുള്ളിൽ നിക്ഷിപ്തമായ ഒരു ശാശ്വതാനുഭൂതിയുമല്ല. ഒരു കൃതിയുടെ സാഹിതീയത ഒരു നിശ്ചിത പ്രത്യയശാസ്ത്ര സന്ദർഭത്തിൽ അതിന്റെ ഘടന ഉൽപ്പാദിപ്പിക്കുന്ന ഫലം മാത്രമാണ്.

ലിബറൽ ചരിത്രവ്യവഹാരത്തിനുള്ളിൽ രൂപപ്പെട്ട *കയറി*ന്റെ ശിൽപ്പ സംഘടന ആധുനിക കേരളീയ ജീവിതത്തിലെ ഒരു പ്രത്യയശാസ്ത്ര സന്ദർഭത്തിൽ പ്രവർത്തിക്കുന്നതിന്റെ ഫലമാണ് അതുൽപ്പാദിപ്പിക്കുന്ന സാഹിത്യാനുഭവം. എന്താണ് സാഹിത്യാനുഭവത്തിനാസ്പദമായ ഈ പ്രത്യയശാസ്ത്ര സന്ദർഭം?

നാടുവാഴിത്തസമൂഹത്തിന്റെ വ്യവഹാരമണ്ഡലങ്ങളെ ഭേദിച്ച് പുതിയ പ്രത്യയശാസ്ത്രരൂപങ്ങൾ നമ്മുടെ നാട്ടിൽ നിലവിൽ വന്നത് ഈ നൂറ്റാണ്ടിന്റെ തുടക്കത്തിലാണ്. പഴയ സ്ഥലകാലഘടന തകർന്നതോടെ സമൂഹശിൽപ്പത്തിൽ ശരീരങ്ങളെന്ന നിലയിൽ വിന്യസിക്കപ്പെട്ടിരുന്ന മനുഷ്യർ സ്വതന്ത്രവ്യക്തിസത്തകളുടെ ഉടമകളാണെന്നു വന്നു. ഈ കേവല വ്യക്തിസത്തയെ കേന്ദ്രമാക്കുന്ന ലിബറൽ ജനാധിപത്യ മൂല്യങ്ങൾ നാടുവാഴിത്തവും വിദേശാധിപത്യവും ചേർന്നു രൂപപ്പെടുത്തിയ പ്രത്യയശാസ്ത്രരൂപങ്ങൾക്കെതിരേ പൊരുതുന്ന ഒരു ശക്തിയായി മാറി. തുടക്കത്തിൽ സമൂഹത്തിന്റെ ഉപരിതലത്തിൽ നടന്ന ജനാധിപത്യവൽക്കരണ പ്രക്രിയയാണ് ആശാന്റെയും സി വി യുടെയും ചന്തുമേനോന്റെയും സാഹിത്യത്തിന്റെ രാഷ്ട്രീയ പശ്ചാത്തലമായി നിന്നത്. എന്നാൽ സമൂഹത്തിന്റെ അടിത്തട്ടിൽ അസ്തിത്വത്തിനു രൂപഭാവങ്ങളില്ലാതെ മൃഗതുല്യരായി കിടന്നവരിലേക്ക് ജനാധിപത്യമൂല്യങ്ങൾ യഥാർഥത്തിൽ കടന്നുചെല്ലാൻ, തുടങ്ങിയത് മുപ്പതുകളുടെ അന്ത്യത്തോടെയാണ്. പുതിയ സമ്പന്ന വർഗങ്ങൾ സമൂഹത്തിന്റെ അടിത്തട്ടിലേക്ക് ജനാധിപത്യമൂല്യങ്ങളെ കടത്തിവിടുന്നതപകടമാണെന്ന് കണ്ട് അറച്ചു നിന്നപ്പോൾ തൊഴിലാളിവർഗരാഷ്ട്രീയമാണ് ആ ദൗത്യം ഏറ്റെടുത്തത്. ജനാധിപത്യ വ്യാപനത്തിന്റെ ഈ പ്രക്രിയയാണ് തകഴിയുടെയും ദേവിന്റെയും മറ്റും ആദ്യകാല സാഹിത്യകൃതികളുടെ രാഷ്ട്രീയ പശ്ചാത്തലം.

ഉപരിവർഗങ്ങൾ കൈവെടിഞ്ഞ് തുടങ്ങിയ ജനാധിപത്യമൂല്യങ്ങളെ തൊഴിലാളിവർഗം ഏറ്റെടുത്ത് മുന്നോട്ടു കൊണ്ടുപോകാൻ തുടങ്ങിയതോടെ ഉപരിവർഗതാൽപ്പര്യങ്ങളും ജനാധിപത്യമൂല്യങ്ങളും തമ്മിൽ

ഏറ്റുമുട്ടുന്ന നിലവന്നു. ഉപരിവർഗങ്ങളുടെ ജനാധിപത്യവൈരം ഫാസിസ്റ്റ് പ്രത്യയശാസ്ത്രത്തിന്റെ ഛായയിൽ 'വിമോചനസമര'കാലത്ത് നഗ്നമായിത്തന്നെ പുറത്തുവരികയും ചെയ്തു. തൊഴിലാളിവർഗത്തിന്റെ കൈകളിൽ വ്യക്തിസത്താകേന്ദ്രിതമായ ലിബറൽ ജനാധിപത്യത്തിന് അതിന്റെ പരിമിതികളെ മറികടന്ന് മുന്നോട്ടുപോകേണ്ടതായും വന്നു. ഈ സ്ഥിതിവിശേഷം ഇടത്തരക്കാരെ സംബന്ധിച്ചിടത്തോളം പ്രത്യയശാസ്ത്രപരമായ ഒരു പ്രതിസന്ധിതന്നെ ഉളവാക്കി. പ്രതിലോമശക്തികൾ പ്രത്യയശാസ്ത്രരംഗത്ത് ആധിപത്യം നേടിയ 'വിമോചനസമര'ത്തിനു ശേഷമുള്ള കാലത്ത് കൂടുതൽ രൂക്ഷമായിത്തീർന്ന ഈ പ്രതിസന്ധി ഭിന്നപ്രകാശരൂപങ്ങൾ കണ്ടെത്തി.

ഉപരിവർഗം കൈവെടിയുകയും തൊഴിലാളിവർഗം ഏറ്റെടുത്തതുകൊണ്ടുതന്നെ കേവലരൂപപരത തകരുകയും ചെയ്ത ലിബറൽ ജനാധിപത്യസങ്കൽപ്പം, രണ്ടുവർഗങ്ങളിൽനിന്നും ഒരുപോലെ അകന്നുനിൽക്കാൻ ശ്രമിച്ച ഇടത്തരക്കാരുടെ ഒരു വിഭാഗത്തിന് പ്രത്യയശാസ്ത്രപരമായ അഭയസങ്കേതമായിത്തീർന്നു. പഴയ ജീവിതമൂല്യങ്ങളെ പാടേ മാറ്റിമറിക്കത്തക്കവണ്ണം ജനാധിപത്യ സങ്കൽപ്പങ്ങളെ വിപ്ലവകരമായ സമൂഹത്തിന്റെ അടിത്തട്ടിലേക്ക് കൊണ്ടുപോകുന്ന തൊഴിലാളി വർഗത്തിൽനിന്നും പഴമയെ ജനാധിപത്യവിരുദ്ധമായ താൽപ്പര്യങ്ങൾക്കുവേണ്ടി പുതുക്കിയെടുക്കുന്ന ഉപരിവർഗത്തിൽനിന്നും ഇവർ ഒരുപോലെ അകന്നുനിന്നു. ജനാധിപത്യത്തിന്റെ ശത്രുക്കളെയും ജനാധിപത്യം യഥാർഥത്തിൽ നടപ്പാക്കുന്നവരെയും ഇവർ ഒരേസമയം ജനാധിപത്യത്തിന്റെ പേരിൽ ഭയപ്പെട്ടു എന്നർഥം. ഒരേസമയം മാറ്റത്തിനുവേണ്ടി ആഗ്രഹിക്കുകയും മാറ്റത്തെ ഭയപ്പെടുകയും ചെയ്ത ഇവരുടെ ആന്തരികദ്വന്ദ്വത്തിന്റെ പ്രത്യയശാസ്ത്രമാകാൻ, അപരിഹാര്യമായ ആന്തരികവൈപരീത്യങ്ങൾ നിറഞ്ഞ ലിബറൽ ജനാധിപത്യത്തിന് വളരെവേഗം കഴിഞ്ഞു.

പ്രതിസന്ധിയുടെ ഈ പ്രത്യയശാസ്ത്രമാണ് തകഴിയുടെ *കയറി*നെ ഒരു കലാസൃഷ്ടിയാക്കി മാറ്റുന്ന വ്യവഹാരമണ്ഡലം. ഈ പ്രത്യയശാസ്ത്രമണ്ഡലത്തിന്റെ അപരിഹാര്യമായ ചില വൈപരീത്യങ്ങളാണ് *കയറി*ലൂടെ കലാനുഭൂതിയുടെ രൂപത്തിൽ അസ്തിത്വം കൈവരിക്കുന്നത്.

–ഇപ്പറഞ്ഞതിന്നർഥം *കയറി*ലൂടെ പ്രത്യയശാസ്ത്രപരമായ ചില അമൂർത്താശയങ്ങൾ നേരിട്ട് പ്രകാശനം കണ്ടെത്തുന്നു എന്നോ മൂർത്താനുഭവമായിത്തീരുന്നു എന്നോപോലുമല്ല, മറിച്ച് ഒരു പ്രത്യയശാസ്ത്രമണ്ഡലത്തിലെ ചില വൈപരീത്യങ്ങളുടെ നിശ്ശബ്ദമേഖലകൾ *കയറി*ന്റെ ഘടനയിലൂടെ മൂർത്താനുഭവമായിത്തീരുന്നു എന്നു മാത്രമാണ്.

*കയറി*ന്റെ ഘടനയിൽ അവശ്യം രൂപപ്പെടുന്ന കഥാകാലത്തിന്റെ വൈപരീത്യം ആധുനിക കേരളീയ ജീവിതത്തിന്റെ ഈ പ്രത്യയശാസ്ത്ര സന്ദർഭത്തിനുള്ളിൽ യഥാർഥകാലമായി മാറുന്നു; അതിൽ കോർക്കപ്പെട്ട ജീവിതം മുഴവൻ യാഥാർഥ്യ പ്രതീതിയാർജിക്കുന്നു. *കയറി*ലെ കഥാപരമായ കാലം, മാറുന്ന ജീവിതത്തെയും മാറാത്ത മൂല്യങ്ങളെയും ഒരേ സമയം ഉൾക്കൊള്ളുന്ന ഒരു കാലം ഈ പ്രത്യയശാസ്ത്രപ്രതിസന്ധിയുടെ മണ്ഡലത്തിൽ കലാത്മകസത്യമായി ഉയിർക്കൊള്ളുന്നു എന്നർഥം.

(1989)

11

സച്ചിദാനന്ദന്റെ കവിതകൾ: അബോധഘടനയും പാഠതന്ത്രങ്ങളും

ഒരു ജനതയുടെ ഭാഷയും സംസ്കാരവും ചെന്നകപ്പെടുന്ന ചില പ്രതിസന്ധികളുടെ വൈപരീത്യങ്ങളെ ഒന്നാകെ ഏറ്റെടുത്തുകൊണ്ട് അവയോടു നിരന്തരം മല്ലടിച്ച് മുന്നേറുന്ന ചില കവികളുണ്ട്. ഇവരുടെ രചനകൾ ഭാഷയും സംസ്കാരവും അവയുടെ ജരാനരകൾക്കെതിരെ പൊരുതി യൗവനം വീണ്ടെടുക്കാൻ നടത്തുന്ന കലാപങ്ങളായി മാറുന്നു. ഒരു കാലത്തിന്റെ വൈപരീത്യങ്ങളെ മുഴുവൻ ഭാഷയുടെ തലത്തിൽ ഏറ്റെടുക്കുന്ന ഈ കവികൾ വിരുദ്ധശക്തികളാൽ വലിച്ചിഴയ്ക്കപ്പെടുകയും ചുഴിച്ചുറ്റുകളിലേക്കു പിടിച്ചാഴ്ത്തപ്പെടുകയും ചെയ്യുന്നു.

സാമാന്യബുദ്ധിയുടെ ഭാഷയ്ക്കും അതിന്റെ യുക്തിക്കും, സ്വയം സിദ്ധമായ പ്രകൃതിസത്യങ്ങളെന്നപോലെ വാചാലമായി വ്യാഖ്യാനിച്ചു പോകാവുന്ന കേവല വൈപരീത്യങ്ങളുടെ വിരുദ്ധകോടികൾക്കിടയിലാണ് സച്ചിദാനന്ദന്റെ രചനകൾ പ്രവർത്തിക്കുന്നത്. ആ വിരുദ്ധകോടികളിൽ ഏതെങ്കിലുമൊന്നിലേക്ക് കാൽപ്പനികനെയോ യാന്ത്രികവാദിയെയോപോലെ, ലിബറലിസ്റ്റിനെയോ തത്വശാഠ്യക്കാരനെയോപോലെ, സച്ചിദാനന്ദൻ എന്ന കവി ഒരിക്കലും അനായാസം ഒഴിഞ്ഞുമാറുന്നില്ല. ശബ്ദാർഥങ്ങൾ മുതൽ ജീവിതമൂല്യസങ്കൽപ്പങ്ങൾവരെ വ്യാപിച്ചു നിൽക്കുന്ന ആ വൈപരീത്യത്തിന്റെ വിരുദ്ധശക്തികൾക്കിടയിൽപ്പെട്ട് വലിഞ്ഞുമുറുകുന്നവയാണ് സച്ചിദാനന്ദന്റെ രചനകൾ. അധീശവർഗ പ്രത്യയശാസ്ത്രത്തിന്റെ സാമാന്യവൽക്കരിക്കപ്പെട്ട യുക്തിബോധത്തോട്, അതിന് ഭദ്രതയരുളുന്ന അധികാരജ്ഞാനബന്ധങ്ങളോട്, ഈ വലിഞ്ഞുമുറുകലിലൂടെ അവ അങ്ങനെ നേരിട്ടേറ്റുമുട്ടുകയാണ് ചെയ്യുന്നത്. സച്ചിദാനന്ദന്റെ ഓരോ കവിതയും സാർവകാലികവും സാർവ

ലൗകികവുമെന്നു കരുതപ്പെടുന്ന, സാമാന്യബുദ്ധിയുടെ യുക്തിയിൽ പ്പൊതിഞ്ഞ, അധീശവർഗപ്രത്യയശാസ്ത്രത്തിന്റെ കപടപ്രശാന്തിയെ തകിടം മറിക്കാനുള്ള ഒരു പ്രവർത്തനമാണ്. ആധുനിക മലയാളഭാഷയും ആധുനിക മലയാളകവിതയും മുതൽ, നമ്മുടെ പൗരസമൂഹം പരിലാളിച്ചുപോരുന്ന ജീവിതമൂല്യസങ്കൽപ്പങ്ങൾവരെയുള്ള കേരളീയ ജീവിതത്തിന്റെ സമസ്തവ്യവഹാരമണ്ഡലങ്ങളിലും ഒന്നൊഴിയാതെ കടന്നുചെല്ലുന്ന ഈ വിധ്വംസകക്രിയ, കഴിഞ്ഞ രണ്ടുമൂന്ന് പതിറ്റാണ്ടുകാലമായി മലയാളിയുടെ സ്വത്വത്തെ നിരന്തരം നവീകരിക്കാൻ ശ്രമിച്ചുകൊണ്ടിരിക്കുന്നു. പ്രത്യയശാസ്ത്രപരമായ ഭരണകൂടോപകരണങ്ങൾക്കും അവ ഉൽപ്പാദിപ്പിക്കുന്ന മൂല്യസങ്കൽപ്പങ്ങൾക്കും നമ്മുടെ മനുഷ്യത്വം പൂർണമായും മെരുങ്ങി അടിപ്പെട്ടുപോകുന്നതിനെതിരെ ജാഗ്രത പുലർത്താൻ അത് നമ്മെ പരിശീലിപ്പിച്ചുകൊണ്ടിരിക്കുന്നു.

സന്ദർഭം

മലയാള കവിതയുടെ ചരിത്രത്തിലും ആധുനിക മലയാളിയുടെ സാംസ്കാരികജീവിതത്തിലും ചില പുതിയ പ്രതിസന്ധികൾ രൂപംകൊള്ളുന്ന ഒരു കാലത്താണ് സച്ചിദാനന്ദൻ കവിതകളെഴുതിത്തുടങ്ങുന്നത്. ജനകീയ സംസ്കാരത്തെയും സാഹിത്യത്തെയുംകുറിച്ചുള്ള സങ്കൽപ്പങ്ങൾ തികച്ചും അനാഥമായിത്തീർന്ന അറുപതുകളോടെ വീണ്ടും ആധിപത്യത്തിലേക്കുയർന്നുവന്ന പഴയ അക്കാദമിക് സാഹിത്യസങ്കൽപ്പങ്ങളുടെ പുതുരൂപങ്ങൾ, ചങ്ങമ്പുഴയും അനുയായികളും സൃഷ്ടിച്ച ജനകീയ ഭാവുകത്വത്തെ ഗ്രസിച്ചുകൊണ്ട് വളരാൻ തുടങ്ങിയ ആൾക്കൂട്ടകമ്പോളസംസ്കാരം, ഇവയ്ക്കു രണ്ടിനുമെതിരായി മധ്യവർഗ ബുദ്ധിജീവികളിൽനിന്നുയർന്നുവന്ന കലാപങ്ങൾ; ഇവയെല്ലാം ചേർന്നു സൃഷ്ടിച്ച ഒരു സങ്കീർണ സാഹചര്യത്തിന്റെ വൈപരീത്യങ്ങൾക്കു നടുവിലേക്കാണ് സച്ചിദാനന്ദൻ എന്ന കവി വന്നത്.

മലയാളകവിതയിലെ ആധുനികതയുടെ സവിശേഷതകൾ ഈ സാഹചര്യത്തിന്റെ സൃഷ്ടിയാണ്. സ്ഥാപനവൽക്കരിക്കപ്പെട്ടുതുടങ്ങിയ കാവ്യവ്യവഹാരത്തിനും കമ്പോളഭാവുകത്വത്തിനും എതിരായ കലാപമെന്നനിലയിലാണ് മലയാളകവിതയിൽ ആധുനികത അരങ്ങേറിയതെങ്കിലും, ജനകീയ സാഹിത്യസങ്കൽപ്പങ്ങൾക്കെതിരായ ഒരു സൗന്ദര്യ പ്രത്യയശാസ്ത്രത്തിനുള്ളിലാണ് അതിവിടെ പ്രവർത്തിച്ചത്. ആധുനികത അവതരിപ്പിച്ച ചിഹ്നവിന്യാസപരമായ വിപ്ലവത്തിനും അതിനെ ഗ്രസിച്ചിരുന്ന സൗന്ദര്യ പ്രത്യയശാസ്ത്രപരമായ യാഥാസ്ഥിതികത്വത്തിനും നടുവിലകപ്പെട്ട സച്ചിദാനന്ദന്റെ ആദ്യകാലരചനകൾ ആ വൈപരീത്യത്തെ പ്രതിഫലിപ്പിക്കുന്ന കവിതകളാണ്. ഒരർഥത്തിൽ മലയാളത്തിലെ ആധുനികതയുടെ വൈപരീത്യങ്ങളെക്കുറിച്ചു

തന്നെയുള്ള ആധുനിക കവിതകളാണവ. ഇന്ന് ആ കവിതകൾ എങ്ങനെ വായിക്കപ്പെട്ടാലും ഒരുകാലത്തെ കാവ്യവ്യവഹാരത്തിന്റെ പ്രതിസന്ധികളെ നേരിടുന്നതിലൂടെ അക്കാലത്തെ മലയാള ഭാഷയുടെ പ്രതിസന്ധികളെത്തന്നെ നേരിടുന്ന രചനകളാണവ.

ആശയാവിഷ്കരണത്തിനുള്ള ആകർഷകമായ ഒരുപാധിയായി അന്യവൽക്കരിക്കപ്പെട്ട കാവ്യവ്യവഹാരത്തിനും, അതിനുപിന്നിൽ സാമാന്യബുദ്ധിയുടെ വാഹകമെന്നനിലയിൽ ഗദ്യഭാഷയുടെ സാധ്യതകൾക്കുമേൽ അടിച്ചേൽപ്പിച്ചുതുടങ്ങിയ യുക്തിപരതയ്ക്കുമെതിരെ മലയാള ഭാഷയുടെ അബോധം നടത്തിയ ഒരു കൊടിയ കലാപമായിരുന്നു ചങ്ങമ്പുഴ കവിത. അതുതന്നെ വീണ്ടും ഒരു കമ്പോളഭാവുകത്വത്തിന്റെ ബാഹ്യാഡംബരമായി അന്യവൽക്കരിക്കപ്പെടുക, അങ്ങനെ ഫലത്തിൽ പഴയ കാവ്യസങ്കൽപ്പങ്ങൾതന്നെ ആധിപത്യത്തിലേക്കുവരിക, ഈവിധം പഴയ കലാപങ്ങൾതന്നെ കബളിപ്പിക്കപ്പെടുന്ന, കവിതയുടെ മുന്നിൽ ഭാഷയുടെ സാധ്യതകൾ പാടേ കൊട്ടിയടയ്ക്കപ്പെടുന്ന, ഒരിരുണ്ട സന്ധിയാണ് സച്ചിദാനന്ദന്റെ ആദ്യകാലരചനകളുടെ കാവ്യചരിത്രപരമായ സന്ദർഭം.

ഭാഷയും കാവ്യവ്യവഹാരവുംതന്നെയായിരുന്നു ഇക്കാലത്തെ സച്ചിദാനന്ദന്റെ കവിതകളുടെ അബോധപ്രമേയവും പ്രശ്നവും. ശബ്ദവും വെളിച്ചവും കടക്കാത്ത ഒരിരുട്ടറയ്ക്കുള്ളിൽ അകപ്പെട്ടാലെന്നപോലെ അർഥോൽപ്പാദനസാധ്യതകൾ തടയപ്പെട്ട ഭാഷയുടെ ഇരുട്ടിൽ ഭാഷയ്ക്കുവേണ്ടി പരതുന്ന ഒരു കർത്തൃത്വമാണ് ഈ കവിതകൾക്കുള്ളിലെ കവി.

ഭാഷയുടെ ഇരുട്ടിലെ സൂര്യൻ

സച്ചിദാനന്ദന്റെ ആദ്യകാല കവിതകളിൽ വീണ്ടും വീണ്ടും പ്രത്യക്ഷപ്പെടുന്ന ഒരു ബിംബമാണ് സൂര്യൻ. *അഞ്ചുസൂര്യ*നിലും *ആത്മഗീത*യിലും മാത്രമല്ല, 1966–നും 71–നും ഇടയ്ക്ക് എഴുതപ്പെട്ട് ഏതാണ്ടെല്ലാ കവിതകളിലും 'സൂര്യ'നുണ്ട്. ആ കവിതകളിലെല്ലാം സ്വപ്നവും സമാശ്വാസവും ലക്ഷ്യവുമായി, കവിതയുടെ സ്വത്വംതന്നെയായി ഒളിഞ്ഞും തെളിഞ്ഞും സൂര്യൻ പലമാതിരി പ്രത്യക്ഷപ്പെടുന്നുണ്ട്. എത്ര പറഞ്ഞു കഴിഞ്ഞാലും അടക്കിനിർത്താനാവാത്തവിധം പിന്നെയും രചനയുടെ നിമിഷങ്ങളിൽ കവിയെ പിടികൂടുന്ന ഒരു ബിംബബാധതന്നെയാണത്. അതുകൊണ്ടുതന്നെ സച്ചിദാനന്ദന്റെ ആദ്യകാല കവിതകളിൽ ആവർത്തിച്ചു പ്രത്യക്ഷപ്പെടുന്ന സൂര്യൻ കവി ബോധപൂർവം അവതരിപ്പിക്കുന്ന ഒരു ദാർശനിക പ്രതീകമല്ല. സംവേദന സാധ്യതകൾ തടയപ്പെട്ട ഭാഷയുടെ ഇരുട്ടിൽ ആണ്ടുപോയ ലോകത്തെ വീണ്ടും പ്രകാശിപ്പിക്കാൻ കവിതയിൽ ഉദിച്ചുവരുന്ന ഒരു സൂര്യനാണത്. ആ പുതിയ സൂര്യനെ ഉദിപ്പിക്കാൻ, ഭാഷയുടെ ജഡതയെ തകർത്ത് പുതിയൊരു

ലോകത്തിന്റെ ഘടന സൃഷ്ടിക്കാൻ നടത്തപ്പെടുന്ന പ്രവർത്തനമായി ത്തീരുകയാണിവിടെ കവിത.

"ഇതു നിനക്കു ഞാനയയ്ക്കുന്നു,
മഹാ മരണ വാപിക്കുമടിയിൽനിന്നു ഞാൻ
പെറുക്കിക്കൂട്ടിയ വിഫലജീവിതശകലങ്ങൾ
ഒരു കവി മരിച്ചതിൻ കുറുകുമോർമകൾ,
വചനത്തിൻ സിരപിഴിഞ്ഞൊരു സൂര്യ
ഹൃദയം വാർക്കുവാൻ വെറുതേ ദാഹിച്ച
പരാജയത്തിന്റെ ശിശിര ഗ്രന്ഥികൾ."

അയ്യപ്പപണിക്കർക്കു സമർപ്പിക്കപ്പെട്ട ഒരു കവിതയി (*ഒരു ജീവിതത്തിന്റെ അവശിഷ്ടങ്ങൾ*) ലെ ഈ വരികൾ പഴയ കാവ്യ (ജീവിത) വ്യവഹാരത്തിന്റെ യാന്ത്രികത ജഡമാക്കിത്തീർത്ത ഭാഷയുടെ പേടിപ്പെടുത്തുന്ന ശൂന്യതയോട് മല്ലടിക്കുന്ന ഒരു കവിയുടെ ഉൽക്കണ്ഠകളാണ്. പുതിയ സംവേദന സാധ്യതകൾ തടയപ്പെട്ട ഭാഷയ്ക്കുള്ളിലെ ജീവിതം കവിക്ക് മരണമാണ്. ഭാഷയ്ക്കുള്ളിൽ താൻ അന്ധനും ബധിരനും മൂകനുമാക്കപ്പെടുമെന്നപേടി, വ്യാവഹാരിക ഘടനകളിൽ ഉയിർകൊള്ളുന്ന തന്റെ സ്വത്വം സംവേദനരഹിതമാക്കപ്പെട്ട ഭാഷയുടെ ജഡഭാരത്തിനടിയിൽ കുഴിച്ചുമൂടപ്പെടുമെന്ന ഭീതി, സച്ചിദാനന്ദന്റെ തുടർന്നുള്ള കവിതകളിലും മരണചിന്തയായി കടന്നുവരുന്നുണ്ട്. മരണത്തിനപ്പുറത്തേക്കുപോയി മരിച്ചുപോയ തന്റെ പ്രിയപ്പെട്ടവരോട് ലൗകികയുക്തിയുടെ ബാധ്യതകളില്ലാതെ അനർഗളം സംവദിക്കാനുള്ള കൗതുകം സച്ചിദാനന്ദനെ വിടാതെ പിന്തുടരുന്നതിന്റെ കാരണവും മറ്റൊന്നല്ല. (മരിച്ചുപോയ മനുഷ്യരെല്ലാം ഭാഷയുടെ അബോധത്തിൽ ജീവിച്ചിരിക്കുന്നു).

എന്നാൽ സച്ചിദാനന്ദന്റെ ആദ്യകാല കവിതകളിൽ പ്രവർത്തിക്കുന്ന സംവേദനത്തിന്റെ പ്രതിസന്ധികളും ആ കവിതകളിലെ ബിംബഘടനയും ഒന്ന് മറ്റൊന്നിന്റെ നേരിട്ടുള്ള ആവിഷ്കാരമെന്ന നിലയിലല്ല ബന്ധപ്പെട്ടിരിക്കുന്നത്.

ശൂന്യതയോടും മരണത്തോടും ബന്ധപ്പെട്ട ഇരുണ്ട ബിംബഘടനയുടെ സ്വരൂപം അക്കാലത്തെ ചരിത്രബോധശൂന്യമായ ആധുനികതയുടെ പ്രത്യയശാസ്ത്രത്തിൽനിന്ന് വന്നുചേർന്നതാണ്. എന്നാൽ അവയെ പ്രവർത്തനക്ഷമമാക്കുന്ന ഘടകം, ഭാഷയും കവിതയും തമ്മിലുള്ള ഒരു പുതിയ ബന്ധത്തിന്റെ ഘടനാപരമായ പ്രതിസന്ധിയാണുതാനും. ബിംബഘടനയുടെ സ്വരൂപവും അതിന്റെ അബോധപ്രേരണകളും തമ്മിലുള്ള ഈ അന്തരം കണക്കിലെടുക്കുമ്പോൾത്തന്നെ ഒരു കാര്യംകൂടി ശ്രദ്ധിക്കാനുണ്ട്. ആധുനികതയുടെ പ്രത്യയശാസ്ത്രം പ്രദാനം ചെയ്ത ബിംബഘടനയുടെ ഇരുണ്ട അന്തരീക്ഷത്തിൽ തളഞ്ഞു കിടക്കുന്നവ

യല്ല അക്കാലത്തെ സച്ചിദാനന്ദന്റെ കവിതകൾ. മറിച്ച്, കാര്യവ്യവഹാരത്തിന്റെ പ്രതിസന്ധി ജീവിതവ്യവഹാരത്തിന്റെ പ്രതിസന്ധിതന്നെയായി അവതരിപ്പിക്കാനുള്ള ഒരുപാധിമാത്രമാണ് ആ ബിംബഘടന. അതുകൊണ്ടുതന്നെയാണ് ചരിത്രശൂന്യവും ചലനരഹിതവുമായ ആധുനികതയുടെ പ്രത്യയശാസ്ത്രാന്തരീക്ഷത്തെ പിന്തള്ളിക്കൊണ്ട്, യാന്ത്രികമാക്കപ്പെട്ട ഭാഷയുടെ ഇരുട്ടിൽ ഇരുണ്ടുപോയ ലോകത്തെ തിളക്കാൻ ഒരു സൂര്യബിംബംതന്നെ മൗലികമായ മറ്റൊരു കാവ്യബിംബമായി സച്ചിദാനന്ദന്റെ കവിതകളിൽ ഉയർന്നുവരുന്നത്.

പുതിയൊരു സൂര്യനെ സൃഷ്ടിക്കുന്ന കവിത പുതിയൊരു ലോകത്തെയാണ് സൃഷ്ടിക്കുന്നത്. അതിനാൽ ആ പുതിയ ലോകത്തിന്റെ പുത്തൻ അനുഭൂതികളെ മുഴുവൻ കവിക്ക് നിർവചിക്കേണ്ടതായിവരും. പുതിയ നിറങ്ങൾക്കും മണങ്ങൾക്കും ഒച്ചകൾക്കുമെല്ലാം പുതിയ പേരും പൊരുളും കൊടുക്കേണ്ടതായി വരും. കവിക്കു വാക്കുകളിലൂടെ പുതിയ ഘടനകളിലേക്ക് ലോകത്തെ പുന:സംഘടിപ്പിക്കേണ്ടതായി വരും. *താളം, കറുപ്പ്* തുടങ്ങിയ കവിതകളിലാരംഭിക്കുന്ന ഈ പുനർനിർവചനവും പുന:സംവിധാനവും പക്ഷികളെയും മൃഗങ്ങളെയും കീടങ്ങളെയും വൃക്ഷങ്ങളെയും ചെടികളെയും കുറിച്ചുള്ള കവിതകളിലൂടെ സച്ചിദാനന്ദൻ ഇന്നും തുടർന്നുകൊണ്ടിരിക്കുന്നു.

അങ്ങനെ, ഒരു ബാഹ്യോപാധിയായി അന്യവൽക്കരിക്കപ്പെട്ട പഴയ കാവ്യഭാഷയുടെ ജഡതയെ മറികടക്കാൻ, ജീവിതാനുഭൂതികളുടെ തടങ്കൽ പാളയമായി മാറിപ്പോയ ഭാഷയുടെ സർഗാത്മകതയെ വീണ്ടെടുക്കാൻ, ഭാഷയും കവിതയും തമ്മിലുള്ള പഴയ ബന്ധത്തിന്റെ ഘടനയെ തകിടം മറിച്ചുകൊണ്ടും ഇക്കാലത്തെ സച്ചിദാനന്ദന്റെ രചനകളിൽ, ഭാഷ ജീവിതമായി മാറുന്നു, ഭാഷയും ജീവിതവും ഒരേ സമരത്തിൽ ഐക്യപ്പെടുന്നു.

"എഴുത്തച്ഛനെഴുതുമ്പോൾ
സംഭവിപ്പതെന്തെന്നെനിക്കറിയാം;
എഴുത്തച്ഛനായ് മാറുന്നു

പിന്നെയച്ഛനെഴുത്തായും"–എന്നവസാനിക്കുന്ന *എഴുത്തച്ഛനെഴുതുമ്പോൾ* എന്ന കവിതയിൽ കവിതന്നെയാണ് അച്ഛനായി മാറുന്ന എഴുത്തും എഴുത്തായി മാറുന്ന അച്ഛനും.

പുതിയ പ്രശ്നമണ്ഡലം

എഴുപതുകളുടെ തുടക്കംമുതൽ സച്ചിദാനന്ദന്റെ കവിത പുതിയൊരു ഘട്ടത്തിലേക്കു കടക്കുന്നു. സ്ഥാപനവൽക്കരിക്കപ്പെട്ട സാഹിതീയവ്യവഹാരത്തിനെതിരെ ആധുനികത കൊണ്ടുവന്ന വിപ്ലവത്തെ

മുന്നോട്ടു കൊണ്ടുപോവുകയും, അതേസമയം ആധുനികത അകപ്പെട്ടുപോയ നിശ്ചല പ്രത്യയശാസ്ത്രത്തിൽനിന്ന് പുറത്തുകടക്കുകയും ചെയ്ത ഒരു കവിയുടെ രചനകളാണ് ഈ പുതിയ ഘട്ടത്തിലെ സച്ചിദാനന്ദന്റെ കവിതകൾ. ആധുനികതയുടെ പ്രത്യയശാസ്ത്രം അവതരിപ്പിച്ച അമൂർത്താശയങ്ങളെ, അവ്യക്തവും കലുഷവും അതുകൊണ്ടുതന്നെ ഫലത്തിൽ യാഥാസ്ഥിതികവുമായ ജീവിതസങ്കൽപ്പങ്ങളെ, പഴയ കാവ്യവ്യവഹാരത്തിന്റെ പരിമിതികളോട് മൂർത്തമായി ഏറ്റുമുട്ടുന്നതിലൂടെ സച്ചിദാനന്ദന്റെ ആദ്യകാലരചനകൾ മറികടക്കാൻ ശ്രമിക്കുന്നുണ്ട്. എന്നാൽ ജ്ഞാനസിദ്ധാന്തപരമായ ഒരു വിച്ഛേദം സംഭവ്യമായാലെന്ന പോലെ, പുതിയൊരു മണ്ഡലത്തിലേക്ക് സച്ചിദാനന്ദന്റെ രചനകളുടെ പ്രവർത്തനം ഈ പുതിയ ഘട്ടത്തിൽ ഗുണപരമായിത്തന്നെ മാറിപ്പോകുന്നു.

പഴയ സമൂഹങ്ങളുടെ ചാക്രിക ജീവിതവ്യവഹാരങ്ങളെ തകർത്ത് ആധുനിക പൗരസമൂഹത്തിലെ ഇച്ഛാശക്തിയും സ്വാതന്ത്ര്യബോധവുമുള്ള വ്യക്തിസത്തകൾക്ക് രൂപമരുളാൻപോന്ന പുതിയ വ്യവഹാരമണ്ഡലങ്ങൾ സൃഷ്ടിച്ചെടുക്കാനുള്ള ചരിത്രത്തിന്റെ അബോധദൗത്യം ഏറ്റെടുത്ത ഒന്നായിരുന്നു നമ്മുടെ നവോത്ഥാനകവിതയും അത് സൃഷ്ടിച്ച പാരമ്പര്യവും. എന്നാൽ, ആധുനികപൗരന്റെ സ്വതന്ത്രവും കേവലവുമായ ആത്മസത്തയുടെ നിലനിൽപ്പിന് മൂശയും കവചവുമായി വർത്തിച്ച ആ മൂല്യവ്യവഹാരങ്ങളുടെ കൊടിയ വൈപരീത്യങ്ങൾ പുതിയ ശക്തികളുടെ ആവിർഭാവത്തോടെ ക്രമേണ പുറത്തുവരാൻ തുടങ്ങി.

പുതിയ വ്യക്തിസത്തയുടെ സ്വതന്ത്രമായ നിലനിൽപ്പിന്റെ ബാഹ്യാവലംബം സ്വകാര്യസ്വത്താണെന്നു വരിക, അതായത് പൗരന്റെ സ്വത്വവും സ്വകാര്യസ്വത്തും പരസ്പരം ബാഹ്യവൽക്കരിക്കപ്പെട്ട ഭിന്നഘടനകളെന്ന നിലയിൽ അനിവാര്യമാംവിധം ബന്ധപ്പെട്ടിരിക്കുക;- സ്വാർഥത്തിന്മേൽ പടുത്തുയർത്തപ്പെട്ട അങ്ങനെയൊരു സമൂഹത്തിൽ സ്വാതന്ത്ര്യവും സ്നേഹവും കരുണയും പ്രണയവും ജനാധിപത്യവുമെല്ലാം അവയുടെ യാഥാർഥ്യങ്ങളെ മൂടിവെക്കുന്ന കേവലാദർശങ്ങളും സ്വപ്നങ്ങളും സമാശ്വാസങ്ങളുമായി അന്യവൽക്കരിക്കപ്പെട്ട മൂല്യവ്യവഹാരങ്ങളായി മാറും. ഓരോരുത്തനും മറ്റുള്ളവരിൽനിന്ന് അകലുന്തോറും, തന്നിലേക്കുതന്നെ ചുരുങ്ങുന്തോറും സ്നേഹം ഒരതീതാദർശമായി ജീവിതത്തിൽനിന്ന് ചിറകുവീശി ഉയരാൻ തുടങ്ങും. ജീവിക്കാനുള്ള സ്വാതന്ത്ര്യം കവർന്നെടുക്കപ്പെടുന്തോറും സ്വാതന്ത്ര്യം ജീവിതത്തെക്കാൾ വലിയ ഒരാശയമായി വളർന്നുകൊണ്ടിരിക്കും. അവർണനീയമായ നിഷ്ഠൂരതകൾ പെരുകുന്തോറും കണ്ണീരിന്റെ വിശുദ്ധിയിൽ പരിഹാരവും സമാശ്വാസവും ദർശിക്കുന്ന കാരുണ്യവും പെരുകിക്കൊണ്ടിരിക്കും. ലൈംഗികത പൗരന്റെ ഏകാന്തസ്വത്വത്തിന്റെ നിഗൂഢതയെ പരിരക്ഷിക്കുന്ന അധികാരോപകരണമായിരിക്കുന്നിടത്തോളം ആ സമൂഹത്തിൽ

പ്രേമം ഭോഗതൃഷ്ണയുടെ കേവലവിപരീതം മാത്രമായിരിക്കുകയേ ഉള്ളൂ. അതുപോലെതന്നെ സാമ്പത്തികമായ അസമത്വത്തിനും ചൂഷണത്തിനും മേൽ കെട്ടിവക്കപ്പെടുന്ന ജനാധിപത്യം യഥാർഥ ജനാധിപത്യത്തിന്റെ നിഷേധവും അതിനെക്കുറിച്ചുള്ള സ്വപ്നവും മാത്രമായിരിക്കുകയേ ഉള്ളൂ.

കേരളത്തിൽ പുതിയ പൗരസമൂഹവും സ്വതന്ത്രവ്യക്തികളും രൂപപ്പെടുന്ന കാലത്ത് ഉയർന്നുവന്ന പ്രത്യയശാസ്ത്രവ്യവഹാരങ്ങളുടെ ഈ ആന്തരിക വൈപരീത്യങ്ങൾ പുറത്തുവരാൻ തുടങ്ങിയത് സ്വകാര്യസ്വത്തിലധിഷ്ഠിതമായ സമൂഹഘടനയ്ക്കെതിരെ പൊരുതുന്ന ഒരു വർഗവും സാമൂഹികശക്തികളും ഉയർന്നുവന്നതോടെയാണ്. ഈ പുതിയ വർഗത്തിന്റെയും സാമൂഹികശക്തികളുടെയും ഭാഗത്തേക്കു മാറി നിന്നു നോക്കുമ്പോഴാണ് നമ്മുടെ നവോത്ഥാന കവിതയും അതിന്റെ പാരമ്പര്യവും സൃഷ്ടിക്കാൻ ശ്രമിച്ച ഈ മൂല്യവ്യവഹാരങ്ങളുടെ ബാഹ്യരൂപവും ഉള്ളടക്കവും തമ്മിലുള്ള അന്തരം കാഴ്ചയിൽ തെളിയുക. എഴുപതുകൾ മുതൽക്ക് സച്ചിദാനന്ദന്റെ കവിതയ്ക്കുണ്ടായ മാറ്റം മുഖ്യമായും ഈ മാറിവന്ന കാഴ്ചപ്പാടിന്റെ സൃഷ്ടിയാണ്.

അങ്ങനെ ഭാഷയുടെ ഇരുട്ടിനെതിരെ കവിതയിൽ സൂര്യനെ സൃഷ്ടിക്കാൻ ശ്രമിച്ച ഈ കവി പുതിയൊരു വർഗത്തിന്റെ ചരിത്രബോധത്തിൽ സ്വന്തം സൂര്യനെ കണ്ടെത്തി. അതോടെ സച്ചിദാനന്ദന്റെ രചനകളുടെ സ്ഥാനം ഭാഷയുടെ ഘടനയിൽനിന്ന് ജീവിതമൂല്യവ്യവഹാരങ്ങളുടെ ഘടനയിലേക്കുമാറി. ജീവിതത്തിന്റെ വ്യാവഹാരികത ഭാഷയുടെ ജീവിതത്തിലേക്കു വന്നു. യുക്തിയുടെയും തത്വശാസ്ത്രത്തിന്റെയും ഭാഷയ്ക്ക് കടന്നുചെല്ലാനാവാത്ത, അവയുടെതന്നെ ആന്തരികമായ വിള്ളലുകളുടെ നിശ്ശബ്ദതയെ ഭാഷയുടെ അബോധ സാധ്യതകളിലൂടെ മൂർത്താനുഭവമാക്കിമാറ്റുകയാണ് മറ്റേതൊരു കവിയേയും പോലെ സച്ചിദാനന്ദനും ചെയ്യുന്നത്.

അബോധഘടനയും പാഠതന്ത്രങ്ങളും

പൗരസമൂഹത്തിന്റെ ഭദ്രയുക്തികളാൽ പരിപാലിക്കപ്പെടുന്ന ജീവിതമൂല്യവ്യവഹാരങ്ങളുടെ ആന്തരികവൈപരീത്യങ്ങളാണ്, അവയുടെ അബോധമൗനങ്ങളാണ് സച്ചിദാനന്ദന്റെ രചനകളിലൂടെ മൂർത്താനുഭവമായി മാറുന്നത്. നാം പണ്ടൊരിക്കലും മറ്റൊരു പ്രകാരത്തിലും അനുഭവിച്ചിട്ടില്ലാത്തവിധം ആ വൈപരീത്യങ്ങളെ അപ്രതീക്ഷിതമായ പഴുതുകളിലൂടെ നമ്മെ അനുഭവിപ്പിക്കുന്ന പാഠതന്ത്രങ്ങളാണ് സച്ചിദാനന്ദന്റെ രചനകൾ. അവ ചിലപ്പോൾ നാം കണ്ടിട്ടില്ലാത്ത നമ്മുടെ ഒരു രൂപം കാട്ടിത്തരുന്ന കണ്ണാടിയാണ്. മറ്റുചിലപ്പോൾ നമുക്ക് കാണാൻ കഴിയാത്തവയെ കാട്ടിത്തരുന്ന സൂക്ഷ്മദർശിനിയോ ദൂരദർശിനിയോ ആണ്. വ്യക്തമായും പ്രത്യയശാസ്ത്രപരമായ ഒരു നിലപാട് കൈക്കൊ

ള്ളുമ്പോൾത്തന്നെ ആ പ്രത്യയശാസ്ത്രത്തെപ്പോലും എടുത്ത് മാറ്റിവച്ചു കാണിക്കാൻ, അതിന്റെ ആന്തരികമായ മൗനമേഖലകളിൽ പ്രവർത്തിക്കുന്ന ശത്രുവർഗപ്രവണതകളെ വേർതിരിച്ചെടുത്തുകാട്ടാൻ കഴിയുന്നവയാണ് സച്ചിദാനന്ദൻ ഭാഷകൊണ്ടു നിർമിക്കുന്ന ഈ ഉപകരണങ്ങൾ.

പ്രത്യയശാസ്ത്രത്തിനുള്ളിലായിരിക്കുമ്പോൾത്തന്നെ അതിനെ എടുത്ത് കാട്ടിത്തരാൻ പാകത്തിൽ അതിന് പുറത്ത് പ്രവർത്തിക്കുന്ന ഒരുപകരണമായിരിക്കുക, എന്ന സ്വന്തം കവിതയുടെ ദ്വന്ദ്വാത്മകതയെ സച്ചിദാനന്ദൻതന്നെ മറ്റൊരുവിധത്തിൽ കണ്ടെത്തിയിട്ടുണ്ട്.

"നാട്യത്തിനും സത്യത്തിനുമിടയിൽ ഞാൻ
സത്യം തിരഞ്ഞെടുത്തു
....
ഉടമയ്ക്കുമടിമയ്ക്കുമിടയിൽ ഞാൻ
അടിമയെ തിരഞ്ഞെടുത്തു" ഇങ്ങനെ ഞാൻ തിരഞ്ഞെടുത്ത പക്ഷത്തെക്കുറിച്ച് തീർത്തുപറയുമ്പോൾത്തന്നെ:

മുതലപ്പുറത്ത് സവാരിക്ക് ക്ഷണിക്കുമ്പോൾ
ഞാനെന്റെ ഹൃദയം മരക്കൊമ്പിൽത്തന്നെ സൂക്ഷിക്കുന്നു
അരമനക്കാർക്ക് ഞാൻ അരാജകവാദിയാണ്
യാഥാസ്ഥിതികർക്ക് ആധുനികൻ
പരിഷ്കരണവാദികൾക്ക് ഞാൻ തീവ്രവാദിയാണ്
തീവ്രവാദികൾക്കോ വെറുമൊരു ജനാധിപത്യവാദി.
സന്ന്യാസിമാർ എന്നെ ഭൗതികവാദിയെന്നധിക്ഷേപിക്കുന്നു,
യുക്തിവാദികൾ ആത്മീയവാദിയെന്നും".

(*വിശദീകരണം* 1977)

ഇങ്ങനെ ഈ കവി തുറന്ന് പറയുന്നത് സ്വന്തം ആത്മനിഷ്ഠധാരണകളിലേക്ക് പിടിച്ചെടുക്കാനാവാത്തവിധം, എല്ലാ തത്വശാസ്ത്രങ്ങളുടെയും വിശ്വാസപ്രമാണങ്ങളുടെയും മറച്ചുവക്കപ്പെട്ടതോ അല്ലാത്തതോ ആയ മൗനങ്ങളെ ശബ്ദങ്ങളിൽ വിന്യസിക്കാൻ താൻ നിർമിച്ചെടുക്കുന്ന സൂക്ഷ്മോപകരണങ്ങളുടെ കലാപരമായ വസ്തുനിഷ്ഠതയെക്കുറിച്ചുള്ള ഏതോതരം ഒരറിവിൽനിന്നാണ്.

പൗരസമൂഹത്തിന്റെ സാമാന്യബുദ്ധിയിൽ പൊതിഞ്ഞ ജീവിത സങ്കൽപ്പങ്ങൾക്കപ്പുറത്തേക്ക് പോകുന്ന ഒരു കവിക്ക് ആ സമൂഹത്തിന്റെ കാവ്യവ്യവഹാര രീതികളെയും നിർദാക്ഷിണ്യം മുറിച്ചുകടക്കേണ്ടതായി വരും. അർഥത്തിന്റെ വാഹകമാണ് ശബ്ദമെന്ന ധാരണയെ, ശബ്ദനിരപേക്ഷവും കേവലവുമായി അർഥത്തിനു നിലനിൽക്കാൻ കഴിയുമെന്ന സങ്കൽപ്പത്തെ ഉല്ലംഘിക്കാൻ പഴയ കാവ്യവ്യവഹാരത്തിന് സാധ്യമായിരുന്നില്ല. ശബ്ദാർഥബന്ധത്തെക്കുറിച്ചുള്ള ഈ അതിഭൗതിക ധാരണകളെ

അബോധസമ്മർദങ്ങൾക്കടിപ്പെടുമ്പോൾപ്പോലും കാൽപ്പനിക കവികൾ കൈവെടിയുകയില്ല. ആധുനികത പ്രയോഗതലത്തിൽ ഈ പഴയ ശബ്ദാർഥബന്ധസങ്കൽപ്പത്തെ തകിടം മറിക്കുന്നു. അങ്ങനെ പഴയ കവിതയിൽ കേവലമായ അർഥങ്ങളുടെയോ അനുഭൂതികളുടെയോ പ്രഭവസ്ഥാനമായി കരുതപ്പെട്ടിരുന്ന ഒരു കർത്തൃസത്തയെ കേന്ദ്രമാക്കി ചലിച്ചിരുന്ന ഭാഷ ആ കെട്ടുപൊട്ടിച്ച് സ്വയം ചിതറിത്തെറിക്കാൻ പാടുപെടുന്നതാണ് ആധുനികതയുടെ ആദ്യഘട്ടങ്ങളിൽ നാം കാണുന്നത്. സൂചിതങ്ങളുടെ അടിമത്തത്തിൽനിന്ന് ഭാഷ അതിന്റെ മൂർത്തതയിലേക്കും ഭൗതികതയിലേക്കും മോചനം നേടാൻ നടത്തുന്ന ഈ ശ്രമം ഒരു പ്രത്യയശാസ്ത്രാധിപത്യത്തിൽനിന്ന് മോചനം നേടാനുള്ള ശ്രമം തന്നെയാണ്.

ഉപഭോഗക്ഷമമായ അനുഭൂതികളുടെയോ ആശയങ്ങളുടെയോ സംഭരണികളെന്ന നിലവിട്ട് അനുഭൂതികളെയും ആശയങ്ങളെയും ഉൽപ്പാദിപ്പിക്കുന്നതിനുള്ള ഉപാധികളായി പ്രവർത്തിക്കുന്ന സച്ചിദാനന്ദന്റെ കവിതകളിൽ ആധുനികതയുടെ അബോധാത്മകമായ കലാപത്തിന്റെ വിപ്ലവകരമായ വശങ്ങൾ മറ്റൊരു തലത്തിലേക്ക് വികസിക്കുകയാണ് ചെയ്യുന്നത്. അതുകൊണ്ടുതന്നെ എല്ലാ ഇന്ദ്രിയങ്ങളെയും അവയുടെ സഞ്ചിതസ്മൃതികളെയും ഒരൊറ്റ നിമിഷത്തിൽ ഒരുമിച്ചുണർത്താൻ പോന്ന ഭാഷയുടെ അത്ഭുതസിദ്ധികളെ കെട്ടഴിച്ചുവിടാനായി പുതിയ രചനാതന്ത്രങ്ങളെ സച്ചിദാനന്ദന് ആശ്രയിക്കേണ്ടതായിവരുന്നു.

നമ്മുടെ പരമ്പരാഗതമായ കാവ്യരചനാരീതികളെ കർത്തൃകേന്ദ്രീകൃതമായ കാൽപ്പനിക കാവ്യവ്യവഹാരത്തിന്റെ വലയത്തിൽനിന്നു പുറത്തുകൊണ്ടുവരാൻ സച്ചിദാനന്ദൻ നടത്തുന്ന ശ്രമമാണ് ഇവയിലൊന്ന്. മലയാളകവിതയുടെ ഗാനരീതിയെ വ്യക്തിയുടെ ആത്മാലാപത്തിൽനിന്ന് വേർപെടുത്തി നാടോടി പാരമ്പര്യത്തിന്റെ വസ്തുനിഷ്ഠതയോടെ ബോധപൂർവം എടുത്തു പ്രയോഗിക്കുകയാണ് സച്ചിദാനന്ദൻ ചെയ്യുന്നത്. ഇതോടൊപ്പം പദ്യരൂപങ്ങളിൽ ഒടിഞ്ഞുമടങ്ങിവീണ് ഭാഷയുടെ അബോധത്തെ തളച്ചിടുന്ന പ്രച്ഛന്ന ഗദ്യത്തിന്റെ അധികാരശക്തിയെ മറികടക്കാൻ ഗദ്യരൂപംകൊണ്ടുതന്നെ മറ്റു പല ആധുനിക കവികളെയുംപോലെ സച്ചിദാനന്ദൻ ഒരു പ്രതിവ്യവഹാരം സൃഷ്ടിച്ചെടുക്കുകയും ചെയ്തു. പ്രഭാഷണം, സംഭാഷണം, പ്രസ്താവന തുടങ്ങിയ ലൗകിക ഭാഷാവ്യവഹാരങ്ങളുടെ ബാഹ്യരൂപത്തെ അവയുടെ ലൗകികസന്ദർഭത്തിൽ നിന്നടർത്തിമാറ്റി രംഗവേദിയിലെന്നപോലെ പുരഃക്ഷേപിക്കുക, ഭാഷയുടെ താളലയങ്ങളെ ആന്തരികമാക്കുന്ന ശൈലീകരണംകൊണ്ട് ഗദ്യത്തെ ഏകമാനമാക്കുന്ന അതിന്റെ ലൗകിക പാരതന്ത്ര്യത്തിൽനിന്ന് മോചിപ്പിക്കുക– ഇവയാണ് പദ്യരൂപത്തിന്റെ ഗദ്യപരതയെ ഗദ്യരൂപംകൊണ്ട് നേരിടുന്ന പ്രതിവ്യവഹാരത്തിന്റെ തന്ത്രങ്ങൾ.

കവിതാപ്പുസ്തകം തുറക്കുന്ന ഏതു വായനക്കാരനോടും എപ്പോൾ വേണമെങ്കിലും ശബ്ദിക്കാൻ പാകത്തിൽ കവിതയ്ക്കുള്ളിൽ കാവ്യകാരൻ മറഞ്ഞിരിക്കുന്നു എന്നു വിശ്വസിപ്പിക്കാൻ പാകത്തിലാണ് കാൽപ്പനിക കാവ്യവ്യവഹാരത്തിന്റെ ഘടന. കവിതയിലെ വക്താവിനെയും

കവിത രചിക്കുന്ന വ്യക്തിയെയും ഗൂഢമായി ഐക്യപ്പെടുത്തുന്നതിന്റെ ഫലമായി രൂപപ്പെടുന്ന കാവ്യപ്രഭവമായ ഈ കർത്തൃസത്താസങ്കൽപ്പത്തെ സച്ചിദാനന്ദന്റെ രചനകൾ ഇങ്ങനെ മറികടക്കുകയും ചെയ്യുന്നു.

ശബ്ദം തേടുന്ന അബോധഘടനകൾ

1. സ്വാതന്ത്ര്യം

സ്വാർഥത്തിന്മേൽ പ്രതിഷ്ഠിക്കപ്പെട്ട ഒരു സമൂഹം ശൂന്യമാക്കപ്പെട്ട അതിന്റെ ഹൃദയത്തിന് പകരംവക്കാൻ എത്രവേണമെങ്കിലും ഹൃദ്യമായ ജീവിതമൂല്യ സങ്കൽപ്പങ്ങളെ അണിയിച്ചൊരുക്കിക്കൊണ്ടിരിക്കും. അങ്ങനെ മൂല്യസങ്കൽപ്പങ്ങൾ കൊണ്ടുതന്നെ മൂല്യരാഹിത്യത്തെ കാത്തുരക്ഷിക്കുന്ന നെടുംകോട്ടകൾ കെട്ടുക, – സാമാന്യബുദ്ധിയുടെ യുക്തിയാൽ പരിരക്ഷിക്കപ്പെടുന്ന ഈ വൈപരീത്യത്തിന്റെ കേന്ദ്രപ്രശ്നത്തെത്തന്നെയാണ് സച്ചിദാനന്ദന്റെ കവിത പ്രധാനമായും കടന്നുപിടിക്കുന്നത്. "ആദ്യം മുതൽക്ക് ഞാൻ ഒരൊറ്റ അടിസ്ഥാന പ്രമേയത്തെയാണ് പിന്തുടർന്നുപോന്നിട്ടുള്ളത്– ഭൂമിയിൽ സ്വാതന്ത്ര്യത്തിന്റെ ആനന്ദത്തിന്റെ സാധ്യത;" എന്ന് സച്ചിദാനന്ദനിലെ വിമർശകൻ കവിയെ കണ്ടെത്തുന്നത് നോക്കുക. അടിമയുടെ പാരതന്ത്ര്യത്തിനു പകരം വയ്ക്കപ്പെടുന്ന മതത്തിന്റെ സ്വാതന്ത്ര്യ സ്വപ്നത്തെയോ അതിന്റെ കാൽപ്പനികമായ പുതുരൂപങ്ങളെയോ വാഴ്ത്തിപ്പാടുകയല്ല സച്ചിദാനന്ദൻ ചെയ്യുന്നത്. സ്വാതന്ത്ര്യത്തെക്കുറിച്ചുള്ള അമൂർത്ത കാൽപ്പനികസ്വപ്നങ്ങൾക്കും ജീവിതത്തിന്റെ യാഥാർഥ്യത്തിനും നടുവിൽ, സ്വാതന്ത്ര്യത്തിന്റെ സാധ്യതതന്നെയാണ് ഈ കവിയുടെ പ്രശ്നം.

"സ്വാതന്ത്ര്യം നൊന്തുപെറ്റ കുഞ്ഞിനെ പൊരിച്ചു തിന്നുന്ന
അമ്മയുടെ അലമുറയിടുന്ന ഉദരമായി മാറുമ്പോൾ
നീതി സത്യം പറയുന്ന ഹൃദയം തുളയ്ക്കുന്ന
വെടിയുണ്ടയായി മാറുമ്പോൾ
മണിമുഴങ്ങുന്നു."

(*സത്യവാങ്മൂലം*)

ഈ സ്വാതന്ത്ര്യത്തെക്കുറിച്ച് ഈ കവിക്ക് സ്വപ്നങ്ങൾ ഇല്ലെന്നല്ല ഇതിനർഥം.

"വായുവിൽ വിഷം നിറഞ്ഞുനിൽക്കുമ്പോൾ
ശ്വസിക്കാനുള്ള സ്വാതന്ത്ര്യം

മരിക്കാനുള്ള സ്വാതന്ത്ര്യമാണ്" എന്ന തിരിച്ചറിവ് സ്വാതന്ത്ര്യത്തെക്കുറിച്ചുള്ള പഴയ സ്വപ്നഗീതങ്ങളുടെ അബോധഘടനയെ

കണ്ടെത്തുന്നതിന്റെ സൂചനയാണ്. 'വർഗങ്ങൾക്കുമപ്പുറത്തെ മഹാകാശത്തിന്റെ സംഗീതമാണത്' എന്ന് ഈ കവി തന്റെ സ്വാതന്ത്ര്യസങ്കൽപ്പത്തെ നിർവചിക്കുന്നത്,

"ചാട്ടവാറടിയേറ്റ ഒരു മുതുക്
നമ്മുടെ മുന്നിൽ മലയായി നിൽക്കുന്നു
ചൂഴ്ന്നെടുക്കപ്പെട്ട രണ്ടു കണ്ണുകൾ
ഇന്നും നമ്മെ നിരീക്ഷിക്കുന്നു,
അറുത്തു വീഴ്ത്തപ്പെട്ട ഒരു കറുത്ത തള്ളവിരൽ
നമ്മുടെ വഴിയിൽ ചോരയൊലിപ്പിച്ചു ഞാൺ തിരയുന്നു"

(*അതാണ് പ്രശ്നം* 1977)

എന്ന യാഥാർഥ്യത്തെ മുൻനിർത്തിക്കൊണ്ടാണ്.

അടിമവർഗങ്ങളുടെ സ്വാതന്ത്ര്യത്തിന് തടസ്സമായി നിൽക്കുന്ന മൂല്യസങ്കൽപ്പങ്ങളെത്തന്നെ ഈ കവി യഥാർഥശത്രുവായി വേർപ്പെടുത്തി എടുത്തുകാട്ടുകയും ചെയ്യുന്നു.

"ആട്ടും ചവിട്ടും ഏറ്റുവാങ്ങി വാലാട്ടുന്ന
വളർത്തുനായയുടെ വിനയമുണ്ടല്ലോ
അതാണ് നിന്റെ ശത്രു.
എല്ലാം സൃഷ്ടിച്ച് ഒന്നുമില്ലാത്തവനായിക്കഴിയുന്ന
നിന്റെ നിശ്ശബ്ദമായ സഹനമുണ്ടല്ലോ
അതാണ് നിന്റെ ശത്രു"

(*ആരാണ് ശത്രു*- 1976)

ഈ കവിയെ സംബന്ധിച്ചിടത്തോളം പ്രയോഗത്തിൽനിന്നും അന്യവൽക്കരിക്കപ്പെട്ട സ്വാതന്ത്ര്യസ്വപ്നങ്ങളോ സിദ്ധാന്തങ്ങളോ അല്ല, 'സ്വാതന്ത്ര്യം, സ്വാതന്ത്ര്യം തന്നെയാണ് പ്രശ്നം'. പഴയ സ്വാതന്ത്ര്യസങ്കൽപ്പങ്ങളുടെ പാരതന്ത്ര്യം തന്നെയാണ് സച്ചിദാനന്ദന്റെ കവിതകളിൽ പ്രവർത്തിക്കുന്ന സ്വാതന്ത്ര്യസങ്കൽപ്പത്തിന്റെ അബോധമായി വർത്തിക്കുന്നതെന്നർഥം. അതിനാൽ സച്ചിദാനന്ദന്റെ കവിതകളിൽ തെളിയുന്ന 'ഉട്ടോപ്പിയ' ഒരു കാൽപ്പനിക സ്വപ്നമല്ല, മറിച്ച് ഒരു സമരരൂപമാണ്.

2. കാരുണ്യം

മുതലാളിത്ത സമൂഹഘടനയുടെ ആവശ്യങ്ങൾക്കനുസൃതമായി പ്രാചീന-മധ്യകാല മതങ്ങളെ രൂപാന്തരം ചെയ്തതിന്റെ ഫലമായി ഉയർന്നുവന്ന മൂല്യസങ്കൽപ്പങ്ങളുടെ ആന്തരികശൂന്യതയാണ് സച്ചിദാനന്ദന്റെ രചനകൾ ഏറ്റുമുട്ടുന്ന മറ്റൊരു സമരമുഖം. യുദ്ധങ്ങളും ക്ഷാമങ്ങളും നിരന്തരം സൃഷ്ടിച്ച് അവർണനീയമായ യാതനകളിലേക്ക് മനു

ഷ്യരെ നിരാലംബരായി എടുത്തെറിയുന്ന ഒരാഗോള വ്യവസ്ഥയിൽ വാചാലമായി ഉയർന്നുപൊങ്ങുന്ന കാരുണ്യ പ്രഭാഷണങ്ങളുടെ വൈപരീത്യത്തെ തുറന്നുകാണിക്കാൻ മാത്രം കരുത്തുറ്റ കവിതകൾ പലതും സച്ചിദാനന്ദൻ മലയാളത്തിലെഴുതിയിട്ടുണ്ട്.

മർദിതന്റെയും പീഡിതന്റെയും ചോരയും മാംസവുംകൊണ്ട് പടുത്തുയർത്തപ്പെട്ട ഒരു സമൂഹഘടനയിൽ ഉന്നതാദർശമായി ഉയർന്നുവരുന്ന കാരുണ്യം മനുഷ്യനെ ബലഹീനനാക്കുന്ന മാനസിക ജീർണതയുടെ കൊടിയടയാളമാണ്. അതുകൊണ്ടുതന്നെ സച്ചിദാനന്ദന്റെ കവിതകളിൽ കാരുണ്യവും സ്നേഹവും പുതിയ അർഥങ്ങളുള്ള വാക്കുകളായി മാറുന്നു. സച്ചിദാനന്ദന്റെ രചനകളിൽ ആ അർഥപരിവർത്തനത്തിനായുള്ള രാസപ്രവർത്തനങ്ങൾ സംഭവിക്കുന്നു. സ്നേഹത്തിന്റെയും കാരുണ്യത്തിന്റെയും വിശ്വോത്തര പ്രതീകങ്ങളായ ബുദ്ധനും ക്രിസ്തുവും വർത്തമാനചരിത്രത്തിൽനിന്ന് പുതിയൊരുതരം സ്നേഹത്തിന്റെയും കാരുണ്യത്തിന്റെയും മൂർത്തികളായി ഉയിർത്തെണീറ്റ് സച്ചിദാനന്ദന്റെ രചനകളിൽ കൂടെക്കൂടെ പ്രത്യക്ഷപ്പെടുന്നതിന്റെ പശ്ചാത്തലമിതാണ്.

> "സ്നേഹം ഇക്കാണുന്നതൊന്നുമല്ല
> കാട്ടുപന്നിയെ വേട്ടയാടാൻ കാടൻ കൂർപ്പിക്കുന്ന
> കുന്തത്തിന്റെ മുനയിലെവിടെയോ ആണത്."

(*പനി*)

സർവാശ്ലേഷിയായ ഒരു മനുഷ്യസ്നേഹത്തെയും അതിന്റെ പ്രചാരകന്മാരായ മഹാത്മാക്കളെയും, അതിന്റെ മഹത്വത്തെക്കുറിച്ചു പാടുന്ന സ്നേഹഗായകരെയും കുറിച്ച് പറയപ്പെട്ടിട്ടുള്ളതും എഴുതപ്പെട്ടിട്ടുള്ളതുമായ എല്ലാ വഴുവഴുപ്പൻ ഹ്യൂമനിസ്റ്റാശയങ്ങളെയും ഒറ്റയടിക്ക് സംഹരിക്കാൻ പോന്ന ഇത്തരം വെളിപാടുകൾ സാമാന്യബുദ്ധിക്ക് ഗ്രഹിക്കാൻ കഴിയുന്നതേ അല്ല.

ഹ്യൂമനിസ്റ്റ് പ്രത്യയശാസ്ത്രത്തിന്റെ ഉയരത്തിൽ പാറുന്ന ചിഹ്നങ്ങളായി മാറിയ ബുദ്ധനെയും ക്രിസ്തുവിനെയും വിട്ടുകളഞ്ഞ്, കഠിനമായ കാരുണ്യത്തിന്റെയും ബലിഷ്ഠമായ സ്നേഹത്തിന്റെയും വൈരുധ്യാത്മക യുക്തിയിലേക്ക് ആ പ്രതീകങ്ങളെ അവയുടെ മതമുക്തമായ ആദിമജീവിത യാഥാർഥ്യത്തിലേക്കെന്നപോലെ മടക്കിക്കൊണ്ടുവരുന്നതിന്റെ ഒരു നാടകശിൽപ്പഘടന സച്ചിദാനന്ദന്റെ കവിതകൾക്കു പിന്നിൽ പ്രവർത്തിക്കുന്നുണ്ട്.

> "കൊട്ടാരം വിട്ടിറങ്ങിത്തിരിക്കുന്ന രാജകുമാരനെ
> തിരിച്ചു വിളിക്കരുത്
> രോഗവും ദാരിദ്ര്യവും മരണവും
> അവനെ ആൽച്ചുവട്ടിലേക്കു

വിളിക്കുന്നുവെങ്കിൽ മാത്രം
ആ ആലിൻ പൊത്തിൽ വിഷം പുരട്ടിയ
ഒരമ്പു കൊണ്ടുവച്ചേക്കുക;
ദുഃഖത്തെ എയ്തുവീഴ്ത്താനാവുന്നില്ലെങ്കിൽ
അവൻ അവനെത്തന്നെയെങ്കിലും എയ്തു വീഴ്ത്തി
ലോകത്തെ മുണ്ഡനത്തിൽനിന്നു മോചിപ്പിക്കട്ടെ."

(*പനി* - 1973)

മതവിശ്വാസികളുടെ ബുദ്ധൻ അതിർത്തിക്കപ്പുറത്തേക്ക് ഒളിച്ചു കടന്നു (*സിദ്ധാർഥനും അരയന്നവും*). മർദിതരുടെയും പീഡിതരുടെയും ബുദ്ധൻ 'പഞ്ചാബി' ലും 'കാളനന്ദി' യിലും നടക്കുന്നു. *ബർത്തോൾഡ് ബ്രെഹ്ത്തും ഗൗതമബുദ്ധനും* എന്ന കവിതയിൽ:

"പ്രഭോ വിശന്നു മരിക്കുന്ന കുഞ്ഞിന്റെ മുമ്പിൽ
അഷ്ടമാർഗങ്ങൾക്കും ചതുർഗുണങ്ങൾക്കും
പ്രസക്തിയെന്താണ്
ചൂഷണത്താൽ സ്വത്വം നഷ്ടപ്പെട്ട ജനതകളെ
അങ്ങയുടെ നിശ്ശൂന്യതയ്ക്ക്
പ്രലോഭിപ്പിക്കാനാവുന്നതെങ്ങനെ?
പൊള്ളലേറ്റു മരിക്കുന്ന സൈനികനെ
അഗ്നിസൂക്തം എങ്ങനെ ആശ്വസിപ്പിക്കാനാണ്"

ബ്രെഹ്ത്തിന്റെ ഈ ചോദ്യത്തിന് ഗൗതമബുദ്ധൻ പറയുന്ന മറുപടിയുടെ ഒരു ഭാഗം ഇങ്ങനെയാണ്:

"മദയാനയുടെ ചെവിയിൽ
അഹിംസാ രഹസ്യമുപദേശിക്കാൻ കയറിയ
ജീവകമുനിയുടെ കഥ നീ കേട്ടിട്ടില്ലേ?
ഒടുവിൽ അദ്ദേഹത്തെ കൊമ്പിൻമുനയിലെ
നിർവാണത്തിൽനിന്നു രക്ഷിക്കാൻ
ഒരു വേടൻ വേണ്ടി വന്നു.
വേദപാരംഗതനായ ജീവകൻ
വ്യാവഹാരികനായ വേടനിൽനിന്ന്
അതിജീവനത്തിന്റെ രഹസ്യമഭ്യസിച്ചു"

ഹ്യൂമനിസ്റ്റ് പ്രത്യയശാസ്ത്രത്തിന്റെ സർവാശ്ലേഷിയായ മനുഷ്യസ്നേഹത്തിനും അപ്പുറത്താണ് ഈ ബുദ്ധന്റെ നില.

കേവലവിപരീതങ്ങളെ മറികടക്കുന്ന വൈരുധ്യാത്മകമായ ഈ ആന്തര നാടകീയഘടനയിലാണ് ബുദ്ധനെപോലെത്തന്നെ ക്രിസ്തുവും

സച്ചിദാനന്ദന്റെ കവിതയിൽ ചലിക്കുന്നത്. *തകരട്ടെ* എന്ന ആദ്യകാല കവിതമുതൽക്ക് ഈ ക്രിസ്തുവിന്റെ പരിണാമം തുടങ്ങുന്നുണ്ട്. *തിരസ്കാരം* എന്ന കവിതയിൽ ഈ പരിണാമം പുതിയൊരു ദിശയിലേക്കു തിരിയുകയും തുടർന്ന് പുതിയ ക്രിസ്തു രംഗത്ത് വരികയും ചെയ്യുന്നു.

കുരിശിൽനിന്നിറങ്ങിയ യേശു
ഉണങ്ങാത്ത മുറിവുകളുമായി
സ്പെയിനിലും ചിലിയിലും
രക്തത്തിനുമീതെ നടക്കുന്നു.
അവന്റെ നോട്ടമേറ്റ് സമ്രാട്ടുകളുടെ
അത്താഴവിരുന്നുകളിലെ
വീഞ്ഞ് ചോരയായി മാറുന്നു

(*ദുഃഖവെള്ളിയാഴ്ച*)

ഈ പൊരുതുന്ന ക്രിസ്തുവിനെപ്പോലെതന്നെ
"ഞാൻ സ്നേഹിക്കുന്നു,
അതുകൊണ്ട് ഞാൻ നിലനിൽക്കുന്നു
എന്റെ തലോടലേറ്റ തോക്കുകൾ
വിശക്കുന്നവർക്കായി അപ്പം വർഷിക്കുന്നു"

എന്നുപറയുന്ന 'അസീസിയിലെ ഫ്രാൻസിസ്' രോഗാതുരമായ പഴയ ക്രൈസ്തവ കാരുണ്യത്തിന് എത്തിനോക്കാനാവാത്ത ബലിഷ്ഠമായ പുതിയ സ്നേഹസങ്കൽപ്പത്തിന്റെ പ്രതീകമാണ്. ഇവിടെ സച്ചിദാനന്ദൻ ക്രിസ്തുവിനെ പോരാളിവേഷം കെട്ടിച്ചിറക്കുകയല്ല ചെയ്യുന്നത്. ക്രിസ്തുമതത്തിന്റെ ആഴത്തിൽ മറച്ച്വയ്ക്കപ്പെട്ടിരിക്കുന്ന അടിമത്തബോധത്തിൽനിന്ന് മുക്തനായ ഒരു ക്രിസ്തുവിന്റെ വരവാണിത്.

സച്ചിദാനന്ദന്റെ രചനകളുടെ ശിൽപ്പതന്ത്രത്തിന്റെ ഭാഗമായ ഈ ക്രിസ്തു-ബുദ്ധ കഥാഘടനയ്ക്ക് മറ്റൊരു പ്രസക്തികൂടിയുണ്ട്. ഇന്ത്യൻ മുതലാളിത്തം ഫലപ്രദമായ ഒരു പ്രത്യയശാസ്ത്രോപകരണമായി വികസിപ്പിച്ചെടുത്ത ബൂർഷ്വാഹിന്ദുമതത്തിന്റെ സങ്കൽപ്പങ്ങളെ മർദിതവർഗങ്ങളുടെ ഭാഗത്ത് നിന്നുകൊണ്ട് അകറ്റിനിർത്തുന്നതിനുള്ള അബോധപ്രേരണയുടെ പ്രകടനംകൂടിയാണത്. ആശാൻ കവിതയുടെ രൂപരചനയ്ക്കു പിന്നിൽ പ്രവർത്തിച്ച ബുദ്ധകഥാഘടനയ്ക്ക് സമാനമായ ഒന്ന്.

3. അസ്തിത്വത്തിന്റെ സമഗ്രത

സച്ചിദാനന്ദന്റെ രചനകൾ, പ്രത്യയശാസ്ത്രത്തിൽ മറച്ചുവയ്ക്കപ്പെടുന്ന വൈപരീത്യങ്ങളുടെ മറ്റു പല അബോധമേഖലകളെയും പുറത്തുകൊണ്ടുവരുന്നുണ്ട്. ജനാധിപത്യത്തെക്കുറിച്ചുള്ള ലിബറൽ സങ്കൽപ്പവും അതിന്റെതന്നെ മറുപുറവുമായ സ്വേഛാധിപത്യവും തമ്മിൽ ആഴത്തിൽ

പുലർത്തുന്ന രഹസ്യബന്ധം; അമൂർത്തജ്ഞാനങ്ങളും അധികാരബന്ധങ്ങളും തമ്മിൽ ചേർന്ന് മനുഷ്യരെ സാമൂഹികസ്ഥാപനങ്ങളിൽ വിന്യസിക്കുന്നതിന്റെ ബലതന്ത്രം; കുടുംബസ്ഥാപനത്തിന്റെ അധോതലവും ഉപരിതലവും തമ്മിലുള്ള വൈപരീത്യം; ഇവ, സച്ചിദാനന്ദന്റെ കാവ്യോപാധികൾ പ്രവർത്തിക്കുന്ന മേഖലകളിൽ പ്രധാനപ്പെട്ട ചിലതാണ്. *മയക്കോവ്സ്കി ആത്മഹത്യ ചെയ്തതെങ്ങനെ, വിപ്ലവ യന്ത്രം, പുസ്തകങ്ങളും മനുഷ്യരും, വീട്* തുടങ്ങിയ പല കവിതകളും ഈ സന്ദർഭത്തിൽ എടുത്തുദ്ധരിക്കാവുന്നതേയുള്ളൂ. എന്നാൽ, *സൈദ്ധാന്തികന് കവിയുടെ യാത്രാഗീതം* എന്ന കവിതയെക്കുറിച്ച് പ്രത്യേകം ഒന്നെടുത്ത് പറയാനുണ്ട്. സച്ചിദാനന്ദന്റെ കവിതകളുടെ പൊതുസ്വഭാവമായ വിരുദ്ധകോടികൾക്കിടയിലുള്ള വലിഞ്ഞുമുറുകലിനെ ഈ കവിത ഉദാഹരിക്കുന്നുണ്ട്.

മനുഷ്യജീവിതത്തെ ബുദ്ധിയുടെയും വികാരങ്ങളുടെയും വിരുദ്ധതലങ്ങളിലേക്കു വെട്ടിമാറ്റുന്ന; അങ്ങനെ സിദ്ധാന്തത്തിന്റെ മൂർത്തതയെ അമൂർത്താശയമായും, വികാരത്തിന്റെ സമഗ്രതയെ ദുർബലമായ ക്ഷണികപ്രതികരണമായും അന്യവൽക്കരിക്കുന്ന ബൂർഷ്വാസമൂഹത്തിന്റെ അനുഭവവാദ-ആശയവാദ പ്രശ്നമണ്ഡലത്തിൽപ്പെട്ടുഴലുന്ന വ്യക്തിയുടെ ആത്മഗതമാണ് ഈ കവിത. കവി സൈദ്ധാന്തികനോട് യാത്ര ചോദിക്കുകയാണ്:

“വിട സുഹൃത്തേ,
ഇത്രകാലം നാം
ഒരൊറ്റ മേൽക്കൂരയ്ക്കുകീഴിൽ കഴിച്ചുകൂട്ടി
രണ്ടടുപ്പിൽ വെച്ചുകഴിച്ചിട്ടാണെങ്കിലും
നിനക്ക് എന്നും ഇഷ്ടം
ക്ഷേത്രഗണിത രൂപങ്ങളോടായിരുന്നു
എനിക്കോ
ഇലകളുടെയും മനുഷ്യരുടെയും വടിവുകൾ
....
നീ വായനശാലയിലായിരുന്നപ്പോൾ
ഞാൻ ഒലിവുമലയിലായിരുന്നു
കുട്ടികളുടെ ആർപ്പുവിളികൾ
നിന്നെ ഭ്രാന്തുപിടിപ്പിച്ചു
ഞാനോ കാറ്റായി
അവർക്കു പഴങ്ങളെറിഞ്ഞുകൊടുത്തു
....
എനിക്കു വേണ്ടതു വേറെ സമുദ്രങ്ങൾ
വേറെ ആകാശങ്ങൾ

ഞാനനുഭവിക്കുന്ന സ്വാതന്ത്ര്യം
നിനക്കു മനസിലാവില്ല.
എങ്കിലും ഇതെഴുതുന്നതാരാണ്
നീയോ, ഞാനോ?

വരട്ടുയുക്തിക്കും ലോലവികാരത്തിനുമിടയിൽ ഉയർന്നുവരേണ്ട പുതിയ സമഗ്ര മനുഷ്യനെക്കുറിച്ചുള്ള സ്വപ്നമാണ് സൈദ്ധാന്തികനോടുള്ള കവിയുടെ ഈ യാത്രപറയലിനു പിന്നിൽ പ്രവർത്തിക്കുന്നത്. കവിത ഈ കവിക്ക് അമൂർത്താശയങ്ങളോ ബഹുവർണ മുതലക്കണ്ണീരോ അല്ല. പുതിയ മനുഷ്യനെക്കുറിച്ചുള്ള സ്വപ്നം പുതിയ കലയെയും കവിതയെയും കുറിച്ചുള്ള സ്വപ്നംകൂടിയാണ്. അതിനാൽ പ്രസംഗവേദിയിൽ മുഴങ്ങുന്ന അമൂർത്താശയങ്ങൾക്കും കമ്പോളത്തിൽ വളരെ വേഗം വിറ്റഴിക്കപ്പെടുന്ന ലോലവികാരങ്ങൾക്കും മധ്യത്തിൽ പുതിയ മനുഷ്യസങ്കൽപ്പത്തിന്റെ സ്വപ്നരൂപമായ തന്റെ സ്വത്വം നിലനിർത്താൻ പാടുപെടുന്ന പുതിയ കവിത്വത്തിന്റെ ധർമസങ്കടമാണ് ഈ കവിത എന്നുകൂടി പറയാം.

4. കേരളീയത

എൺപതുകളുടെ മധ്യത്തോടെ സച്ചിദാനന്ദന്റെ കവിത ഗുണപരമായ ഒരു മാറ്റത്തിനു വിധേയമാകുന്നു എന്നു പറഞ്ഞുകൂടെങ്കിലും പല ശാഖകളുള്ള ആ കവിതയുടെ ഒരു ശാഖയ്ക്ക് ഇക്കാലത്ത് പുതിയൊരു വളർച്ചയുണ്ടാകുന്നുണ്ട്. പാശ്ചാത്യ കാൽപ്പനികതയുടെ സ്വാഛന്ദ്യത്തെ നമ്മുടെ നവോത്ഥാന കവിത പരമ്പരാഗത രചനാരീതികളോട് സമന്വയിപ്പിച്ചതുപോലെ, ആധുനികതയെ കേരളീയമാക്കി മാറ്റാനുള്ള ഒരു ശ്രമമാണ് ഈ പുതിയ വളർച്ചയിൽ പ്രകടമാകുന്ന പ്രത്യേകത. *ഇവനെക്കൂടി* എന്ന കവിതമുതൽക്ക്, *മഹാബലി അവശിഷ്ടങ്ങളിലൂടെ നടക്കുന്നു* എന്ന പുതിയ കവിതവരെയുള്ള പ്രധാനപ്പെട്ട പല രചനകളിലും ഈ പ്രവണത പ്രമുഖമായിത്തീരുന്നതു കാണാം. കേരളസംസ്കാരത്തിന്റെ ദേശീയ സവിശേഷതകൾ സച്ചിദാനന്ദന്റെ രചനകളിൽ ഒരു പ്രമേയമായി നേരത്തെ കടന്നുവരുന്നുണ്ടെങ്കിലും ഈ പുതിയ ഘട്ടത്തിലാണ് അത് കാവ്യപ്രയോഗത്തിന്റെ ഉപാധിയും ലക്ഷ്യവുമായിത്തീരുന്നത്.

സച്ചിദാനന്ദന്റെ സമീപകാലകവിതകളിൽ പ്രകടമാകുന്ന ഈ മാറ്റത്തെ, പഴയ കാൽപ്പനിക കവിതയുടെ ഭൂതകാലത്തിലേക്കുള്ള ഗൃഹാതുരമായ മടങ്ങിപ്പോക്കിൽനിന്ന് നിശ്ചയമായും വേർതിരിച്ചു കാണേണ്ടതുണ്ട്. ഭൂതകാല പാരമ്പര്യത്തിന്റെ ഏതുതരം പുനരാവാഹനവും യഥാർഥത്തിൽ വർത്തമാനകാലത്തിന്റെ ചെയ്തിയാണ്. പാരമ്പര്യമെന്നത് ഒരു വർത്തമാനവ്യവഹാരമാണ്. ആധുനിക ബൂർഷ്വാ ഹിന്ദുമത

ത്തിന്റെ പ്രത്യയശാസ്ത്രരൂപങ്ങളെ നേരിടാൻ കണ്ടെത്തിയ പുതിയൊരു ചിഹ്നവ്യവസ്ഥ എന്ന നിലയിലാണ് കേരളീയ സംസ്കാരത്തിന്റെ ആര്യേതരമായ ഗോത്രഘടകങ്ങൾ സച്ചിദാനന്ദന്റെ സമീപകാല രചനകളിൽ പ്രവർത്തിക്കുന്നത്.

കേരളചരിത്രത്തെ കീഴാള സംസ്കാരചരിത്രമായി കീഴ്മേൽ മറിക്കുമ്പോൾ അധീശവർഗപ്രത്യയശാസ്ത്രത്തിന്റെ ആന്തരികമിഥ്യകളെ തുറന്നുകാട്ടുന്ന ഒരു ചരിത്രശാസ്ത്രപ്രശ്നമണ്ഡലം രൂപം കൊള്ളുന്നു. ഒരു പ്രതിവ്യവഹാരമായി രൂപംകൊള്ളുന്ന ഈ പ്രശ്നമണ്ഡലത്തിനുള്ളിലാണ് സച്ചിദാനന്ദന്റെ സമീപകാലകവിതകൾ പലതും രൂപപ്പെടുന്നത്. സാമാന്യബുദ്ധിയുടെ പകൽവെളിച്ചത്തിൽ ഒരിക്കലും തിരിച്ചറിയാനാവാത്തവിധം അധീശവർഗ പ്രത്യയശാസ്ത്രവ്യവഹാരങ്ങൾക്കുള്ളിൽ തല കീഴാക്കപ്പെട്ടിരിക്കുന്ന ലോകത്തെ മറ്റൊരു വെളിച്ചത്തിൽ ആ കവിതകളിലൂടെ നാം അനുഭവിച്ചറിയുന്നു. അങ്ങനെ പുതിയൊരനുഭവലോകം തുറക്കുന്നതിനുള്ള ഉപാധികളായിട്ടാണ് ആ കവിതകൾ പ്രവർത്തിക്കുന്നത്.

സച്ചിദാനന്ദന്റെ സമീപകാലരചനകളിൽ സംഭവിക്കുന്ന ഈ മാറ്റത്തിന് മറ്റൊരു വശംകൂടിയുണ്ട്.

കർത്തൃസത്താ സങ്കൽപ്പത്തെയും കർത്തൃകേന്ദ്രീകൃതമായ ചിഹ്നവിന്യാസത്തെയും തകിടം മറിക്കുന്നതിലൂടെ ബൂർഷ്വാസൗന്ദര്യപ്രത്യയശാസ്ത്രത്തിനെതിരായ കലാപത്തിന് ആധുനികത തുടക്കമിടുന്നുണ്ട്. എന്നാൽ പഴയ അക്കാദമിക് സാഹിത്യസങ്കൽപ്പങ്ങൾക്കെതിരെ എന്നപോലെതന്നെ കമ്പോളഭാവുകത്വത്തിനെതിരായ കലാപംകൂടി ആധുനികതയുടെ രൂപീകരണത്തിൽ പ്രവർത്തിക്കുന്നുണ്ടെന്ന കാര്യം മറന്നുകൂടാ. എന്നാൽ കമ്പോളഭാവുകത്വത്തോടുള്ള വെറുപ്പ് സാഹിത്യത്തെ ചെറിയ ആസ്വാദകവൃന്ദങ്ങളുടെ കലയാക്കി മാറ്റുന്ന ഒരു സങ്കുചിതസൗന്ദര്യ-പ്രത്യയശാസ്ത്രത്തിലാണ് ആധുനികതയെ കൊണ്ടെത്തിച്ചത്. ഈ പരിമിതിയെ മുറിച്ചുകടക്കാനുള്ള ഒരു ശ്രമംകൂടിയാണ് സച്ചിദാനന്ദന്റെ സമീപകാല കവിതകളിൽ പ്രകടമാകുന്ന പുതിയ വികാസം. കേരളസംസ്കാരത്തിന്റെ ദേശീയ സവിശേഷതകളോട് ബന്ധപ്പെട്ട ഒരാധുനികതയ്ക്ക് വേണ്ടിയുള്ള ഈ അന്വേഷണം കവിതയെ മധുരം പകരുന്ന ഉപഭോഗവസ്തുവായിക്കരുതുന്ന പഴയ പാരായണശീലത്തിന്റെ പിടിയിലകപ്പെടാതെ മുന്നോട്ടുപോകുമെന്നുതന്നെ കരുതാം.

5. ആൺകോയ്മ

സച്ചിദാനന്ദന്റെ ചില പുതിയ രചനകൾ മറ്റൊരു ദിശയിലേക്കുള്ള ഒരു പുതിയ വികാസസാധ്യതയെക്കൂടി പ്രകടമാക്കുന്നുണ്ട്. സ്ത്രീയെ ഉപഭോഗവസ്തുവോ ആരാധനാമൂർത്തിയോ മാത്രമായി കാണുന്ന ആൺകോയ്മയെ താങ്ങിനിർത്തുന്ന മൂല്യസങ്കൽപ്പങ്ങളുടെ വൈപരീത്യങ്ങളെ

മലയാളികൾക്കപരിചിതമായ പുതിയൊരു കോണിലൂടെ ആ കവിതകൾ എടുത്തുകാട്ടാൻ തുടങ്ങിയിരിക്കുന്നു. പൗരസമൂഹത്തിലെ വ്യക്തിസത്തകളെ നിർമിച്ചെടുക്കുന്ന ലൈംഗികതയുടെയും അതിനോടു ഗാഢമായി ബന്ധപ്പെട്ട മൃത്യുബോധത്തിന്റെയും പഴയ വ്യവഹാരമണ്ഡലങ്ങൾക്ക് പുറത്തുകടന്നവയായിരുന്നു എന്നും സച്ചിദാനന്ദന്റെ കവിതകൾ. *ഏകാകിയുടെ മരണം, കോഴിക്കോട്ടെ രാത്രികൾ, മരണത്തെക്കുറിച്ചുള്ള മൂന്നു കവിതകൾ, പ്രണയബുദ്ധൻ* തുടങ്ങിയ കവിതകൾ വായിക്കുന്നവർക്ക് ഇത് വ്യക്തമായി കാണാൻ കഴിയും. എന്നാൽ മർദിതരുടെയും ചൂഷിതരുടെയും നിലപാടിൽ നിന്നുകൊണ്ട് തലകീഴായി നിൽക്കുന്ന ലോകത്തെ കാണാനുള്ള ഉപാധികൾ നമുക്കു തരുന്ന ഈ കവി പ്രകൃതിസത്യംപോലെ സാമാന്യവൽക്കരിക്കപ്പെട്ട ആൺകോയ്മയുടെ വ്യവഹാരങ്ങളെ വേർതിരിച്ചു കാട്ടുന്ന കവിതകൾ രചിക്കാൻ തുടങ്ങിയിരിക്കുന്നു. സ്ത്രീയെ ഉപഭോഗവസ്തുവോ അന്യവൽകരിക്കപ്പെട്ട ദേവതാസങ്കൽപ്പത്തിന്റെ മൂർത്തിയോ ആയി കാണാൻ പ്രേരിപ്പിക്കുന്ന ലൈംഗികതയിൽ തളയ്ക്കപ്പെട്ട പുരുഷന്റെയും, അതിന്റെ ഇരയായ സ്ത്രീയുടെയും അവസ്ഥയെ, ആ അവസ്ഥയെ നിർണയിക്കുന്ന അധികാരബന്ധങ്ങളോളം സുതാര്യമാക്കിത്തരുന്ന ഒരു രചനയാണ് സച്ചിദാനന്ദൻ എഴുതിയ *കയറ്റം* എന്ന കവിത. *മഹാഭാരത*ത്തിലെ മഹാപ്രസ്ഥാന കഥ ഈ കവിതയുടെ ആഴത്തിലെവിടെയോ കീഴ്മേൽ മറിക്കപ്പെടുന്നുണ്ട്. കാവ്യോപാധിയുടെ ഈ അബോധഘടനയാണ് സമൂഹത്തിന്റെ അബോധ വൈപരീത്യങ്ങളെ നമുക്കായി തുറന്നുതരുന്നത്. ഭോഗവസ്തുവെന്നതിനുപരി മനുഷ്യവ്യക്തി എന്ന നിലയിലുള്ള സ്ത്രീയുടെ അസ്തിത്വം പ്രശ്നമായി മാറുന്ന ആശാന്റെ *ചിന്താവിഷ്ടയായ സീത*യുടെ നിരയിലാണ് ഈ കവിതയുടെ സ്ഥാനം. എന്നാൽ സീതാകാവ്യത്തോട് പ്രമേയപരമായി അടുത്തുനിൽക്കുമ്പോൾത്തന്നെ പ്രത്യയശാസ്ത്രപരമായി ഈ കവിത വളരെ മുന്നോട്ടുപോവുകയും ചെയ്തിരിക്കുന്നു. ഗവേഷകരുടെ 'താരതമ്യപഠന' ത്തിനു വഴങ്ങാത്തതാണ് ഈ ബന്ധവും അന്തരവും എന്നു മാത്രം.

ഇങ്ങനെ ആധുനിക മലയാളിയുടെ നിലനിൽപ്പിനെ രൂപപ്പെടുത്തുന്ന അബോധവൈപരീത്യങ്ങളുടെ അഗാധ നിശ്ശബ്ദതകൾക്ക് മൂർത്തരൂപം കൊടുക്കാനായി ശബ്ദരാശി തിരയുന്ന ഈ കവി അപൂർവരൂപഘടനകളിൽ നിരന്തരം എത്തിച്ചേരുകയും ചെയ്യുന്നു. മലയാളഭാഷയെയും മലയാളിയുടെ സംവേദനശീലങ്ങളെയും നിരന്തരം നവീകരിക്കാൻ ശ്രമിച്ചുകൊണ്ടിരിക്കുന്ന സച്ചിദാനന്ദന്റെ കവിത അതുകൊണ്ടുതന്നെ സ്വയം നവീകരിക്കപ്പെടുകയും ചെയ്യുന്നു എന്നർഥം.

ലോകമനുഷ്യന്റെ ഉത്തമമാതൃകയായി പ്രതിഷ്ഠിക്കപ്പെട്ട പാശ്ചാത്യ മനുഷ്യസങ്കൽപ്പത്തിനും അതിന്റെ വ്യാവഹാരിക യുക്തികൾക്കും എതിരായി ഉയർന്നുവന്നുകൊണ്ടിരിക്കുന്ന മൂന്നാം ലോകകവിതയുടെ

പശ്ചാത്തലത്തിൽ സച്ചിദാനന്ദന്റെ കവിതകൾക്കുള്ള പ്രസക്തി മറ്റൊരു പഠനവിഷയമാണ്. കാരണം, ഇതിനകം മലയാളകവിതയെ ആധുനിക ഇന്ത്യൻ കവിതയുടെ ഉയർന്ന മാതൃകയാക്കിക്കഴിഞ്ഞ ഈ കവി നമ്മുടെ വർത്തമാന ജീവിതത്തിന്റെ ചരിത്രമാണ് രചിക്കുന്നത്. ചരിത്രകാരന്റെ ഭാഷയ്ക്കപ്രാപ്യമായ ചരിത്രം.

(1991)

www.ingramcontent.com/pod-product-compliance
Lightning Source LLC
LaVergne TN
LVHW090415051026
849518LV00006B/2347
* 9 7 8 8 1 2 6 2 0 4 6 1 8 *